இரண்டாம் இதயம்

இரண்டாம் இதயம்

மாதவராஜ்

பாரதி
புத்தகாலயம்

Irandam Ithayam (in Tamil)

Mathavaraj

First Published: October, 2021 | Second Print: November, 2022

Published by

BHARATHI PUTHAKALAYAM

7, Elango Salai, Teynampet, Chennai - 600 018

Email: bharathiputhakalayam@gmail.com / www.thamizhbooks.com

இரண்டாம் இதயம்

மாதவராஜ்

முதல் பதிப்பு: அக்டோபர், 2021 | இரண்டாம் அச்சு: நவம்பர், 2022

வெளியீடு:

பாரதி புத்தகாலயம்

7, இளங்கோ சாலை, தேனாம்பேட்டை, சென்னை - 600 018

தொலைபேசி : 044-24332424, 24330024 விற்பனை: 24332924

அச்சு : கிளிக்டு பிரிண்ட், சென்னை - 600 018.

“வாங்க மாது,
பேச வேண்டிய கதைகளைப் பேசலாம்!”

- ச.தமிழ்ச்செல்வன்

சாத்தூரில் ஏ.வி. உயர்நிலைப்பள்ளி செல்லும் வழியில் ஒரு மாடியில் பாண்டியன் கிராமவங்கி ஊழியர் சங்க அலுவலகம் இயங்கியது. அந்த மாடியில்தான் மாதுவுடனான முதல் சந்திப்பு. அவர்கள் நடத்திய இதழில் வந்த கவிதைகள் பற்றிய கலந்துரையாடலுடன் நகர்ந்த அந்த இரவு, யார் யாரெல்லாம் அப்போது உடன் இருந்தார்கள் என்பது இப்போது புகைமூட்டம் போலத்தான் நினைவில் நிற்கிறது. மறதி நோயின் நுழைவாசலில் நிற்கும் இந்த வயது அந்த இரவுக்குள் முட்டி முட்டித் திரும்புகிறது.

மாது முன்னின்று நடத்திய கலை இரவில் நாங்கள் கோவில்பட்டியிலிருந்து வந்து நாடகம் போட்டோம். தரையில் அமர்ந்து கைதட்டி ரசித்த அன்றைய மாதுப்பையனின் உற்சாகம் மனதில் அப்படியே பதிவாகியிருக்கிறது.

அப்புறம் அவர் ‘மண்குடம்’ மாதவராஜ் என்று அறியப்படலானார். மண்குடம் என்கிற அவரது சிறுகதை செம்மலரில் வெளிவந்து அவருக்கு ஒரு அடையாளத்தைத் தந்தது. வேறு எதனாலும் அடையாளப்படாமல் தான் எழுதிய படைப்பு ஒன்றால் அறியப்படுவது ஒரு எழுத்தாளனுக்குக் கிடைக்கும் பெரிய கௌரவமல்லவா? எம் முன்னோடி ஜெயகாந்தன் மகளைக் காதலித்து இவர் மணம் செய்துகொண்ட காதையெல்லாம் அப்போது எனக்குத் தெரியாது. தனுஷ்கோடி ராமசாமி அவர்களோடு நெருங்கிப்பழக ஆரம்பித்தபோதுதான் அதெல்லாம் அறிந்துகொண்டேன்.

கோவில்பட்டியிலிருந்து நெல்லை மாவட்டம் பத்தமடைக்கு நான் குடிபோன பிறகு சந்திப்புகள் குறைந்தது. இலக்கியக்கூட்டங்கள், மாநாடுகளின் இரவு அரட்டைக் கச்சேரிகளில் சேர்ந்திருப்போம். எப்போதுமே மாநாடுகளில் பகல் பொழுதுகளின் முறைசார் அரங்குகளிலும் பார்க்க

இரவுகளில் நடக்கும் முறைசாராக் கூட்டங்களில்தான் உயிர்த்துடிப்பு அதிகம் இருக்கும். மண்டபங்களில் சுற்றிலும் குறட்டைகள் சிதறிக்கிடக்க நடுவில் வட்டமாக உட்காரும் அந்த மாபெரும் சபைகளால் வளர்த்தெடுக்கப்பட்ட சக பயணிகளாக நானும் மாதுவும் இன்னும் பலரும் இருந்தோம். அங்கே உருவாகும் இலக்கிய நெருக்கத்துக்கு ஈடாக வேறொன்றையும் சொல்லிவிட முடியாது. அந்த நெருக்கம் எனக்கும் மாதுவுக்கும் இடையில் இன்றளவும் இருந்துகொண்டுள்ளது.

என்னுடைய கதைகளுக்கான இரண்டே விமர்சன அரங்குகள் மாது பொறுப்பிலிருந்தபோது விருதுநகரிலும் சாத்தூரிலும் நடந்ததுதான். விருதுநகர் கூட்டம் என்னுடைய வெயிலோடுபோய் நூலுக்காக மட்டும் நடந்தது. அன்றுதான் இன்று ஆலமரமாக விரிந்து நிற்கும் எழுத்தாளர் எஸ். ராமகிருஷ்ணனை சிறு பையனாக என் கதைகள் குறித்துக் கட்டுரை வாசிக்கும் பையனாக முதன் முதலாகச் சந்தித்தது. சாத்தூர் கூட்டம் என்னுடைய கதைகள் எல்லாவற்றையும் பற்றியதாக அமைந்தது. மிக நுட்பமான பார்வையுடன் மாது பேசிய நினைவு இருக்கிறது. மற்றதெல்லாம் மறந்து போனது.

எழுத்தாளர்கள் பேனாவிலிருந்து 'மௌஸ்'க்கு மாறிக்கொண்டிருந்த காலம் அது. அதில் எங்கள் எல்லோருக்கும் முன்னோடியாக மாது இருந்தார். நான் அப்போது பத்தமடையில் வாழ்ந்து கொண்டிருந்தேன். கம்ப்யூட்டர் வாங்கிக்கொண்டு மாதுவைத்தான் அழைத்தேன். சாத்தூரிலிருந்து பஸ் ஏறிப் பத்தமடை வந்து ஒருநாள் தங்கி இருந்து எனக்குக் கணினியைப் பயன்படுத்தவும், தமிழ் எழுத்துருவில் எப்படி டைப் செய்வது என்பதையும் கற்றுக்கொடுத்தார். குருதட்சிணையாக அவ்வப்போது பில்டர் காப்பியை மட்டும் வழங்கித் தப்புவோம்.

கணிணிப்பயிற்சிக்கெனவே அவ்வப்போது பத்தமடை வருவார். இன்று நான் சில ஆயிரம் பக்கங்கள் புத்தகமாக எழுதியிருப்பதற்கு மாதுவின் பயிற்சிதான் அடித்தளம். என் பேனாவைப் பிடுங்கித் தூர எறிந்த கை மாதுவின் கை. கடந்த கால் நூற்றாண்டாக கணிணியில் மட்டுமே எழுதிக் (டைப்பிக்) கொண்டிருக்கிறேன். கையெழுத்துப் போட மட்டுமே பேனா. கணிணியால் அவர் வருகையும் எங்கள் சந்திப்பும் மீண்டும் துளிர்த்தது. நன்றி மாது.

குயில் தோப்பில் மாது வீட்டில் உட்கார்ந்து நாங்கள் போட்ட திட்டங்கள் அநேகம்- அடுத்தாத்துக் காமராஜும் சேர்ந்துதான். இந்திய விடுதலையின் ஐம்பதாவது ஆண்டுக் கொண்டாட்டத்தை ஒட்டி ஒரு புத்தகம் கொண்டுவரும் திட்டமும் அதில் ஒன்று. மாது வீட்டில் கருக்கொண்டு தோழர் ஆதி கடை வாசலில் அது வளர்ச்சி கண்டு கோவில்பட்டியில் மாரீஸ் ஸ்டுடியோவில் (அது அன்றைக்கு எங்களுக்கெல்லாம் ஒரு குருகுலம் போல சந்திப்பு முனையமாக இயங்கியது) உருப்பெற்ற நூல் அது. மாரீஸ் ஸ்டூடியோவில் ஓரிரவு முழுக்க இந்திய சுதந்திரத்தின் கதையை நான் சொல்லச் சொல்ல மாது குறிப்புகள் தயாரித்தார். அந்த நாட்களில் நான் சுதந்திரப்போராட்டக்கதையை பலநூறு கூட்டங்களில் கதாகாலட்சேபம் செய்துகொண்டிருந்தேன். “வீர சுதந்திரம் வேண்டி ..” என்கிற அந்த நூலை பல்வேறு தரவுகளையும் சரிபார்த்து முழுக்க முழுக்க மாதுதான் எழுதினார். ஆனால் புத்தகத்தில் நானும் அவரும் சேர்ந்து எழுதியதாகப் போட்டார். அதுதான் மாது. அந்நூல் இரண்டு மூன்று பதிப்புகள் கண்டது. நல்ல வரவேற்பைப்பெற்றது. எஸ். ராமகிருஷ்ணன், கோணங்கி, விக்கிரமாதித்தன், , காமராஜ், லட்சுமணபெருமாள் என்று பலரும் அதில் பங்களிப்புச் செய்தனர். அவர்கள் எல்லோருடைய பெயர்களையும் நூலில் போட்டிருந்தோம்.

அப்புறம் ஒருநாள் பத்தமடை வந்து எனக்கான வலைப்பூ கணக்கையும் மாதுதான் தொடங்கி வைத்து எப்படிப் பதிவேற்றம் செய்வதென்று வழிகாட்டினார். ‘தமிழ்வீதி’ என்கிற வலைப்பக்கமாக அது சிலகாலம் தீவிரமாக இயங்கியது.“பாரதி பிடித்த தேர்வடம் நடு வீதி கிடக்கிறது” என்கிற பரிணாமன் வரிபோல அப்பக்கம் இப்போது அந்தரத்தில் நின்று விட்டது. முகநூல் வந்து சோம்பேறி ஆக்கிவிட்டதே நம்மை. ஆனாலும் மாது தொடர்ந்து வலைப்பக்கத்தில் எழுதிக்கொண்டிருந்தார். அவரது ‘தீராத பக்கங்’களில் எழுதியவற்றைச் சிறு சிறு நூல்களாகவும் கொண்டுவந்து அதிலும் முன்னத்தி ஏராகி நின்றார்.

அவருடைய பதிவுகளில் முகநூல்தானே என்று விட்டேத்தியாக எழுதுவதைப் பார்க்கவே முடியாது. ஒவ்வொரு பதிவும் தெளிவான அரசியல் பார்வையுடன் கூர்மையாக இருக்கும்.

எனக்கு வியப்பளிக்கும் செயல் இது. தமிழகத்தின் பல முக்கியமான அரசியல் தலைவர்களும் மாதுவின் கருத்துக்களை விடாமல் வாசிப்பதை நான் அறிவேன். நம்ம ஆளு என்பதற்காக அவர் யாரையும் விமர்சிக்காமல் (தேவையானபோது) விட்டதே இல்லை அந்த நேர்மை எனக்கு ரொம்பப்பிடிக்கும்.

எங்கள் மகன் சித்தார்த் திருமண நிகழ்வு பற்றிய அவரது வலைப்பக்கப்பதிவுதான் ஒரு முழுமையான பதிவாக இருந்தது. அதை ஒட்டி வாதப்பிரதிவாதங்களெல்லாம் அவரது வலைப்பக்கத்தில் நடந்தது. அவற்றுக்கெல்லாம் பொறுமையாகப் பதில் சொன்னது இன்றும் நெகிழ்வுடன் என் மனதில் நிற்கின்றன.

நாங்கள் காவல்கோட்டம் நாவல் தொடர்பாக மட்டுமே கருத்து ரீதியாக முரண்பட்டு நின்றிருக்கிறோம். மற்றபடி நானும் அவரும் அவரும் நானும் ஒன்றாகவே சிந்தித்தோம்.

நீண்ட இடைவெளிக்குப் பிறகு ஒருநாள் திருநெல்வேலிக்கு ஒரு மகளிர் மாநாட்டுக்கு அழைத்திருந்தார். போனால் ஆச்சர்யம் காத்திருந்தது. இவ்வளவு இளம் தோழர்களை எப்படி அய்யா திரட்டினீர்கள்? ரொம்ப காலத்துக்குப் பிறகு நான் மிகவும் மகிழ்ச்சியாக இருந்த நாள் அது. தொழிற்சங்க இயக்கத்தில் இளம் தோழர்களைப் பார்த்தே பலகாலம் ஆன வறட்சி மனதில் வெடித்துக்கிடந்தது. நீர் வார்த்த கிராமப்புற வங்கி ஊழியர் சங்கத்தை மறக்கவே முடியாது. அதன் பிறகு தோழர்களுக்கு வகுப்பு எடுக்க என்று மாது எப்போது அழைத்தாலும் போய் வந்தேன். அவையெல்லாம் முக்கியமான நாட்கள்.

எப்போதும் இளைஞர்களோடு இருக்கும் இளம் மனம் அவருடையது. இளைஞர்களிடம் பொறுப்புக்களைப் பிரித்தளிக்கத் தயங்காத மனிதராக தோழராக அவர் எப்போதும் இருக்கிறார். இது தொழிற்சங்க இயக்கத்தில் மிக முக்கியம். உரிய நேரத்தில் இளஞர்களைப் பொறுப்புக்குக் கொண்டு வருவதும் உரிய நேரத்தில் மூத்த தோழர்கள் விடைபெறுவதும் மிகவும் அவசியம்.

வாங்க மாது, நாம் பேச வேண்டிய வேறு கதைகளை பேசலாம். அதற்கான நேரம் இது.

❑

(வங்கிப் பணியிலிருந்து மாதவராஜ் பணி நிறைவு பெற்றதையொட்டி, எழுத்தாளர் தமிழ்ச்செல்வன் எழுதிய பதிவிலிருந்து...)

என்னுரை

"கடந்த காலம் எனக்குள் இரண்டாவது இதயம் போல் துடித்துக் கொண்டிருக்கிறது."

- ஐரிஷ் எழுத்தாளர் ஜான் பான்வில்லே

காந்தி, நேரு, காமராஜரின் படங்கள் மாட்டப்பட்ட வீட்டிலிருந்து வந்தவன் நான். அதிகாலையில் எழுந்து 'ஆதியும் அந்தமும் இல்லாத அரும்பெரும் ஜோதியை' என்று முகம் கைகள் எல்லாம் திருநீறு பூசி தெருவில் பஜனை பாடிச் சென்றவன் நான். சுய ஜாதி, மதம் எல்லாம் குறித்து பெருமிதம் கொண்ட ஊரிலிருந்து வந்தவன் நான்.

புத்தகங்களும், இடதுசாரி சிந்தனைகளும், தொழிற்சங்க நடவடிக்கைகளுமே குடும்பம் தாண்டி என் உலகம் விரிந்ததற்கும், நான் அறியப்பட்டதற்குமான காரணிகளாக இருந்தன. அதற்கான தடயங்கள் கடந்த காலத்தில் இருக்கின்றன.

பத்து வருடங்களுக்கு முன்பு எனது வலைத்தளம் 'தீராத பக்கங்களில்' எழுதியவைகளில் இருந்து அந்த கடந்த காலத்தை கொஞ்சம் தொகுத்திருக்கிறேன்.

- மாதவராஜ்

உள்ளடக்கம்

1

சென்னை

அப்போதுதான் விடிந்திருக்கும் காலையில் ஆம்னி பஸ்ஸின் ஜன்னல் கண்ணாடி வழியே ஒவ்வொரு முறை சென்னைக்குள் நுழையும்போதும் பார்த்துக்கொண்டுதான் இருக்கிறேன்.

மெல்ல எழுந்து உட்கார்ந்து சோம்பல் முறிக்கிற ஊர் இல்லை இது. எண்ணெய் தேய்க்காமல், பவுடர் பூசி அந்த நேரத்திலும் ஓட்டமும் நடையுமாக பல பெண்களைப் பார்க்க முடியும். மணிக்கட்டை பார்த்தபடி பஸ் ஸ்டாண்டில் தவிப்பவர்களை, ஷூ, ஷாக்ஸ் போட்ட குழந்தைகளைப் பார்க்க முடியும். அருகாமையில் செல்லும் காருக்குள் உற்றுப் பார்த்தால் கோர்ட் சூட் போட்டு பேப்பர் படித்துக்கொண்டு இருக்கும் மனிதர் தெரிவார். பிரமை பிடித்தபடியும், வெறிபிடித்தபடியும் மனிதர்கள் உட்கார்ந்திருக்கிற ஒரு இராட்சச சக்கரம் எப்போதுமே சுற்றிக்கொண்டு இருப்பதாகவே தோன்றுகிறது. துருப்பிடித்து நிற்கும் மரங்கள் மனதில் ஒட்டுவதேயில்லை. பறவைகளின் சத்தங்களை விழுங்கிவிட்டு வாகன இரைச்சல்களாய் சதாநேரமும் ஏப்பம் விட்டுக்கொண்டு இருக்கிறது. சினிமா போஸ்டர்களுக்குள்ளும், விளம்பர பேனர்களுக்குள்ளும் தன்னைச் சுருட்டி வைத்துக் கொண்டு நிற்கிற ஒரு பைத்தியக்கார உலகம் என்றே தெரியும். இதெல்லாமுமே ஒரு இந்திய நகரத்தின் பொதுவான, அதுவும் வெளித்தோற்றமாகவே இருக்கின்றன. சென்னையைப் பற்றிய சித்திரம் அவரவர் அனுபவங்களிலிருந்தே தீட்டப்படுகிறது.

பிறந்தது இங்கேதான் என்பது எதோ காகிதத்தில் எழுதிவைத்த சிறு குறிப்பாகத்தான் இருக்கிறது. அது குறித்து சிலிர்ப்பூட்டும் எந்த உணர்வும் இல்லை. திருவல்லிக்கேணியில் மணி ப்ரொப்ரைட்டரி ஸ்கூலில் சேர்ந்த முதல் நாள் வகுப்பறை இருட்டுக்குள் இருந்ததாய் தெரிகிறது. கிருஷ்ணாம்பேட்டையில் கண்ணகிச்சிலைக்கு நேர் உள்ளே வரும் தெருவில் இருந்த பெரிய இரண்டடுக்குக் கட்டிடத்தின் மொட்டை மாடியில் இருந்து பார்த்தால் தெரியும் கடல் ஞாபகத்தில் இருக்கிறது. அண்ணாத்துரை இறந்தபோது ஊர்வலத்தை மொட்டை மாடியில் அப்பா தூக்கி வைத்து பைனாகுலரில் காட்டினார்கள். கபாலீசுவரர் கோவிலில், அம்மாவையும், அண்ணன்களையும் விட்டு,

தொலைந்து போனவனாய் கூட்டத்தில் தேடி அழுதுகொண்டே அலைந்ததை இப்போது நினைத்தாலும் திக்கென்று இருக்கிறது. இரும்புக்கடையும், பொட்டுக்கடையும் கோடம்பாக்கத்துக்கு நகர்ந்திட, சூளைமேட்டில் பஜனைகோவில் தெருவில் இருந்த வீட்டின் நடு அறையில் அப்பா மஞ்சள் காமாலையில் படுத்துக் கிடந்தது லேசாய் மனதில் இருக்கிறது. அரசுப்பள்ளியில், பக்கத்திலிருந்தவன் என் வலது கையை பிளேடால் வெட்டிவிட முதன்முதலாய்ப் பார்த்த என் ரத்தம் உறைந்து போயிருக்கிறது. இன்றைக்கும் எனக்கான அடையாளங்களில் ஒன்றாய் அந்த வெட்டுக்காயம் ரெக்கார்டுகளில் பதியப்பட்டு கூடவே வருகிறது. ‘நான் தன்னந்தனி காட்டு ராஜா, என் தோட்டத்தில் எத்தனை ரோஜா’என்னும் அந்தப் பாடல் வழியே சென்று குழந்தைகளோடு காரில் வரும் சிவாஜி கணேசனை முதன் முதலாய் ராம் தியேட்டரில் பார்த்தேன்.

ஒருநாள் ஊர்நோக்கி எல்லோரும் ரயிலில் போய்க்கொண்டு இருந்தோம். வளர்ந்து வாழ்ந்த இடங்களை விட்டு ஒரேயடியாக அப்பா திரும்பிக்கொண்டு இருந்தார்கள்.“உனக்கு இந்த ஊர் லாயக்குப்படாது. ஓடிப் போய்விடு” என்று அப்பாவை சென்னை விரட்டி விட்டதை நான்காம் வகுப்பு படித்து முடித்திருந்த நான் புரிந்திருக்கவில்லை.

ஊர்தான் என்னையும் என் உலகத்தையும் எனக்கு அடையாளம் காட்டியது. “நீ ஜோதியின் மகனா”, “தங்கவேல் தாத்தாவின் பேரனா” என்ற விசாரிப்புகளும், “மாது” என வாஞ்சையோடு தூக்கிவைத்துக் கொண்டவர்களுமாய் நிறைந்திருந்தது. வயலுக்கும், குத்தகை எடுத்திருந்த ரைஸ்மில்லுக்குமாய் அப்பா ஓடிக்கொண்டு இருந்தார்கள். ஆச்சியின் மகாபாரதக் கதைகளின் ஊடே சென்னையின் கடந்த கால வாழ்வும் புரிய ஆரம்பித்தது. அரக்குமாளிகையில் இருந்து தப்பிவந்த ஐந்து பேரும் நாங்கள்தான் என்றே பட்டது. வாய்க்கால்களும், குளங்களும், மனிதர்களும், கதைகளுமாய் நிரம்பிய உலகத்தில் நான் முழுவதுமாய் சுவாசித்தேன். கூடப் படித்தவர்கள் திடுமென காணமல் போய், அந்த வருட அம்மன்கோவில் கொடைக்கு சென்னையிலிருந்து திரும்பி வருவார்கள். அப்படி வந்த சேகர்தான் முதன்முதலாய் ஊருக்குள் பெல்ஸை அறிமுகப்படுத்தியவன். எதாவது கடையில் வேலைபார்க்கும் அவர்கள் சென்னையைப்பற்றி அளந்துவிடுபவை ஒரு மாய உலகத்திற்கு ஊரையே இட்டுச்செல்லும். “ஆமாம், பெரிய ஊர்..” என அம்மா முணுமுணுப்பதைக் கேட்டிருக்கிறேன்.

அப்பாவைக் கல்யாணம் செய்துகொண்டு முதன்முதலாய் சென்னைக்குச் செல்லும்போது அம்மாவுக்கும் நிறைய கனவுகள் இருந்திருக்க வேண்டும்.

கல்லூரியின் இரண்டாமாண்டு படிக்கும்போதுதான் திரும்ப சென்னைக்கு வந்தேன். தினத்தந்தியில் அப்ரைண்டிசாக இரண்டு மாத காலம் பணிபுரிய கோடை விடுமுறையில் கல்லூரியிலிருந்து அனுப்பி வைத்திருந்தார்கள். என் அண்ணனோடு படித்து, சென்னையில் ஒரு வங்கியில் பணிபுரிந்து கொண்டு இருந்தவர் நுங்கம்பாக்கத்தில் தண்டவாளங்களின் அருகே ஒரு வீட்டில் அவரது நண்பர்களோடு தங்கியிருந்தார். அங்கே நானும் அடைக்கலம் புகுந்தேன். சாவகாசமாய் நகரும் புகைவண்டியில் தினந்தோறும் திருச்செந்தூருக்கு நண்பர்களோடு படிக்கச் சென்று வந்துகொண்டு இருந்த எனக்கு எலக்டிரிக் டிரெய்னின் வேகமும், தடதடக்கும் சத்தமும் மிரட்சியைத் தந்தது. அந்தக் கூட்ட நெரிசலில் நுங்கம்பாக்கத்திலிருந்து எக்மோருக்கு செல்வதற்குள் கசங்கித்தான் போனமாதிரி இருக்கும். கண்ணிழந்த ஒருவன் எப்போதும் அங்கே பாடிக்கொண்டிருந்தான். எல்லா இடங்களிலும் நிரோத் விளம்பரங்கள் ஒட்டப்பட்டு இருந்தன. பிளாட்பாரம் தாண்டி வெளிச்செல்ல படியேறி மேல்நின்று பார்க்கும்போது கூட்டம் பெரும் பைத்தியம் பிடித்ததாய் கீழே அலைபாய்ந்து கொண்டு இருந்தது. சென்னையின் அழிக்கமுடியாத சித்திரங்களில் அதுவும் ஒன்று. லிபர்ட்டி தியேட்டரில் நான்கு தடவை பார்த்த ஒருதலை ராகம் படம் ஊரின் நினைவுகளையே மீட்டிக்கொண்டு இருந்தது. இரண்டுமாதம் கழித்து ஊர்திரும்பிய காலையில் புதுக்குளத்தில் முங்கி குளித்து எழுந்த போது அப்பாடா என்று இருந்தது.

அண்ணன்கள், தம்பி எல்லோரும் வேலைக்குச் சென்றுவிட படித்து முடித்து ஊரில் சும்மா இருந்த என்னை சென்னையில் மாமா வீட்டிற்கு அனுப்பிவைத்தார்கள். அண்ணாநகரில் அவர் இருந்தார். யுனைட்டெட் இன்சூரன்சு கம்பெனியில் டெவலப்மெண்ட் ஆபிசராகிவிடலாம் என்று ஏஜண்ட்டாக சேர்த்துவிட்டார். தனியாகவே சென்னையில் அலைந்தேன். கார்கள் இருக்கும் வீடுகளின் அழைப்புமணியடித்துக் காத்திருக்கும் அந்த நிமிடங்கள் பதற்றமானவை. திறந்ததும் அவர்களிடமிருந்து பாயும் பார்வைகளில் தலைதெறிக்க ஓடிவிடத் தோன்றும். எனக்கான மனிதர்கள் யாரும் இல்லையெனத் தோன்றியது. நானும் தோற்றுக்கொண்டு இருந்தேன். என்னை விட்டு விடுங்கள் என ஊருக்கு திரும்பிவிடத்தான் எப்போதும்

தோன்றும். அண்ணாநகர் டவரிலிருந்து சென்னயைப் பார்க்க பயமாய் இருந்தது. ஞாயிற்றுக்கிழமை ஹிந்து நாளிதழில் வரும் classified பக்கங்களாய்த்தான் கட்டிடங்கள் அடைந்து கிடந்தன. வீடுகளின் வாசல்களில் ஒரு வயதான அம்மாவோ அப்பாவோ தெருவைப் பார்த்தபடி உட்கார்ந்திருந்தார்கள். அப்போது தொலைக்காட்சிப் பெட்டிகள் வீடுகளுக்குள் நுழைய ஆரம்பித்திருந்தன. ஞாயிற்றுக்கிழமைகளில் பெரம்பூர் மாதவராம் ஹைரோடு சென்று ஊரில் அழகுவேலைப் பார்ப்பேன். ஊரில் பதினொன்று வரைப் படித்து விட்டு மேலேப் படிக்காமல் சென்னை வந்து அண்ணனோடு ஸ்டேஷனரிக்கடையில் இருந்தான். ரெயில்வே ஸ்டேஷன் சென்று பேசிக்கொண்டு இருப்போம். சென்னையைப் பற்றி எனக்கு நிறைய சொன்னவன் அவன்தான்.

ஏழெட்டு மாதங்களில் அண்ணனுக்குச் சென்னையில் வேலை கிடைத்து, திருமணமும் ஆனது. கே.கே.நகரில் வாடகை வீடு ஒன்றில் தங்கியிருந்தான். நானும் அவனோடு போய் ஒன்றரை வருடம் போல இருந்தேன். சென்னை என்னும் நகரத்தின் அகவாழ்வு அப்போதுதான் புரிய ஆரம்பித்தது. அக்கம்பக்கத்தில் உள்ளவர்கள் தெரிய ஆரம்பித்தார்கள். எழுத்தாளர் ஜெயகாந்தனின் மகள் அம்முவையும் அங்குதான் பார்த்தேன். வாழ்க்கை மீண்டும் சுவராசியமானது. வீட்டுக்காரரர் தெலுங்கு. பக்கத்து வீடு மலையாளம். அந்தத் தெருவின் ஒருமுனையில் டைரக்டர் மணிவண்ணன் வீடு. இன்னொரு முனையில் குடிசை மாற்றுவாரியக் கட்டிடங்கள். தினமும் கன்னிமரா லைப்ரரிக்குச் செல்ல ஆரம்பித்தேன். எல்.ஐ.சி கட்டிடத்தை காண்பித்து, இதுதான் சென்னை என்று சினிமா அடையாளம் காட்டிக்கொண்டு இருக்க, புதுமைப்பித்தன் வீடுகளுக்கு வெளியே டிராம் வண்டிகள் ஓடிய சாலைகளுக்குள் சிக்கிக்கொண்டு இருந்த சென்னையின் கதைகளைச் சொன்னார். வீடுகளுக்குள்ளும், சேரிகளுக்குள்ளும் இருந்த சென்னையை ஜெயகாந்தன் காண்பித்தார். சென்னையின் மனிதர்கள் மெல்ல மெல்ல புலப்படவும் பரிச்சயமாகவும் ஆரம்பித்தார்கள். பயம் மட்டும் விலகாமலேயே இருந்தது. ஊரில் எப்போதாவது யாருக்கும் தெரியாமல் ஒளிந்து ஒளிந்து சிகரெட் குடித்தவன் 'யார் என்னை இங்கே கேட்க முடியும்' என்பதாய் காமராஜ் சாலையில் சிகரெட்டைக் குடித்து நான் பாட்டுக்கு புகையை ஊதிக்கொண்டு தைரியமானவனாய் காட்டிக்கொண்டேன். சென்னையின் எல்லாத் தியேட்டர்களிலும் படம் பார்த்துக் கொண்டு அலைந்தேன்.

வேலை கிடைத்து சாத்தூருக்கு வந்தேன். அண்ணன் பாண்டிச்சேரிக்குச் சென்று விட்டான். சாத்தூரில் பார்த்துப் பழக ஆரம்பித்த நண்பர்கள் எடுத்த எடுப்பிலேயே “நீங்கள் சென்னையா” என்று கேட்டது ஆச்சரியமாயிருந்தது. உடைகளையும், பேசுவதையும், பழக்க வழக்கங்களையும் பார்த்தால் தெரிகிறது என்பார்கள். இது ஒரு வினோதம்தான். இரண்டு, இரண்டரை வருடங்களுக்குள் சென்னையால் ஒரு மனிதனுக்குள் ஊடுருவிக்கொள்ள முடிகிறது. மனிதர்கள் அந்த அடையாளங்களுக்கு தனிப்பார்வையும், மரியாதையும் கொடுப்பதும் புரியாத ஒரு புதிராகவே இருக்கிறது.

சென்னை என்ற சொல்லே அப்போது அம்முவால் பிடித்துப் போனதாயிருந்தது. அவளைப் பார்க்க வேண்டுமென்றால், திருவொற்றியூரில் இருந்த நண்பனின் வீட்டில் போய்த் தங்க வேண்டியிருந்தது. தொழிற்சங்க வேலைகளாக தோழர்களோடு செல்லும்போதெல்லாம் காவேரி லாட்ஜிலும், பாரிஸ் கார்னரில் இருந்த தொழிற்சங்க அலுவலகங்களிலும் தங்கிக்கொள்வோம். வருசத்துக்கு பத்துப் பனிரெண்டு தடவையாவது லேபர் கமிஷனரையும், வக்கீலையும், அப்படியே அம்முவையும் பார்த்து வந்தேன்.

சென்னையில் காதலர்களுக்கான இடம் ஏராளமாய் இருந்தாலும் காதலுக்கான் இடம் சொற்பமாகவே இருக்கிறது. மெரீனா கடற்கரையெல்லாம் ஒரே நேரத்தில் ஆயிரம் பேருக்கு திருமணம் நடத்திவைக்கிற சங்கதிதான். உயிருக்குள் இறங்கும் கடல் அலைகளின் இரைச்சலையும் அங்கு விழுங்கிவிடுகிறார்கள். குழந்தைகளோடு சென்று விளையாடலாம். வள்ளுவர் கோட்டம், அடையாறு பார்க், எம்ரால்டு தியேட்டர் அல்லது ஒரு ஓட்டலின் மேஜை என்று காதலர்கள் நிரம்பி வழிந்தாலும் வண்டலூர் உயிரியல் பூங்காவே தனிமையையும், காதலர்களுக்கான ஏகாந்தத்தையும் கொண்டிருந்தது.

அன்றிலிருந்து இன்றுவரை சென்னைக்குப் போய் வந்து கொண்டே இருக்கிறேன். திருமணம், குடும்பம், தொழிற்சங்கப்பணிகளோடு இருபது வருடங்களாக அவ்வப்போது சென்னையைப் பார்த்துக்கொண்டே இருக்கிறேன். சென்னைக்கு செல்ல வேண்டும் என்றால் இப்போதும் அம்மு உற்சாகமாகி விடுகிறாள். திருச்செந்தூர் அருகில் உள்ள தேரிக்காடு சார்ந்த சொந்த ஊர் செங்குழிக்குச் செல்ல குழந்தைகளுக்குப் பிடிப்பதில்லை. சென்னை என்றால் குதூகலம் கொள்கிறார்கள். “ஐ.பி.எல்

மேட்ச்சில் சென்னை இருக்கிறது, செங்குழி இருக்கிறதா'' என்று எட்டு வயதாய் இருக்கும்போது பையன் கேட்டான்.

கனவான்கள் அலுவல் வேலையாக காலையில் சென்னை சென்று மாலையில் மதுரைக்கு வீடு திரும்பும் விமானத்தில் பயணம் செய்து கொண்டிருக்கிறார்கள். எதிர்காலம் எப்படியிருக்கும் என்று தெரியாமல், மூட்டை முடிச்சுக்களோடு மூச்சு விட மட்டுமே முடிந்த நெரிசலில் டிரெய்னில் முன்பதிவு செய்யப்படாத கம்பார்ட்மெண்ட்டில் மக்கள் சென்னை நோக்கி பயணம் செய்து கொண்டிருக்கிறார்கள். சென்னை எல்லாருக்குமான இடமாக இருக்கிறது. ஹோலிப் பண்டிகையும் கொண்டாடுகிறார்கள். பொங்கலையும் கொண்டாடுகிறார்கள். தீவுகளால் ஆன தனித்தனி பிரதேசமாகவும் இருக்கிறது. ஒரே உலகமாகவும் இருக்கிறது. புரசைவாக்கம் வேறு. திருவல்லிக்கேணி வேறு. அம்பத்தூர் வேறு. திருவொற்றியூர் வேறு. அண்ணாநகர் வேறு. குரோம்பேட்டை வேறு. பர்மா பஜாரும், பாண்டி பஜாரும், ரெங்கநாதன் வீதியும், டாஸ்மார்க் கடைகளும், தேவி தியேட்டர்களும் பொதுவானவை.

காலமும், விதிகளும் இங்கு வேகமாக மாறிக்கொண்டு இருக்கின்றன. ஒருகாலத்தில் பேச்சலர்ஸுக்கு வீடு கிடையாது என்று சொல்லப்பட்ட இடத்தில் இப்போது பேச்சலர்ஸுக்குத்தான் முன்னுரிமை கொடுக்கப்படுகிறது. எவ்வளவு வேகமாக மாற்றிக் கொள்ளும் போதும், இந்திய நகரங்கள் தங்கள் தொன்மங்களையும், பழைய காலங்களையும் எங்காவது தேக்கி அடைகாத்துக் கொள்கின்றன. சட்டென்று ஒரு தருணத்தில் அவை பிடிபட்டு, வேர்களின் வாசனையோடு வெளிப்படும். சென்னைக்கு அந்த பிடிவாதம் இல்லையென்று தோன்றுகிறது. மிக எளிதாக உதறிவிட்டு, தன்னை உருமாற்றிக் கொள்கிறது. கண்ணிமைக்கும் நேரத்தில் மூர்மார்க்கட்டே இருக்கும் இடம் தெரியாமல் போனது. மெட்ரோ ரெயில்களுக்கான வேலைகள் தரைக்கு மேலேயும் கீழேயும் பெரும் புழுதி கிளப்பி நடக்கின்றன.

தோற்பதற்கும், ஜெயிப்பதற்குமான ஒரு பெரும் திடல் சென்னை. சதா நேரமும் போட்டி நடந்து கொண்டே இருக்கிறது. ஏராளமான மனிதர்கள் மூச்சிறைத்தபடி ஓடிக்கொண்டே இருக்கிறார்கள். அருமை எழுத்தாளர் புதுமைப்பித்தன் தோற்றுப்போய் நின்றது இங்குதான். ஒரு ஆர்மேனியப் பெட்டியுடன் வந்த இளையராஜாவும், வீட்டை விட்டு ஓடி வந்த ஜெயகாந்தனும் ஜெயித்துக் காட்டியதும் இங்குதான். எங்கள் அப்பா தோற்றுப்போனது இங்குதான். எங்கோ இருக்கும் தமிழகத்தின் சின்னஞ்சிறு கிராமத்திலும், ஒரு

குடிசையிலும் கூட சென்னை பற்றிய குறிப்புகளும், கதைகளும் இருக்கின்றன. இந்தக் கதைகள் எல்லாம் மகாபாரதம் போன்றவை. போட்டியில் ஓடிக்கொண்டு இருப்பவர்களுக்கு அவை தெரியாது.

அதோ, போத்திஸ் ஜவுளிக்கடையின் முன்புறம் குளிர்பதனக் காற்றும் வாசமும் வீச, பட்டுப்புடவை உடுத்துக்கொண்டு ஒரு பெண் வருகிறவர்களையெல்லாம் பார்த்து சிரித்து வரவேற்றுக் கொண்டு இருக்கிறாள். அவளும் இந்த மாபெரும் போட்டியில் ஓடிக்கொண்டு இருப்பவள்தான். சென்னையில் இப்போது ஷோ கேஸ் பொம்மைகள் உயிர் பெற்றிருக்கின்றன. அவர்களின் கதையை எந்த எழுத்தாளன் எழுதப்போகிறான்?

❑

2

டெஸ்டிமோனா

சின்ன வயதில் பள்ளியில் பெரும்பாலும் பெண் வேடம்தான். ஆண்டுவிழா, சுதந்திரவிழா கொண்டாட்டங்களில் ஆடுவதற்கு ஜெயராமன் வாத்தியார் அழைத்துக் கொள்வார். கூச்சம் இருந்தாலும், பெருமையும் உள்ளுக்குள் இருந்தது. மூன்று ஆண்டுகள் தொடர்ந்து இது நடந்தேறியது. எட்டாம் வகுப்பில் பெண்வேடம் போடக்கூடாது எனத் தீர்மானமாக இருந்தேன். பெரிய மனிதன் என்ற எண்ணம் தலைக்கேறியிருந்தது.

அந்த வருடமும் அழைக்கப்பட்டேன். வேண்டாம் எனச் சொல்லிப் பார்த்தேன். ஜெயராமன் வாத்தியார் “சும்மா இருல..” என்று அலட்சியப்படுத்தி, “ஒனக்கு என்ன வேடம் தெரியுமால.. டெஸ்டிமோனா!” அவரே ஆச்சரியப்பட்டு என்னைப் பார்த்தார். யார் அந்த டெஸ்டிமோனா என்று தெரியவில்லை. ஆர்வம் இல்லாமல் “சார்.. என்னய விட்ருங்க..” என்றேன். “ஏலே... நீதாம் பொம்பளப்பிள்ளை மாதிரி அழகாயிருக்கே.. இங்கிலீஷும் நல்லாப் பேசுற” என்று தோளில் தட்டினார். விழ ஆரம்பித்தேன். “ரத்தத்திலகம் படம் பாத்துருக்கியா... அதுல சிவாஜி ஒத்தல்லாவாக வருவாரே..” என்று சொல்லிக்கொண்டே போனார். தோள் மீது வைத்திருந்த அவரது கைகளைத் தட்டிவிட முடியவில்லை.

ஒரு வாரம் மொட்டை மாடியில் நடந்து நடந்து ஹெட்மாஸ்டர் எழுதிக் கொடுத்திருந்த வசனங்களை பாடம் பண்ணினேன். பரீட்சைக்குக் கூட அப்படி படித்ததில்லை. மகன் ஆங்கிலம் பேசும் அழகைக் கண்டு அம்மா காப்பியெலாம் மாடிக்குக் கொண்டு வந்து தந்தார்கள். வசனங்கள் எனக்குக் கம்மிதான். விஸ்வநாதனுக்குத்தான் அதிகம். ஒத்தல்லோ அவன். மூலக்கரையிலிருந்து வந்து படித்துக் கொண்டிருந்தான். என்னைவிட குள்ளமாகவும், கருப்பாகவும் இருப்பான். ஆங்கிலம் அழகாய் பேசுவான். ஒத்திகை பார்க்கும் முன்னாலேயே வகுப்பில் “மை லவ்வர், மை லவ்வர்” எனச் சொல்ல ஆரம்பித்து விட்டான். கொஞ்சம் கூட பிடிக்கவில்லை. ஜெயராமன் வாத்தியாரிடம் போய் விஸ்வநாதன் கிண்டல் பண்ணுவதாகச் சொல்லி, நடிக்க மாட்டேன் என்றேன். அவர் சிரித்துக்கொண்டே அவனை அதட்டிவிட்டு, என்னையும் பார்த்து

“சரி. விடுல” சிரித்தார். இதற்கிடையில் ஹெட்மாஸ்டர் வசன உச்சரிப்புகளையும் சரி செய்து கொண்டிருந்தார்.

ஒத்திகையின் போதுதான் என்ன நடக்கப் போகிறது என்பது ஒரளவுக்கு புலப்பட்டது. நான் படுத்துக்கொண்டிருப்பேன். விஸ்வநாதன் கையில் ரோஜோவோடு உள்ளே நுழைந்து, காதல் வசனங்களைப் பேசி, என்னை முத்தமிடுவான். அதாவது உதடு அருகே உதடு கொண்டு வருவான். அப்புறம் நான் எழுந்து பேச வேண்டும். அவனும் பேசுவான். கடைசியில் கத்தியால் என்னைக் குத்திக் கொன்று விட்டு கதறுவான். எல்லோரும் ஒத்தல்லோவாக விஸ்வநாதன் சிறப்பாக நடிப்பதாகச் சொன்னார்கள். என்னையும் சொன்னார்கள். வீட்டில் டெஸ்டிமோனா என்று அண்ணன்களும், தங்கையும் அழைக்க ஆரம்பித்தார்கள்.

ஆண்டுவிழா அன்று மதியத்திற்கு மேலேயே என்னை வரச் சொன்னார்கள். திருச்செந்தூரிலிருந்து மேக்கப் போட ஒருவர் வந்திருந்தார். வயதானவர். மூடிய அறைக்குள் அவரும் நானும் மட்டுமே இருந்தோம். பேசிக்கொண்டிருக்கும் போது யார் பையன், பேரன் என எல்லாம் விசாரித்து, “நீ ஜோதி பையனா!” என்று ஆச்சரியமாகக் கேட்டார். ஆமாம் என்றேன். “ம்... ஒங்கம்மாவுக்கு சின்ன வயசுல நான் கிருஷ்ணர் வேடம் போட்டிருக்கேன்” முகத்தில் பவுடரை எதிலோ குழைத்து அள்ளிப் பூசினார். அதற்கு முன்னால் இப்படி இல்லை. பாவாடைத் தாவணி கொண்டு போக வேண்டும். சடை, ஒட்டுக்கம்மல் எல்லாம் போட்டு எளிதாக பெண்ணாகி விடுவேன்.

சடை போடாத முடியாகக் கொண்டு வந்து தலையில் வைத்து கிளிப்களை குத்தினார். அப்புறம் பையிலிருந்து இரண்டு சிரட்டைகளை எடுத்து, அதில் கட்டியிருந்த கயிறுகளைச் சரி செய்தார். புரிந்து வெட்கத்திலும், கூச்சத்திலும் தத்தளித்தேன். எந்த இடத்தில் வைப்பது என கைகளை என் மார்பருகே கொண்டு வந்து கணக்கு பார்த்தார். ஐயோ என்றிருந்தது. வைத்துக் கட்டினார். அதன் மீது ஒரு பிராவையும் அணிய வைத்தார். என் மார்பு என்னவோ போலிருந்தது. சம்பந்தமில்லாமல் துருத்திக்கொண்டிருந்தது. சிரட்டைகள் வேறு தசைகளை அழுத்தின. நாக்கெல்லாம் வறண்டு போனது.

“இப்படியேவா இருக்கப் போற.. இன்னும் கொஞ்ச நேரந்தான்” என்றார். கண்ணாடியில் என்னைப் பார்க்க வேண்டும் போலவும் இருந்தது. தள்ளி முகம் பார்க்கும் கண்ணாடி ஒன்று இருந்தாலும், அந்த மனிதர் என்ன நினைப்பாரோ என்று அடக்கிக் கொண்டேன்.

பிறகு முட்டை ஒன்றை மிக கவனமாக எடுத்தார். அதுவும் புரிந்தது. ஜெயராமன் வாத்தியார் சொல்லியிருந்தார். முட்டையில் சிறு துவாரம் போடப்பட்டு உள்ளிருந்து மஞ்சள் கரு, வெள்ளைக்கரு உறிஞ்செடுத்துவிட்டு, சிவப்புச் சாயத்தை நிரப்பியிருந்தார்கள். வயிற்றின் ஓரத்தில் மெல்லிய துணியை உடம்போடு கட்டப்பட்டது. ஒத்தல்லோ கத்தியால் குத்தியதும், முட்டையில் கை வைத்து அழுத்தி உடைத்து ரத்தத்தை வரவழைக்க வேண்டும்.

இவை எல்லாவற்றுக்கும் மேலே மிக லாவகமாக அந்த பஞ்சு போன்ற கவுன் அணிந்தேன். ஜன்னலில் இருந்து நான்கைந்து பையன்களின் சிரிப்புச் சத்தம். திடுக்கிட்டுத் திரும்பிப் பார்த்தேன். என் வகுப்பு மாணவர்கள். சும்மாவே கிண்டல் செய்யும் எங்கள் தெரு துஷ்டன் முத்துராமனும் இருந்தான். அவமானமாய் இருந்தது. மேக்கப் போட்டுக் கொண்டிருந்தவர் "ச்சீ பசங்களா" என்று விரட்டினார். ஜன்னலை மூடினார்.

"ஏலேச் சிரட்டை" என்று கத்திக் கொண்டே ஓடினார்கள். செத்தேன். உடம்பில் எந்த ஜீவனும் இல்லாதது போலாகி விட்டேன். வெளியே ஸ்பீக்கர் சத்தம் கேட்க ஆரம்பித்தது. நாடகம் ஆரம்பிக்க இன்னும் மூன்று மணி நேரத்துக்கும் மேலாகும் என்றார்கள். தலைகாட்டவே இல்லை. அம்மா தேடி வந்து காபி தந்து, என்னைப் பார்த்துச் சிரித்தார்கள். அழுகை வரும் போலிருந்தது. இடையில் ஜெயராமன் வாத்தியார், ஹெட்மாஸ்டர் எல்லோரும் வந்து வந்து பார்த்து விட்டுப் போனார்கள். விஸ்வநாதனும் வந்து பார்த்தான். மேக்கப் போட்டு ஜாக்ஷன் துரை போலிருந்தான். "ஹலோ மை லவ்வர்" என்றான். ச்சீ என்றேன். "ஏன் கோபம் மை டியர்" என்றான். பேசாமல் முறைத்தேன். பக்கத்தில் வந்தான். "இதென்ன மாது" என்று கையை நீட்டினான். "ச்சீ" என்று திரும்பிக் கொண்டேன். போய்விட்டான். அவன் பாட்டுக்கு வெளியே நடமாடிக் கொண்டிருந்தான். என் மார்பை நான் பார்த்துக் கொண்டு அமைதியாய் அங்கேயே இருந்தேன்.

"அடுத்து நம்ம நாடகம். ரெடியாகு" என்று ஜெயராமன் வாத்தியார் அழைத்தார். அதுவரை இருந்த களைப்பு போய் பயம் வந்தது. எழுந்து கவுனை சரி செய்தேன். சிரட்டைகள் கொஞ்சம் கீழே இறங்கிய மாதிரி உணர்ந்தேன். கலங்கினேன். தூக்கி வைத்து, கவுனை கீழே இறக்கி இறுக்கமாக்கிக் கொண்டேன். முட்டையையும் பதமாக தொட்டுப் பார்த்துக் கொண்டேன். "கொஞ்சம் இரு" என்று மேக்கப் போட்டவர் அருகில்

வந்து உதட்டில் லிப்ஸ்டிக் பூசினார். எதோ பூச்சி உதட்டில் ஒட்டிக்கொண்டது போல விறுவிறுவென வந்தது. கையை உதட்டருகே கொண்டு போய் தொட்டுப் பார்த்தேன். "ம்.. எதுக்குத் தொடுறலே" என்று சத்தம் போட்டார்.

விசில் சத்தம் கேட்டது. திரை இறக்கி விட்டார்கள். மேடைக்குச் சென்றேன். உள்ளே நான் படுத்திருப்பதற்கு இரண்டு பெஞ்சை சேர்த்துப் போட்டு போர்வை விரித்தார்கள். தலையணை வைத்தார்கள். விஸ்வநாதன் ஒரு மூலையில் நின்று வசனத்தைச் சொல்லிப் பார்த்துக் கொண்டிருந்தான். இடையிடையே என் மார்பை வேறு பார்த்து சிரித்துக் கொண்டான். எப்போது நாடகம் முடிந்து எல்லாவற்றையும் கழற்றி எறிவோம் என்றிருந்தது. வசனம் எழுதப்பட்ட காகிதங்களோடு மேடையின் பக்கவாட்டில் போய் நின்று கொண்டு ஜெயராமன் வாத்தியார், "மாது ம்..படு" என்றார். சிரட்டைகள் சரியாக இருக்கின்றனவா என்று ஒருதரம் தொட்டுப் பார்த்துக்கொண்டு அலுங்காமல், குலுங்காமல் படுத்துக் கொண்டேன்.

திரும்பவும் விசில் ஊதப்பட்டது. திரை விலக்கப்படவும் கண்களை மூடிக்கொண்டேன். "ஷேக்ஸ்பியரின் அற்புதமான நாடகம் இது..." என்று ஜெயராமன் வாத்தியார் நாடகம் பற்றிச் சொல்ல ஆரம்பித்தார். வெளியே கூட்டத்தின் கசகச கேட்டது. "இதோ ஒத்தல்லோ டெஸ்டிமோனாவைப் பார்க்க கடைசி முறையாக வருகிறான்" என்று முடிக்கவும், ஆரவாரமானது. விஸ்வநாதன் மேடைக்குள் ரோஜாவோடு நுழைந்து விட்டான் என்பதை புரிந்து கொள்ள முடிந்தது. வசனங்களை உருக்கமாக பேச ஆரம்பித்தான். மெல்ல மெல்ல அவனது குரல் என்ன நோக்கி வர ஆரம்பித்தது. "ஏய்... சிரட்டை..." என்று முத்துராமன் குரல் கேட்டது. பெரும் சிரிப்பு எழுந்தது. 'ஐயோ, மேடைக்கு முன்னாலேயே வந்து உட்கார்ந்திருக்கிறானே' என்று படபடப்பாய் இருந்தது. என்னவெல்லாம் செய்யப் போகிறானோ என்று நினைத்ததும், அப்படியே எழுந்து ஓடிவிடலாம் போலிருந்தது.

விஸ்வநாதன் குரல் அருகில் கேட்டது. முத்தம் கொடுக்கப் போகிறான் என்று தெரிந்து கொள்வதற்குள், அவனது மூச்சுக்காற்று என் முகத்தில் விழுந்தது. உதடுகளில் ஈரமான கனத்தை உணர்ந்தேன். 'அடப்பாவி... முத்தமே கொடுத்துவிட்டான்'. கீழே ஒரே சிரிப்புச் சத்தம். உதடுகளைத் துடைத்துக் கொள்ளவேண்டும் என பரபரத்தது. விஸ்வநாதன் மீது எரிச்சலும் கோபமும் கடுமையாய் வந்தது. ரொம்ப நேரம் போகாததால், இயற்கையின்

முதல் அழைப்பு அடிவயிற்றில் கனத்துக்கொண்டு தொந்தரவு செய்தது.

எழுந்து உட்கார்ந்து எனக்குரிய வசனங்களை சொன்னேன். விஸ்வநாதன் முகத்தில் புன்னகையும், தீவீரமும் மாறி மாறி வர பேசி, சுற்றி, சுற்றி நடந்து கொண்டே இருந்தான். “ஏலே மைக்குக்கிட்ட போயிப் பேசிலே” என்று ஜெயராமன் வாத்தியார் சத்தம் போட்டுக்கொண்டு இருந்தார். இருளில் மொதுமொதுவென தலைகளாய் வெளியே தெரிந்தன. சிரட்டைகள் கிழே நழுவுவது போலத் தோன்றியது. தொட்டுப் பார்த்தேன். பக்கவாட்டில் இருந்து ஜெயராமன் வாத்தியார் “எலே கையை அங்கனயிருந்து எடுல” என்று மெல்லிய சத்தம் போட்டார். முட்டை இருந்த இடத்தையும் லேசாய் தொட்டுப் பார்த்தேன். “பாத்து, பாத்து” என்று கீழேயிருந்து முத்துராமன் கத்தினான். காய்ச்சலில் மயக்கம் வரும் நிலையில் இருந்தேன். எப்போது விஸ்வநாதன் கத்தியால் குத்துவான், விசில் சத்தம் கேட்கும் என்று துடித்தேன்.

நேரம் ஆக ஆக, முட்டையை எப்போது அமுக்குவது என்பதில் கவனமாய் இருந்தேன். வெளியிலிருப்பவர்களுக்கு முதுகைக் காட்டிக்கொண்டு நான் நிற்க வேண்டும். விஸ்வநாதன் கத்தியால் என்னைக் குத்த வேண்டும். முட்டையை அழுத்தியவாறு நான் கூட்டத்தைப் பார்த்து திரும்பி இரத்தத்தோடு துடித்துக் கீழே விழ வேண்டும். இதுதான் சொல்லித்தரப்பட்டிருந்தது. எல்லாம் சரியாகச் செய்து, விசில் சத்தம் கேட்கவும் “அப்பாடா” என்று எனக்கு உயிர் வந்தது.

திரை விழுந்ததும் எழுந்து உள்ளே அறைக்கு ஓடி கவுனைக் கழற்றினேன். பிராவைக் கழற்ற முடியவில்லை. விஸ்வநாதன் பின்னாலிருந்து கழற்ற உதவி செய்தான். “எதுக்குல்லே, முத்தம் கொடுத்தே” என்றேன். “பொம்பளை மாதிரியே இருந்தே” என்றான். “ச்சீ” என்று உதட்டை துடைத்தேன். கையெல்லாம் லிப்ஸ்டிக். சிரட்டைகளை கழற்றினேன். உள்ளே வந்த மேக்கப் போட்ட பெரியவர், டெஸ்டிமோனாவின் மார்புகளை எடுத்து பையில் பத்திரமாக வைத்துக் கொண்டார். கிளிப்புகளை அகற்றி முடியை எடுத்தார். “நல்லா நடிச்சே தம்பி” என்றார். சின்ன சந்தோஷம் வந்தது. மேல்ச்சட்டை, கால்ச்சட்டை எல்லாம் போட்டுக் கொண்டு வெளியே வந்தேன்.

தெரிந்தவர்களெல்லாம் “மாது!, அப்படியே வெள்ளக்கார பொம்பள மாதிரியே இருந்தே” என்று ஆச்சரியப்பட்டு கைகொடுத்தார்கள். சிலர் கட்டிப் பிடித்துக் கொண்டார்கள்.

பக்கத்து வீட்டு அக்காக்கள் புன்னகையை ஒளித்து வைத்தபடி சிரித்ததில் நிறைய அர்த்தங்கள் இருந்தன. ஒதுங்கி இயற்கையின் அழைப்பை நிறைவேற்றும் போது அருகில் வந்து முத்துராமன் "என்னலே, சிரட்டை..!" என்றான். போடா மயிரு!" என்று கத்தினேன். கல்லை எடுத்து எறியப் போனேன். ஓடிவிட்டான்.

தனியே ஒரு இடத்தில் உட்கார்ந்த போது நிம்மதியாய் இருந்தது. கூடவே எதையோ இழந்தது போலவும் இருந்தது.

❑

3

சண்முகவள்ளியக்கா

ஊரில், அருகே இருந்த வீடுகளிலெல்லாம் பெண்கள்தான். கொலுசுகள், வளையல்களின் சத்தங்கள், ஜன்னலருகே இருந்த கிணற்றில் தண்ணீர் இறைக்கும்போது பேச்சுக்கள் என எங்கும் அவர்கள் நிறைந்திருந்தார்கள். சாரதா, பத்மா, ஜெயந்தி ஆகியோர்தான் என் வயதொத்தவர்கள். அப்புறம் புனிதாக்கா, ஜெயாக்கா, வேல்கனிக்கா, சண்முகவள்ளியக்கா, கனியக்கா, கல்யாணிக்கா என ஏகமாய் அக்காக்கள். மார்கழிக் காலைகளில் கால்ச்சட்டைப் போட்டுக்கொண்டு நானும், தம்பியும் குளித்து பஜனைக் கோயிலுக்குச் செல்லும்போது இவர்கள் அனைவரும் தாவணிகளோடு வீடுகளின் வாசல்களில் கோலங்கள் போட்டுக்கொண்டு இருப்பார்கள். வீடுகளின் உள்ளிருந்து நாற்பது வாட்ஸ் பல்புகளின் மங்கிய வெளிச்சம் வெளியே லேசாய் தவழ்ந்திருக்க, குளிர்ந்த இருட்டில் நிழல் உருவங்களாய் குனிந்து அவர்கள் நின்றிருந்த காட்சிகள் எல்லாம் ஓவியங்களாய் இப்போதும் என்னிடம் இருக்கின்றன.

சென்னையிலிருந்து வந்திருந்ததால், பட்டணத்துக்காரங்க என்று பேரும், மதிப்பும் எங்கள் குடும்பத்துக்கு கொடுத்திருந்தார்கள். நாங்கள் நான்கு அண்ணன் தம்பிகளுக்கு இருந்த ஒரே தங்கை அம்பிகாவுக்கு அவர்களிடம் பெரும் செல்லம். பாசமும், பிரியமும் தெருவில் வற்றாமல் ஓடிக்கொண்டு இருந்தது. அனேக சமயங்களில் அவர்களோடுதான் எனக்கும் தம்பிக்கும் நேரங்கள் கழிந்தன. மாதுப்பூ, குட்டிப்பூ என அவர்கள் குரல்களில் பூக்கள் மலர்ந்து கொண்டேயிருந்தன. பெண்களின் உலகம் எவ்வளவு அற்புதமானது, அழகானது, புதிரானது, விளையாட்டுத்தனமானது என்பதையெல்லாம் அவர்கள்தான் காட்டியிருந்தார்கள். ஒரு நாவலுக்கான பெருவெளி அது.

பண்டிகை, விசேஷம் என்றால் வீடு சுற்றி சிரிப்புச் சத்தங்களும், பூக்களின் வாசனையும் இறைந்திருக்கும். மந்திரந்தாத்தா வளவில் பொங்கலுக்கு கட்டப்படும் பெரிய வடத்தில் எந்நேரமும் பெருக்கல் வடிவில் கட்டப்பட்டு இருக்கும் அந்த பனைமரத்தண்டுகள் சத்தமிட்டு அசைந்து கொண்டேயிருக்கும். அந்த வடத்தில்

உட்கார வைத்து கைவலிக்க அந்த அக்காக்கள் எவ்வளவோ ஊஞ்சலாட்டியிருக்கிறார்கள். சிவராத்திரி வந்துவிட்டாலும் அப்படித்தான். அவர்களோடு உட்கார்ந்து 'குலை குலையா முந்திரிக்கா, நரியே நரியே சுத்தி வா' விளையாடுவேன். இருட்டியபிறகு, பெண்கள் எல்லாம் ஒன்றுபோல ஒரு வீட்டுக்குள் செல்வார்கள். நானும் அவர்களோடு வருவேன் என்று சொல்ல, "ஜோதியக்கா" என்று அம்மாவை அழைப்பார்கள். அம்மா எதாவது காரணம் சொல்லி, "ச்சீ போடா" என்று சிரித்துக்கொண்டே தட்டிக் கழித்துவிட்டு, அவர்களோடு சென்று விடுவார்கள். எவ்வளவு நெருக்கமாக எல்லோரோடும் இருந்தாலும், பெண்களுக்கென்று தனி இடமும், நேரமும் இருப்பது விசித்திரமாகப் பட்டது.

அருகிலிருந்த பள்ளியில் எட்டாம் வகுப்பு முடித்துவிட்டு, டிபன் பாக்ஸோடு சைக்கிளில் ஒன்பதாம் வகுப்பு படிக்கச் சென்ற பிறகு அண்ணன்களின் லுங்கியை நானும் ஒருநாள் எடுத்துக் கட்டிக்கொண்டேன். அன்றைக்கு அந்த அக்காக்கள் அனைவருமே ஒருவருக்கொருவர் என்னைக் காட்டிச் சிரித்தார்கள். "மாது பெரிய மனுஷனாய்ட்டான்" என்று சொல்லி கூச்சப்பட வைத்தார்கள். நண்பர்கள், வட்டங்கள் எல்லாம் மாற, அக்காக்களோடு இருந்த நெருக்கம் எல்லாம் மெல்ல இழந்தேன். சண்முகவள்ளியக்கா மட்டும் எப்போதும் போல இருந்தார்கள். அவர்களில் குரலில் "மாதுப்பூ" அப்படியே வாடாமல் இருந்தது.

நாளாக நாளாக அக்காக்களும் ஒவ்வொருவராய்த் திருமணம் ஆகி வேறு வேறு ஊர்களுக்குச் சென்று கொண்டிருந்தார்கள். சண்முகவள்ளியக்காவோடு கோலம் போட்டுக்கொண்டு இருந்தவர்கள் ஒவ்வொருவராய் குறைந்து கொண்டிருந்தார்கள். சண்முகவள்ளியக்காவுக்கு அப்பா கிடையாது. எப்போதும் நீலச்சேலை உடுத்திருக்கும் அம்மா நாலைந்து கிலோ மீட்டர் தள்ளி நாகன்னியாபுரம் சென்று தினமும் நெல்மூடை சுமந்து வருவார்கள். நெல் அவித்து, தெருவில் காயப்போட்டு அக்கா அதன் அருகில் உட்கார்ந்து, ஆடு, காகம், கோழிகளை விரட்டிக்கொண்டு இருப்பார்கள். நேரம் கிடைக்கும்போது நானும் அருகில் உட்கார்ந்து பேசிக்கொண்டு இருப்பேன். கருப்பாகவும், கொஞ்சம் அம்மைத்தழும்புகளோடும் அக்காவின் முகம் அழகாக இருக்கும்.

ரொம்ப நாள் கழித்து அவர்களுக்கும் திருமணம் ஆகி சென்னைக்குச் சென்றார்கள். கணவர் அங்கு ஒரு மளிகைக்கடையில் இருப்பதாகச் சொன்னார்கள். ஊரைவிட்டு நானும் வெளியேறிவிட்ட

பிறகு அக்கா பற்றிய செய்திகள் எதுவும் தெரியவில்லை. ஊரிலேயே இருக்கும் என் தங்கை அம்பிகா எதாவது செய்திகளை எப்போதாவது சொல்வாள். அந்தக் காலமெல்லாம் மங்கியபடி வெகு தூரம் பின்னால் சென்று விட்டிருந்தது.

சண்முகவள்ளியக்காவை திரும்ப நான் பார்த்தது ஊரில் நடந்த என் தம்பியின் திருமணத்தின் போதுதான். குழந்தைகளோடு வந்திருந்தார்கள். என்னைப் பார்த்ததும் கண்கள், முகமெல்லாம் சிரிக்க "மாது" என அருகில் வந்து நின்றார்கள். அதில் பூ ஒளிந்திருந்தது. அம்முவைப் பார்த்து "இது ஒம் பெஞ்சாதியா" என்று ஆசையாய்ப் பார்த்தார்கள். "அக்கா ரொம்ப கஷ்டப்படுறாங்க... அவங்க வீட்டுக்காரருக்கு சென்னையில் முடியலயாம். ஊருக்கு வந்துட்டாங்க.." என்று பிறகு அம்பிகா சொன்னாள். சங்கடமாயிருந்தது.

அம்மாவை மாதமொருமுறை திருநெல்வேலியில் உள்ள கிட்னி செண்டருக்கு அழைத்துச் செல்வேன். மூன்று நான்கு வருடங்களுக்குப் பிறகு சண்முகவள்ளியக்காவை அங்கு பார்த்தேன். அக்காவும் தனது பையனோடு டாக்டருக்காக காத்து உட்கார்ந்திருந்தார்கள். அவனுக்கு பதினைந்து, பதினாறு வயதிருக்கும். அக்கா இளைத்துப் போய், வயதாகி வாடியிருந்தார்கள். துயரம் மிகுந்த சாயலில் ஆஸ்பத்திரி சுவற்றில் தலை சாய்த்திருந்தார்கள். "என்னக்கா..." என்று அருகில் சென்றேன். "தம்பிக்கு சிறுநீரகக் கோளாறு" என்றார்கள். எனக்கு எதுவும் பேச முடியவில்லை. அம்மாவின் கைகளைப் பிடித்தபடி பேசிக்கொண்டு இருந்தார்கள்.

வாழ்க்கை இந்த அக்காவை எவ்வளவு அலைக்கழிக்கிறது என்று கனத்துப் போனேன். அப்போதும் அம்முவை, குழந்தைகளை எல்லாம் முகம் மலர்ந்து விசாரித்துக் கொண்டு இருந்தார்கள். "அக்கா, ஒங்களுக்கு இப்படி இருக்க எப்படி முடிகிறது?" என்று வெறித்தபடி நின்றிருந்தேன். மதியம் பிடிவாதமாய் அவர்கள் மறுக்க, மறுக்க அருகிலொரு ஓட்டலுக்கு அழைத்துச் சென்றேன். அவர்களுக்கு இன்னும் இரண்டு மகள்கள் இருப்பதும், அதில் ஒருத்திக்கு பெயர் பாரதி என்றதும் ஆச்சரியமாக இருந்தது.

ஆஸ்பத்திரியிலிருந்து விடைபெறும்போது, "ஊருக்கு வந்தா வீட்டுக்கு வா... மாது" என்றார்கள். சரியக்கா என்று கிளம்பும்போது என்ன தோன்றியது எனத் தெரியவில்லை. சட்டெனக் குழந்தையைக் கையால் தொட்டு முத்தம் கொடுப்பது போல அக்காவின் கன்னத்தை செல்லமாய் தொட்டு "வர்றேன்"

என்றேன். எதிர்பார்க்கவில்லையென்றாலும், கண்கள் கலங்க அக்கா நின்றார்கள். முகம் தெரியாத இவ்வளவு பெரிய ஆள் தன் அம்மாவை கொஞ்சுகிறானே என்பது போல அக்காவின் மகன் என்னைப் பார்த்தது தெரிந்தது. உறுத்தியது.

அவனுக்கு என்ன தெரியும். அவன் அம்மாவின் அழகான, கனவுகள் பூத்த, கொலுசுச்சத்தங்களோடு நிறைந்த உலகத்தை அவன் பார்த்திருக்கிறானா? நான் பார்த்திருக்கிறேன். குலை குலையாய் முந்திரிக்கா காய்த்திருந்தது அவனுக்குத் தெரியுமா? எனக்குத் தெரியும். நான் சொல்ல நினைத்தை சண்முகவள்ளியக்காவிடம் சொல்லிவிட்டது போல இருந்தது எனக்கு.

❑

4

அழியாத கோலங்கள்

கனவு காணும் வேலைக்காரியாய்த்தான் முதலில் ஷோபாவைப் பார்த்தேன். தெருவில், கோவிலில், கடைவீதியில் பார்க்கும் ஒரு சாதாரணப்பெண் போல இருக்கிறார் ஷோபா என ஆனந்தவிகடன் சொன்னது மிகச் சரியானதுதான். அறிமுகம் செய்த கே.பாலச்சந்தருக்கு இந்த இடத்தில் நன்றி சொல்லிக்கொள்ள வேண்டும். அங்குமிங்கும் பார்த்து, சரத்பாபுவின் செண்ட்டைத் திருட்டுத்தனமாய் போட்டுக்கொண்டு கண்ணாடியில் தன்னுடலைப் பார்க்கும் அந்த நேரத்தில் மிக நெருக்கத்தில் உணர்ந்தேன். எந்தப் பின்னணியிசையுமின்றி, சரத்பாபுவிடம் அந்த உடலைப் பகிர்ந்து கொண்ட போது எதையோ இழந்துபோனவனாய் பார்க்கமுடியாமல் பார்த்து உட்கார்ந்திருந்தேன். அனுமந்துவின் வலி என்னிடம் இருந்தது. நிழல் நிஜமாக தெளிந்த பிறகு ஷோபாவின் முகத்தில் இருக்கும் நிதானத்தையும், பக்குவத்தையும் காணும் கமல்ஹாசனிடம் இருக்கும் பிரமிப்பு என்னிடம் இருந்தது. கடைசியில் சரத்பாபுவை மறுக்கிறபோது ஷோபாவைத் தூக்கிக் கொண்டாடி இருக்கிறேன். அன்று ஷோபா ஒரு நல்ல நடிகையாக மட்டுமேத் தெரிந்தார்.

வானவில் பின்புறம் மலர்ந்திருக்க 'அடி பெண்ணே..." என மலையடிவாரத்தில் ஓடிவருகிற போதுதான் என் பதின்மப் பருவத்தின் சிலிர்ப்போடு ஷோபாவை நேசிக்க ஆரம்பித்தேன். அந்தப் பெரிய குங்குமப் பொட்டும், மூக்குத்தியும் எவ்வளவு அழகானவையாக இருந்தன. செந்தாழம் பூவென்று சரத்பாபு அப்போது ஷோபாவை காதலித்துக்கொண்டு இருந்தார்.

பிறகு குடையோடு வந்தது இந்து டீச்சர். வெளி யாவையும் நிழல் போலாக்கி மயங்கி நிற்கும் அந்த மாலைச்சூரியனிலிருந்து உணர்வுகள் சுதிகொள்ள ஆரம்பிக்கும். பஞ்சுக்கதிர்களாய் காற்றில் உற்சாகமாய் பொங்கிக்கொண்டு இருக்கும் புற்கூட்டத்திலிருந்து சலீல் சௌத்தரியின் இசை எழும்பும் அந்த தருணத்தில் சட்டென பரவசம் கொள்கிறேன். வாய்க்கால்களும், வரப்புகளும், மரத்தடிகளுமாய் கிராமத்தின் அழகெல்லாம் காட்சிப்பறவைகளாய் இசையில் சிறகு விரிக்கும். "பூவண்ணம்.... போல நெஞ்சம்....

பூபாளம் பாடும் நேரம்...” என்னும் வரிகளில் உடல், உள்ளம் எல்லாம் லேசாகி விட, வாழ்க்கை எவ்வளவு சுகமானதாகவும், ரம்மியாகவும் ஆகிப்போகிறது. அதோ, ஆர்கண்டிச் சேலையில் தேவதையாய் ஷோபா ஒற்றை வரப்பில் நடந்துவர, திரவம் போல கசிந்துருகிப் போகிறேன். இசை, பாடல், குரல், காட்சி, உருவங்கள் என அனைத்தும் ஒன்றிப்போய் மிதக்கும் அந்தக் காலப்பரப்பில் போதை கொண்டு இன்னும் என் இளமை வாடாமல் கிடக்கிறேன்.

தொடர்ந்து ஏணிப்படிகள், ஒரு வீடு ஒரு உலகம், பசி என்று வேறு வேறு பிம்பங்களில் வந்தாலும் எனக்குள் எல்லாம் அழியாத கோலமாகவே மீட்டிக்கொண்டு இருந்தது. பொருளாதாரம் பற்றி உதாரணங்களுடன் புரொபசர் பொன்ராஜ் வகுப்பறையில் விளக்கிக்கொண்டு இருக்கும் போது ஷோபாவின் கண்ணை வரைந்து கொண்டு இருப்பேன். பாடப்புத்தகங்கள், நோட்டுக்கள் முழுக்க ஷோபாவின் முகங்களே முளைத்திருந்தன. சிரிக்கும்போது குழந்தையும், மௌனமாய் இருக்கும்போது முதிர்ச்சியும், எப்போதும் ஓடிக்கொண்டு இருக்கும் புத்திசாலித்தனமும், குறுகுறுப்பும்தான் ஷோபா. வேகம் கூடிய நடையும் தெறிப்புகளாய் வந்து மறையும் சிறுவெட்கமும் அழகு. அந்த உருவம், அசைவுகள், உரையாடும் பாவம் எல்லாம் என் பிரியத்திற்குரியச் சாயல்களாயிருந்தன. என் தேவதைக்குரியவையாக தெரிந்தன. புல்வெளிகளில், கடற்கரையில் நான் ஷோபாவுடன் நடந்து கொண்டு இருந்தேன். என் இனிய பொன் நிலாவாக வான்வெளியில் வைத்துப் பார்த்துக்கொண்டு இருந்தேன். விளக்குகள் அணைக்கப்பட்ட இருளில் இருந்து ஷோபா வெளியேறி நாளாகியிருந்தது.

அது எப்படி என்று தெரியவில்லை. அது ஏன் என்றும் தெரியவில்லை. இனக்கவர்ச்சி என்பதெல்லாம் தாண்டிய உறவாக அதை வரித்துக்கொண்டேன். வெதுவெதுவென எப்போதும் ததும்பிக்கொண்டு இருக்கிற நினைவுகள் என்னை மிருதுவாக வருடிக்கொண்டிருந்தன. தொலை தூரத்து நட்சத்திரமே என்பதை புரிந்து கொண்டாலும், அது என் பாதையில் மட்டும் சிந்திய ஒளியை எல்லாம் பத்திரமாக்கி வைத்துக்கொண்டிருந்தேன்.

ஒருநாள் வானொலியில் ஷோபா தற்கொலை செய்து கொண்டதாக ஒரு பெண் சொன்னாள். பத்திரிகையில் படங்களுடன் செய்திகள் வந்தன. அன்று நான் சாப்பிடவில்லை. பைத்தியம் போலக் கிடந்தேன். மரணம் குறித்து வந்த செய்திகளும், சர்ச்சைகளும் எனக்கு முக்கியமானதாய் படவில்லை.

அருமையான ஒன்றை இழந்த சோகம் மட்டுமே என் நாட்களில் அப்பிக்கொண்டிருந்தது. இனி இந்த உலகில் எந்தப் பெண்ணும் அழகானவளாய், ரசனைக்குரியவளாய் இருக்க மாட்டாள் என்றெல்லாம் தோன்றியது. ச்சீப் பைத்தியம் என்று என்னையே நான் கோபப்பட்டாலும், அதுதான் உண்மையென்று அழுத்தமாக உறைத்துக் கொண்டிருந்தது.

ஆனால் ஷோபா எங்கும் போய்விடவில்லை. திரும்பவும் உயிரோடு எழுந்து வந்திருக்கும் செய்தியை ரகசியமாக வைத்துக் கொண்டேன். நான் வரைந்த ஷோபாக்கள் என்னைச் சுற்றி நடமாடிக் கொண்டு இருப்பதைப் பார்த்தேன். கால அமைதி கொண்டு நிற்கிற ஷோபா அது.

கு.ப.ராஜகோபாலனுக்கு ஷோபா எப்படித் தெரியும்? கள்ளங்கபடமற்ற நூருன்னிஷாவாக வடிவம் பெற்று எழுந்து நின்றது ஷோபாவேதான். அப்புறம் பார்த்தால் ஸ்டெப்பி புல்வெளிகளில் பாடித்திரிந்து கொண்டிருந்த என்னருமை ஜமிலாவும், “இதுக்குத்தானே ஆசைப்பட்டாய் பாபு” என்று தலையைக் கோதிவிட்ட யமுனாவும் ஷோபாதான். பிலிம் சுருள்களுக்குள்ளிருந்து விடுபட்டு, நான் நேசிக்கிற பெண்களுக்குள் எதோ ஒரு வார்த்தையின், அசைவின் வழியாக ஷோபா கூடு பாய்ந்து விடுவதை அறிந்து கொண்டேன்.

அந்த இடத்தை நிரப்ப முடியாத பெண் ஷோபா. ‘மேகமே... மேகமே’ என்று சுஹாசினி புல்வெளியில் உட்கார்ந்திருக்கிற நாட்கள் சில வந்தன. “பூவே பூச்சுடவா” என நதியா துள்ளித் திரிந்த நாட்கள் சில வந்தன. அவர்கள் போன சுவடு தெரியவில்லை. நான் தேடவுமில்லை. ஷோபா மட்டும் திரும்ப திரும்ப வந்து கொண்டே இருக்க முடிகிறது. ஷாஜஹானின் எழுத்தில் அண்ணியாக வந்து “நாளை இந்த நேரம் பார்த்து” என்று பாடிக்கொண்டு இருந்ததைக் கேட்டேன்.

காலம் எவ்வளவோ கடந்து போனாலும், எந்த அற்புதத்தையும், அழகையும் நாம் இழந்து போவதில்லை. ரசனைகளின் சித்திரங்கள் வயதுகள் தாண்டியும் கூடவே வருகின்றன. எப்போது பார்த்தாலும் வான்வெளியில் சட்டென்று கண்ணில் படுவதாய் எல்லோரும் தங்களுக்கென்று ஒரு நட்சத்திரம் வைத்திருக்கிறார்கள். அறிவு பூர்வமான புரிதல்களுக்குள்ளும், பக்குவங்களுக்குள்ளும் அடைபடாத அழியாத கோலங்கள் இவை.

சில வருடங்கள் கழித்து பாப்பாப்பட்டி, கீரிப்பட்டி பிரச்சினைகள் குறித்து நாங்கள் எடுத்திருந்த ‘இது வேறு இதிகாசம்’

ஆவணப்படத்தை வெளியிட மதுரைக்கு பாலுமகேந்திரா வந்திருந்தார். விமான நிலையத்தில் வரவேற்றதிலிருந்து கிட்டதட்ட ஒருநாள் முழுக்க அவரோடு ஒரு ஓட்டல் அறையில் கூடவே இருந்தேன். நிறைய விஷயங்கள் பேசிக்கொண்டு இருந்தார். எழுத்தாளர்கள் தமிழ்ச்சினிமாவிற்குள் வரவேண்டியதன் அவசியம் பற்றிச் சொல்லிக்கொண்டு இருக்கும்போது, "நீங்களும் நன்றாக எழுதுவீர்களே" என்றேன். "நான் எழுத்துக்களை வாசிப்பேன். எங்கே எழுதினேன்?" என்றார். கொஞ்சமும் யோசிக்காமல் "ஷோபா அவர்கள் இறந்தபோது குமுதத்தில் அந்த நினைவுகளை ஒரு தொடராக எழுதினீர்களே... நான் அதை விடாமல் படித்திருக்கிறேன். ரொம்ப நல்லாயிருந்தது" என்றேன். பதில் எதுவும் சொல்லாமல் அமைதியானார். தர்மசங்கடமாயிருந்தாலும், நானும் அமைதியாயிருந்தேன். நீண்ட அந்த மௌனத்தில் இருந்து எழுந்து வந்து கொண்டிருந்தார் ஷோபா!

❑

5

இளையநிலா பொழிகிறது

ஆணுக்கும், பெண்ணுக்குமான பிரத்யேக ரகசியங்கள் காலம்பூராவும் புதைந்து கிடக்கும் வெளி அது. உடல் ரீதியான மர்மங்களில் கிறுகிறுத்து, கள்ளம் பிறக்கும் விழிகளைத் திறந்து வைத்து, தரையில் கால் பாவாத காலத்தை ஒவ்வொருவரின் பதின்மப்பருவமும் கொண்டு வருகின்றன. அதில் பித்துப் பிடித்துப் போகிறவர்களும் உண்டு. எச்சரிக்கையோடும், பயத்தோடும் நின்று நின்று போகிறவர்களும் உண்டு. இன்னதென்று அறியாமலேயே பாரங்களைச் சுமந்து ஓடிக்கொண்டு இருப்பவர்களும் உண்டு. அனுபவித்தவை அல்லது அனுபவிக்க முடியாமல் போனவை நிலைபெற்று சுகமான அல்லது வலிநிறைந்த நினைவுகளாகின்றன. சூழல்களுக்கு பெரும்பங்கு இருக்கின்றன.

எல்லாவற்றையும் அப்படியேச் சொல்வதில் தடைகளையும், மனத்தடைகளையும் அமைப்பு ஏற்படுத்தி வைத்திருக்கிறது. விதிக்கப்பட்ட புரிதல்களே அளவுகோல்களாக நின்று கொண்டு இருக்க அதன் உயரத்திற்கு எல்லோரும் தங்களை குறுக்கிக் கொள்ள அல்லது நிமிர்த்திக்கொள்ள வேண்டிய நிர்ப்பந்தம் இருக்கிறது. வேறு அபிப்பிராயங்களுக்கு இழுத்துச் சென்று விடுமோ என்னும் தயக்கங்கள் முன்வருகின்றன. இதில் ஆண்கள் புனைவுகளோடும், வெளிப்படையாகவும் சொல்வதற்கு வசதியிருக்கிறது. அவைகளை சாகசமாகவும், தீரமாகவும், வலியாகவும் புரிந்துகொள்ள மனிதர்கள் பழக்கப்பட்டு இருக்கின்றனர். உள்ளாடையின் கறைகள் பற்றி ஒரு ஆணுக்கு எழுத சாத்தியமாகிறது. பெண்ணால் நினைத்துக்கூட பார்க்க முடியாத இடம் அது. மோனிகாலிவின்ஸ்கியின் உள்ளாடைக் கறையை மோப்பம் பிடித்துக்கிடந்த உலகம்தானே இது.

விடுங்கள். பதின்மப்பருவத்து அனுபவங்கள் எல்லோருக்குமானதுதான். எல்லோரும் கடந்து சென்றவைதான். இந்தத் தெளிவோடு அந்தப் பருவத்தை மீள்வாசிப்பு செய்வோமானால், அவை அழகாகவேத் தோன்றக்கூடும். எனக்கு அப்படியானதை மட்டுமே நான் இங்கு சொல்லத் துணிகிறேன். இது என் அளவுகோல். என் ஜன்னல்.

அரசியலிலும், சினிமாவிலும் மாற்றங்கள் ஏற்பட்ட காலத்தினூடே அதன் பிரக்ஞைகளற்று எனது பதின்மப்பருவம் நகர்ந்திருக்கிறது. நெருக்கடிநிலை பிரகடனம் செய்யப்பட்டது. முதன் முறையாக காங்கிரஸ் அல்லாத அரசு ஒன்று ஏற்பட்டது. காமராஜர் இறந்தார். எம்.ஜி.ஆர் அரசியலுக்கு வந்தார். இந்திரா காந்தி தவிர்த்து ஜெயப்பிரகாஷ் நாராயணன், மொரார்ஜி தேசாய் போன்றவர்களின் பெயர்களை மக்கள் உச்சரித்தார்கள். சினிமா புதுப்பரிணாமம் கொண்டது. பாரதிராஜா, இளையராஜா, மகேந்திரன், பாலுமகேந்திரா, கமல், ரஜினி, வைரமுத்து என ஒவ்வொருவராக கனவுகளோடும், கனவுகளை விதைத்தபடியும் வந்தனர். எல்லாம் அழகாகவும், புதிதாகவும் விரிந்த காலம்.

“எனக்கே உரிய தனிமுறையில் ஒருகாலத்தில் நான் இன்பத்தை சுவைத்த இடங்களை இப்போது நினைவு படுத்திக்கொள்ள விரும்புகிறேன். குறிப்பிட்ட நாட்களில் இவ்விடங்களுக்கு மீண்டும் போய்வர ஆசைப்படுகிறேன். திரும்பப்பெற முடியாதபடி மறைந்து விட்ட கடந்த காலத்துக்கு எனது நிகழ்காலத்தை இசைவுபடுத்திக்கொள்ள விரும்புகிறேன்.” பனிபொழியும் பீட்டர்ஸ்பர்க் நகரத்து வெண்ணிற இரவுகளை படித்திருக்கவில்லை என்றாலும் கூட, தஸ்தாவஸ்கியின் இதுபோன்ற ஒரு வரியையாவது என்னாலும் எழுதி இருக்கமுடியும் என்றுதான் தோன்றுகிறது. மேகக்கூட்டங்கள் தரையில் விழுந்து கிடப்பது போல உப்புக் குவியல்கள், காற்றில் எப்போதும் இருக்கும் லேசான கரிப்பு இவைகளோடு என் பதின்மப் பருவத்து நாட்கள் ஆறுமுகனேரியில் பத்திரமாய் இருக்கின்றன. இரண்டு அண்ணன்கள், ஒரு தங்கை, ஒரு தம்பி என வாழ்ந்த சிறுவீடும், குறுகலான தெருக்களும் இதிகாசங்களில் பார்த்தனவாய் தெரிகின்றன.

பூவரச மரங்களும், வேப்ப மரங்களும், வாடாச்சி மரங்களுமான தெருக்களில் சைக்கிள் ஓட்டிக்கொண்டே வாசல் தெளிக்கும் தாவணிப் பெண்ணை அளந்து செல்கிறேன். டைரியில் அண்ணன் எழுதிய கவிதைகளைப் படித்து, நானும் எழுதிப் பார்க்கிறேன். வெயில் தகதகக்கும் தருவைக்காட்டில் மதியச் சாப்பாட்டை மறந்து, விக்னேஷ்வரன் போட்ட பந்தை ஏறியடிக்க முயன்று, ஏமாந்து ஸ்டம்ப் அவுட்டாகிப் போகிறேன். மூங்கில் தட்டியடைத்த வராண்டாவில் உட்கார்ந்து ரஞ்சன் புல்புல்தாரா வாசிப்பதை ஆச்சரியமாகப் பார்க்கிறேன். “பெரியவர்களுக்கு அப்படி வருமாம்” என நண்பர்கள் சொல்ல, மொட்டை மாடியின் இருட்டில் போய் முயற்சித்து முயற்சித்து தண்டுவடத்தில் சுண்டிய

வலியில் விம்மியும், பயந்தும் அப்புறம் அடங்கியும் போகிறேன். நகைகளை ஒவ்வொன்றாய் எங்கள் படிப்புக்காக கனரா வங்கியில் வைத்துவிட்டு கவரிங் நகைகளோடு வலம் வரும் அம்மாவைத் திடுமென அணைத்து கண்கள் மல்க விலகுகிறேன். ஒருமுறை கணக்கில் நூறுமார்க் வாங்காமல் 98 வாங்கியதற்காக அழுகிறேன். முதன்முறையாக தனிப்பைனி இரண்டு மூன்று சொக்குகள் அடித்துவிட்டு தலைக் கிறுகிறுத்து பனைமரத் திரட்டில் நின்று சத்தம் போட்டு சிரிக்கிறேன். வாரம் ஒருமுறையோ, இருமுறையோ முக்காணி ரைஸ்மில்லில் இருந்து அப்பா வரும் இரவில், அம்மாவைத் தவிர வீடே உட்கார்ந்து ரம்மி விளையாட, அம்மா நடுவில் வைக்கும் அச்சுமுறுக்கை வேகமாக ஆளுக்கு முதலில் எடுக்கிறேன். நூலகம் சென்று குமுதம், ஆனந்தவிகடன், கல்கியில் வரும் அத்தனை சுஜாதா தொடர்கதைகளைப் படிக்கிறேன். அதில் வரும் ஜெயராஜ் படங்களின் பெண்களை திரும்பத் திரும்ப பார்க்கிறேன். “அன்னக்கிளி உன்னைத் தேடுதே...”, “செந்துராப் பூவே செந்தூரப்பூவே, சில்லென்ற காற்றே..”, “ஆனந்த ராகம் கேட்கும் காலம்” பாடல்களில் காற்றாக கரைகிறேன். இதுதான் பதின்மப்பருவத்தில் நான்.

ஒன்பதாம் வகுப்பு படிக்க உயர்நிலைப்பள்ளி காயல்பட்டினம் போகிற ரோட்டில் பேயன்விளையில் இருந்தது. முதன்முதலாய் கோஎஜுகேஷன். வகுப்பில் அடிவாங்கக் கூடாது, முட்டி போடக்கூடாது என்பதில் பையன்கள் கவனமாயிருப்பார்கள். அங்கு படித்ததில் ஒரு பெண்ணைத்தவிர எந்தப் பெண்ணும் நினைவில் இப்போது இல்லை. அந்தப் பெண்ணை என் நண்பன் ஒருவன் காதலிப்பதாய் சொல்லிக்கொண்டான். அப்போதுதான் படித்து முடித்து, ஒருமாதமோ இரண்டு மாதமோ டிரெயினிங்கிற்கு வந்த ஒரு இளம் வாத்தியார் மீது அவள் கிறங்கிப் போயிருந்ததைப் பார்த்தேன்.

இன்னொன்றும் நினைவிலிருக்கிறது. அம்மன்புரத்தில் இருந்து வந்த திடகாத்திரமான மாணவன் ஒருவனை ஒரு வாத்தியார் அடிக்க, பெண்கள் முன்னால் பட்ட அவமானம் தாங்காமல், அவரைக் கீழே தள்ளி நையப்புடைத்து விட்டான் அவன். பள்ளியை விட்டு அனுப்பப்பட்டாலும் எங்களுக்குள் காவியத் தலைவனாக கொஞ்சகாலம் இருந்தான்.

ஆரம்பத்தில் கபடி விளையாட்டில் மும்முரம். தெருவுக்குத் தெரு டீம்கள் இருக்கும். பெரியவர்கள் டீமும் இருக்கும். சிறியவர்கள் டீமும் இருக்கும். நானும், தம்பியும் எங்கள்

தெருவின் சிறியவர்கள் டீமில் முக்கிய விளையாட்டுக்காரர்கள். பாடிப் போவதிலும், பிடிக்க வந்தால் குதித்து, லாவகமாக தப்பிப்பதிலும், பாடிவந்தவனை முட்டித் தூக்குவதிலும் என் தம்பி வல்லவன். எனக்கும், அவனுக்கும் அதுபற்றியே பேச்சு இருக்கும். கபடி விளையாட்டில் தொடர் போட்டி நடத்துவார்கள். பெரிய பெரிய டீமெல்லாம் வரும். அப்பா, அண்ணன்கள், நான், தம்பி எல்லோரும் பார்க்கப் போவோம். “தேக்கரு ஹம் திவானா ஹை...”, “சுராலியே கே தும் நே..” இந்திப் பாடல்களுக்கு நடுவில், “இன்னும் சிறிது நேரத்தில் கபடி விளையாட்டு ஆரம்பிக்கப்படும்” என அறிவிப்புகள் கொடுக்கப்படும். டியூப் லைட்டின் பிரகாசமான வெளிச்சங்களுக்கு மத்தியில் அம்பயர் வந்து விசில் ஊதும் சத்தத்திற்காக, கயிறுகள் கட்டி வைத்திருக்கும் முன் வரிசையில் காத்து இருப்போம்.

பத்தாம் வகுப்பில் சங்கரராம சுப்பிரமணியன், நரசிம்மன் என்னும் இரண்டு பேர் அறிமுகமானார்கள். தாரங்கதாரா கெமிக்கல்ஸில் அவர்களது தந்தைகள் முறையே சீப் எஞ்சினியராகவும், டாக்டராகவும் இருந்தனர். ஆங்கிலத்தில் நன்றாகப் பேசுவார்கள். வேறொரு உலகத்து மனிதர்கள் போல இருக்கும். பள்ளியில் அவர்களுக்குத் தனிமரியாதை. காலாண்டுத்தேர்வில் விஞ்ஞானம், வரலாறு, பூகோளம், ஆங்கிலம் எல்லாவற்றிலும் அவர்களே முதல், இரண்டாம் மதிப்பெண்களைப் பெற்றிருந்தனர். தமிழில் நான் முதல் மதிப்பெண் வாங்கினேன். அதைப் பெரிதாக அவர்கள் எடுத்துக்கொள்ளவில்லை. இப்ராஹிம் சார் வந்தார். கணக்கில் நான் நூற்றுக்கு நூறு எடுத்திருந்தேன். அவர்கள் தொண்ணூற்று ஐந்தோ, தொண்ணூற்று ஆறோதான் எடுத்திருந்தார்கள். நம்ப முடியாமல் என் பேப்பர்களை வாங்கிப் பார்த்தார்கள். என்னையும் தங்களோடு பழகுவதற்கு லாயக்கானவன் போல நடத்தினார்கள். பிரியமான நண்பர்களுமாயினர். பியூசியில் கூட அவனும் நானும் இருநூறுக்கு இருநூறுதான்.

பதினொன்று படித்து முடிக்கும் வரை கால்ச்சட்டைதான். முதன்முதலாய் கைலி கட்டிக்கொண்டு வாசலைத் தாண்டி தெருவில் கால்வைக்க கூச்சமாயிருந்தது. பெருமையும் இருந்தது. வெட்கமும் இருந்தது. நடக்கும்போது தென்னியது. மடித்துக் கட்டினாலும் நன்றாக இருக்காது. ஒருமாதிரி தூக்கிப் பிடித்துக்கொண்டே நடப்பேன். எப்போதும் அவிழ்ந்துவிடுவதுபோல பயமிருக்கும். அதெல்லாம் அப்போது முக்கியமான சங்கடங்கள்.

பதினாறு, பதினேழு வயசான பிறகும் மெலிதான கருப்பில் பூனைமுடிகளோடுதான் மீசை இருந்தது. தினமும் காலையில் எழுந்ததும் கண்ணாடி முன்னின்று ஓரிரவில் எதாவது அதிசயம் நிகழ்ந்திருக்கிறதா என்பது போல பார்த்து முகம் சுருங்கிப் போவேன். நண்பர்களுக்கெல்லாம் மீசை நன்றாகத் தெரியும்படி இருந்தன. மூன்று வயது குறைந்த என் தம்பிக்குக்கூட என்னைவிட மீசை தெளிவாய் இருந்தது. "ஒனக்கு முளைக்கவே முளைக்காது" என்பார்கள். குமைந்து போவேன். யாரோ சொன்னது கேட்டு இரவுகளில் படுக்கப் போவதற்கு முன் தேங்காய் என்ணெய் தேய்த்து தவமாய் தவமிருந்தேன். இருபது வயதுக்கப்புறமே மீசையென்று ஒன்றானது. "என்னைப் பார்த்தபிறகுதான் உங்களுக்கு மீசையே முளைத்தது" என்று அம்மு சொல்வதுண்டு.

இரண்டாவது அண்ணன் முரடனாகவும், வம்புகள் இழுப்பவனாகவும் இருந்தான். தெருவே பார்த்து பயப்படும் எங்கள் வீட்டுக்காரராக இருந்த கமலாக்காவுக்கே என் அண்ணனிடம் ஒரு பயம் இருக்கும். யாரையும் சட்டென்று கையை நீட்டிவிடுவான். பெரும் வேட்டைக்காரன். கேட்வார் எடுத்துவிட்டால் ஓணான், அணில், காக்கா, குருவி, கொக்கு என எதன் ஒன்றின் ரத்தமும் பார்க்காமல் விட மாட்டான். அவன் புண்ணியத்தில் பல பட்சிகள், அணில்களை சாப்பிட்டு இருக்கிறேன். அவனோடு ரெயில்வே லைனைத் தாண்டி நாங்களெல்லாம் காட்டுக்குள் (வேலிக்கருவேல மரங்கள் நிறைந்த பகுதி) போவோம். சில நேரங்களில் ஏழு, எட்டு அணில்களை அடித்து விடுவான். வீட்டிற்கு வந்து அவனே உரித்து, இடித்து, உருண்டைகளாக்கி, பொரித்து தருவான். அவனிடம் எப்போதுமே ஒரு பயம் இருக்கும். ஒருதடவை எதோ கிண்டல் செய்துவிட்டேன் என்று என்னை அடிக்கத் துரத்தினான். அங்குமிங்கும் ஓடி, கடைசியில் மாடிக்கு ஓடினேன். துரத்தி வந்தான். செத்தோம் என்றிருந்தது. பக்கத்தில் வந்துவிட்டான். "அய்யோ" என கத்தி மாடியிலிருந்து குதித்து விட்டேன். கால்களில் லேசான அதிர்ச்சி. அப்படியே விழுந்துவிட்டேன். வேறொன்றுமாகவில்லை. கேள்விப்பட்டு ஓடிவந்த அம்மா "ஏ... பாவி, எம்புள்ளயக் கொன்னுப்புட்டியே.." எனக் கத்த, அண்ணன் விக்கித்துப் போனான். எழுந்து உட்கார்ந்த பிறகு வீடு மட்டுமல்ல, தெருவே சிரித்தது.

அம்மாவைப் பெற்ற தாத்தாவும், ஆச்சியும் ஆறுமுகனேரியில்தான் அடுத்த தெருவில்தான் இருந்தார்கள். நாங்கள் வாடகை வீட்டில் இருந்தோம். தாத்தா இறந்ததும், அந்தப் பெரிய வீட்டில்

ஆச்சி தனியாய் இருந்தார்கள். இரவுகளில் துணைக்கு நான் படுக்கப்போவேன். வீட்டுத்திண்ணையில் ஆச்சியிடம் பழக்கம்விட மேலும் சில பாட்டிகள் வருவார்கள். ஊர்க்கதைகளைக் கேட்கலாம். பொன்னியின் செல்வன், சிவகாமியின் சபதம், பார்த்திபன் கனவு போன்ற பெரிய நாவல்களையெல்லாம் படித்தது அந்த நாட்களில்தான். படுத்திருந்த முற்றத்திலிருந்து பார்த்தால் வானம், நட்சத்திரங்கள் தெரியும் .

கோடை வாசஸ்தலம் என்றால் சாயர்புரம் அருகில் உள்ள நடுவக்குறிச்சியில் உள்ள எங்கள் பெரியம்மா வீடுதான். புத்தகங்களின் வீடு அது. பெரியம்மா மகன் முருகேசன் அண்ணன் தமிழில் வெளிவரும் அத்தனை தின, வார, மாத இதழ்களுக்கும் சந்தா கட்டியிருப்பர்கள்.சுற்றி பூஞ்செடிகளும், மா, கொய்யா, பலா மரங்களும் அடர்ந்திருக்கும். லீவெல்லாம் அங்குதான். தமிழ்வாணன் எழுதிய ஆண் பெண் உறவுகளுக்கான புத்தகங்கள் ஒரு அலமாரியில் ரகசியமாக அடுக்கி வைக்கப்பப்ட்டு இருந்தன. எதையோத் தேடிக்கொண்டு இருக்கும்போது அவை கண்ணில் பட, யாருக்கும் தெரியாமல் இதயம் படபடவென அடிக்க படித்தேன். காய்ச்சல் அடித்த மாதிரி இருந்தது. அடுத்த வருடம் கோடை விடுமுறைக்குப் போயிருந்த போது அந்த அலமாரியில் புத்தகங்கள் இல்லை. நானும் எங்கெல்லாமோ தேடினேன். கிடைக்கவில்லை.

சரியாக பதினைந்து முடிந்து பதினாறாவது வயதில் உயர்நிலைப்பள்ளி முடித்து, பியூசி படிக்க, திருச்செந்தூரில் ஆதித்தனார் கல்லூரிக்குச் சென்றேன். அங்குதான் பிபிஏவும் படித்தேன். போவதும், வருவதும் டிரெயினில்தான். சரியாக இருபத்தைந்து நிமிடங்களாகும். சிரிப்பும், கும்மாளமுமாக இருக்கும். எல்லாவற்றையும் வேல்ராஜ் கெடுத்தான். முகமெல்லாம் பருக்கள் நிரம்பி கரடுமுரடாய் இருப்பான். எங்கு நான் அமர்ந்திருந்தாலும் பக்கத்தில் வந்து பாடாய் படுத்துவான். அணைப்பான். “டார்லிங்” என்பான். நான் திமிறி விலகினாலும் விடமாட்டான். “உன்னை ரேப் செய்றேன்” என்பான். கூடியிருந்து சிரிப்பார்கள். அசிங்கமாய் இருக்கும். சட்டையெல்லாம் கசங்கிப் போகும். சிலசமயம் பிடித்து இழுத்து முத்தம் கொடுத்துவிடுவான். ச்சீய் என்று தள்ளிவிடுவேன். ஒருநாள் அவன் சட்டையைக் கிழித்து கோபம் கொள்ளவும் செய்தேன். அதற்கும் சிரித்தான். அவன் ஏறுகிற கம்பார்ட்மெண்ட்டைத் தவிர்க்க ஒவ்வொருநாளும் பிரயத்தனங்கள் செய்ய வேண்டி இருக்கும். “ஒன்னோட ஆளு

அங்க இருக்கான்'' என்று காட்டிக்கொடுக்கவும் சிலர் இருந்தார்கள். பியூசியிலேயே பெயிலாகிப் போனான். அப்பாடாவென்றிருந்தது. கல்லூரியெல்லாம் முடித்த பிறகு ஒருதடவை அவனை சந்தித்தேன். பெரிய ஆளாய் இருந்தான். அச்சாபீஸ் நடத்திக்கொண்டு இருந்தான். கல்யாணமெல்லாம் முடிந்திருந்தது. ரொம்ப பாசமாய் கையைப் பிடித்துக்கொண்டு "அவனா இவன்" என்பது போல பேசினான்.

மூத்த அண்ணன் பிபிஏ முடித்துவிட்டு துத்துக்குடியில் ஒரு ஆடிட்டரிடம் சி.ஏ படித்துக்கொண்டு இருந்தான். படிப்பில் கெட்டிகாரனாய் இருந்தாலும் எந்நேரமும் பத்தகங்கள் படித்துக்கொண்டே இருப்பான். கவிதைகள் எழுதுவான். அதில் ஒரு கவிதை மறக்கமுடியாதது. வார்த்தைகள் சரியாக நினைவில் இல்லை. விஷயம் இப்படி இருக்கும்.

''நான் அந்த மாந்தோப்பில் தினந்தோறும் நடந்து செல்கிறேன். தாழ்வான கிளையில் பூவொன்று பிஞ்சு பிடித்திருப்பதைப் பார்த்திருந்தேன்.. காயாகும், கனியாகும் என காத்திருந்தேன். ஒருநாள் அதனைக் காணவில்லை. வெம்பிக் கீழே உதிர்ந்து கிடந்தது'' அதில் இருந்த காதல் கதை நானறிவேன். பின்னாளில் 'அழகி' படம் பார்த்தபோது இந்தக் கவிதை நினைவுக்கு வந்தது.

முதலில் பனைமட்டை, தென்னை மட்டைகளை செதுக்கி, ரப்பர் பாலில் விளையாடினோம். முருகேசன், விக்னேஷ்வரன், நான், என் தம்பி தான் வெறிகொண்டு நிற்போம். நாளாக, நாளாக என் அண்ணன்கள், அண்ணனின் சில நண்பர்கள், விளையாட்டிலேயே ஈடுபாடு இல்லாத ரஞ்சன் என ஒரு செட் சேர்ந்தோம். ராஜ் கிரிக்கெட் கிளப் என சொல்லிக்கொண்டோம். கிரிக்கெட் மட்டையும், கார்க் பாலும் வாங்கினோம். பேடு கிடையாது. பந்துகள் முழங்காலுக்குக் கீழே பட்டால் உயிரே போய்விடும். ஜெயசீலனுக்கு ஒருதடவை 'அங்கேயே' பட்டுத் துடித்து விழுந்தான். அப்புறம் குதிக்க வைத்து மூத்திரம் எல்லாம் போகச் சொன்ன பிறகு சரியானது. இப்படியான கடும் பயிற்சிகளுக்குப் பிறகு ஒருதடவை சங்கரராம சுப்பிரமணியனிடம் சவால் விட்டோம். தாரங்கதாரா கெமிக்கல்ஸில் உள்ள பையன்களுக்கும் எங்களுக்கும் போட்டி வைத்தோம். கம்பெனிக்குள் கிரிக்கெட்டுக்கு என்று கிரவுண்டு இருந்தது. சிலோனில் இருந்து வந்த ராயப்பன் என்கிறவர் அவர்களின் கோச்சாக இருந்தார். விளையாடுவதற்கென்று தேவையான அனைத்து உபகரணங்களும் இருந்தன. எங்களை எளிதில் வென்றுவிட்டார்கள். நாங்கள்

போட்ட பந்தையெல்லாம் சங்கரராமன் நொறுக்கிவிட்டான். கடும் சோகத்தோடு திரும்பினோம். நாங்களாகவே ‘அப்படி அடிக்கணும்’, ‘இப்படி அடிக்கணும்’, ‘இதுதான் ஸ்கொயர் கட்’, ‘இப்படி லாஃப்ட் செய்யணும்’ என்று சொல்லிக்கொள்வோம். நேரம் காலம் இல்லாமல் விளையாடுவோம். இரண்டு மாதம் கழித்து அடுத்த போட்டி. தாரங்கதாராவை வீழ்த்தினோம். என் இரண்டாம் அண்ணன் ஒபனிங் பேட்ஸ்மேனாகப் போய் கடுமையாக டிஃபன்ஸ் செய்ய, என் தம்பி, நான், விக்னேஷ்வரன் அடுத்து அடுத்து விளாசிவிட்டோம். அதன்பிறகு என்னையும், விக்னேஷ்வரனையும் தாரங்கதாரா கிரிக்கெட் டீமில் சேர்த்துக் கொண்டார்கள். பிராக்டிஸெல்லாம் கொடுத்தார்கள்.

வீட்டில் பணக்கஷ்டம். முக்காணியில் அப்பா குத்தகை எடுத்து நடத்தி வந்த ரைஸ்மில்லில் நிறைய பிரச்சினைகள். நிறைய கடன்கள் ஆகிவிட்டன. அப்பா எல்லாவற்றையும் அப்படியே பாதியில் விட்டு விட்டு சென்னைக்குச் சென்று விட்டார்கள். பி.யூ. சி முடித்திருந்த இரண்டாவது அண்ணன் ரைஸ்மில்லுக்குச் சென்று, நிர்வாகம் செய்து, கடன்களை அடைத்துக்கொண்டு இருந்தான்.

வீட்டுக்கு பக்கத்தில் நாங்கள் படித்த நடுநிலைப்பள்ளியின் ஆண்டு விழாவிற்கு பழைய மாணவர்கள் என்னும் தோரணையில் நானும் நண்பர்களும் சென்றிருந்தோம். ‘குறிஞ்சி மலரில் வழிந்த ரசத்தையெடுத்து...’ பாடல் ஒலித்த உற்சாகமான வேளையில் கூட்டத்திற்குள் அவளைப் பார்த்தேன். ஒல்லியாய் அழகாய் இருந்தாள். அவளும் பார்த்தாள். பிறகு காலைகளில் பஸ் நிறுத்தத்தில் நின்று அவள் பள்ளிக்குப் போவதைப் பார்க்க ஆரம்பித்தேன். அத்தனை கூட்டத்திலும் சட்டென ஒரு பார்வை தந்து போவாள். என் தங்கைக்கு தெரிந்து கிண்டல் செய்தாள். “அவ ஒரு மக்கு” என்றாள். “ஒனக்கு செவப்பா ஒரு பொண்ணப்பாத்தா போதுமே..” கிண்டல் செய்தாள். நான் “நீ நின்ற இடத்தில் நிலம் ஊற்றெடுக்கும், நீ பார்த்த இடத்தில் பசுமை பூத்தொடுக்கும்” என கவிதைகளாய் எழுதிக்கொண்டு இருந்தேன். ஒருநாள் கூட பேசியது இல்லை. அவளது மாமன் பையன் ஒருநாள் சில பயல்களோடு அடிக்க வந்தான். அவன் கட்டிக்கிற போகிறவளாம். நான் ஒழுங்காய் படிப்பில் கவனம் செலுத்த ஆரம்பித்தேன். பின்னாட்களில் அவனை சென்னை அமைந்தகரையில் ஒரு ஒயின்ஷாப்பில் பார்த்தேன். அங்கே அவன் வேலை செய்து கொண்டு இருந்தான். அவளையும் பார்த்தேன்

ஊரில். குழந்தையோடு பெரியவளாய் திருச்செந்தூர் செல்லும் பஸ்ஸின் ஜன்னலோரத்தில் உட்கார்ந்திருந்தாள்.

அண்ணன் பி.பி.ஏ படித்தான் என்று நானும் படித்திருக்கக் கூடாது என நினைத்துக் கொள்வேன். எனக்கு விருப்பமான கணிதத்தையே தேர்வு செய்திருக்க வேண்டும். எதைப்படித்தால் என்ன, படித்தவைகளுக்கு ஏற்பவா வேலை பார்க்கிறோம்! படித்த பாடங்களும், வகுப்புகளும் வகுப்புகளெல்லாம் எனக்குச் சம்பந்தமில்லாமலேயே இருந்தன. அதிலும் சட்டம் குறித்த வகுப்பு வந்துவிட்டால் தூக்கம் தூக்கமாய் வரும். ஜன்னல் வழியே தூரத்துக் கடலைப் பார்த்துக் கொண்டு இருப்பேன். நடிகை ஷோபாவை வரைந்து கொண்டிருப்பேன். பிரபாகர் காதல் கடிதங்கள் எழுதிக்கொண்டு இருப்பான். செஸ் விளையாடும் சுப்பிரமணிய ஆதித்தனுடனும், பாலசுப்பிரமணியனுடனும் நெருக்கமானேன். சாயங்காலங்களில் அடர்ந்த புங்கை மரங்களடியில் உட்கார்ந்து சுஜாதாவையும், பாலகுமாரனையும் நாங்கள் பேசிக்கொண்டு இருந்தோம்.

கல்லூரிக்குப் பின்னால் உள்ள கடற்கரையில் எங்கள் கல்லூரியின் கடைசி நாளன்று பைத்தியம் பிடித்துப் போனோம். பாடினோம். ஆடினோம். அழுதோம். இரவெல்லாம் கிடந்து விடிகாலையில் வீட்டிற்கு வந்தேன். பேதலித்துப் போனேன் சில நாட்கள்.

எல்லாம் சட்டென கலைந்து போனது. அடுத்து என்ன செய்வது எனத் தெரியவில்லை. விமானப்படையில் வேலைக்குச் சேர்ந்து இராஜஸ்தான் போய்விட்டான் தம்பி. இரண்டாவது அண்ணனுக்கு தினத்தந்தியில் வேலை கிடைத்து கோயம்புத்தூர் சென்றிருந்தான். மூத்த அண்ணனுக்கு சென்னையில் வேலை கிடைத்திருந்தது. தங்கையோ தூத்துக்குடியில் பி.காம் இறுதியாண்டு படித்துக் கொண்டு இருந்தாள். வீடு வெறிச்சோடி இருந்தது. நண்பர்களும் பலர் ஊரைவிட்டுச் சென்று விட்டனர். இரண்டு மூன்று வங்கித் தேர்வுகள் எழுதினேன். தெருக்களில் தனியனாய் நடந்து திரிந்தேன். புதுக்குளத்தில் தண்ணீர் வற்றிப் போயிருந்தது. சாயங்காலத்தில் பச்சைச் சம்புகளில் தூக்கணாங்குருவிகள் அடைந்து கத்திக்கிடந்தன. சிகரெட் பிடிக்கப் பழகினேன். நூலகத்திலேயே கிடந்தேன். இந்துமதியின் ‘தரையில் இறங்கும் விமானங்கள்’ படித்து இழப்பின் வேதனைகளை அனுபவித்தேன்.

சென்னையில் மாமா வீட்டில் தங்கியிருந்த அண்ணன் என்னை அழைத்தான். யுனைட்டெட் இன்சூரன்சு கம்பெனியில்

ஏஜண்ட்டாக சில மாதங்கள் இருந்தேன். பிடிக்கவில்லை. தனியார் கம்பெனியில் வேலை பார்த்தேன். தகராறில் மார்க்கெட்டிங் மேனேஜர் சட்டையைப் பிடித்து சுவரில் தள்ளிவிட்டு வந்தேன். பாண்டிச்சேரியில் சிங் ஒருத்தர் நடத்திய ஒயின்ஷாப்புகளுக்கு இரண்டு மூன்று வருடக்கணக்குகளை எழுதிக்கொடுக்க அண்ணன் அனுப்பி வைத்தான். பத்து நாட்கள் போல இருந்தேன். தண்ணியடிக்கப் பழகினேன். கே.கே.நகரில் வாடகை வீடு பார்த்து அம்மாவையும் ஊரிலிருந்து அழைத்து வந்து தங்கினோம்.

ராம் தியேட்டரில் 'பயணங்கள் முடிவதில்லை' படம் பார்க்க புறப்பட்ட மாலையொன்றில் பக்கத்து வீட்டு மாடியில் அம்முவைப் பார்த்தேன். என் பதின்மப் பருவத்தின் நாட்களை சுவீகரித்தபடி, அதன் வசீகரங்களை சுமந்தபடி அவள் தெரிந்தாள். அடுத்த அத்தியாயம் பிறந்தது.

❑

6

நோக்குமிடம் நாமின்றி வேறில்லை

பாலம் கடந்து சாத்தூர் ஆரம்பிக்கிற இடத்தில் வலப்பக்கத்தில் சட்டென்று ஆற்றை நோக்கி திரும்பும் ஒரு சின்னச்சந்து போன்ற தெருவின் துவக்கத்தில், மாடியில் வரிசையாய் இருந்த மூன்று குடியிருப்புகளில் நடுவே இருந்தது சங்க அலுவலகம். வீடுகளைப் போல இருந்தாலும், குடும்பமாக யாரும் தங்கியிருந்தது இல்லை. இப்படி அலுவலகங்களில் பணிபுரிபவர்களே தங்கியிருந்தனர். முன்பக்கம் வாசலைத் திறந்தால் மூன்று குடியிருப்புக்கும் பொதுவாக பால்கனி நீண்டிருக்கும். அங்கு நின்றால் கீழே தெருவும், நேர் எதிரே கொஞ்சம் தள்ளி மசூதியும் தெரியும். பின்பக்க வாசலைத் திறந்தால் மூன்று குடியிருப்புக்கும் பொதுவான சின்ன மொட்டைமாடி ஐந்தடி பக்கச் சுவரோடு காட்சியளிக்கும். கழிப்பறைகள், தண்ணீர் டேங்க் எல்லாம் அங்குதான். பக்கச்சுவர் அருகே சென்று பார்த்தால் எப்போதும் இரைந்து கொண்டிருக்கிற மெயின்ரோடு தெரியும். ஆற்றையொட்டி நிற்கிற மரங்களும், அதில் பிரம்மாண்டமான உருவத்தோடு அந்த புளிய மரமும் பார்வையை வசப்படுத்தும்.

அந்த புளியமரத்தின் அடையும் பட்சிகளின் சத்தங்களில் நாட்கள் புலர ஆரம்பித்தன. பிலால் டீக்கடையிலிருந்து வரும் அப்பாஸ் "தோழர்" என்று கதவைத்தட்டி நிற்பான். திறந்தால் நான்கு டீக்களோடு சிரிப்பான். காலையில், ஆற்றின் ஊற்றுக்களில் சென்று குளிப்பது வழக்கமானது. இரவுகளில் தொலைதூரத்தில் இருந்து வரும் தோழர்கள் கதவைத்தட்டுவார்கள். டிரான்ஸ்பருக்கு, தலைமையலுவலகத்தில் அடுத்தநாள் ஸ்டேசனரி எடுப்பதற்கு, கிளையில் எதாவது பிரச்சினை என்று வரும் அவர்களை சங்க அலுவலகம் ஆதரவோடு பராமரிக்கும். தினந்தோறும் 'அன்புள்ள பொதுச்செயலாளர் பி.கேவுக்கு...' என ஆரம்பித்த கடிதங்கள் ஏராளமாய் கிருஷ்ணகுமாருக்கு வரும். தலைமையலுவலகத்தில் டிபார்ட்மெண்ட்டில் சென்று அந்தக் கடிதங்களில் உள்ள பிரச்சினைகள் குறித்து உடனடியாக பேசி அன்று சாயங்காலமே பதில் எழுதிப் போடுவார். பல கடிதங்களுக்கு பி.கே (கிருஷ்ணகுமார்) சொல்லச் சொல்ல நான்

எழுதுவேன். எப்போதும் தோழர்களின் வருகைகளோடும், நிர்வாகத்தின் நடவடிக்கைகளைப் பற்றிய விவாதங்களோடும் 42,பி-எல்.எப்.தெரு உயிரோட்டத்தோடு இருந்தது.

பி.கேவைப் பார்க்க சங்கத் தோழர்கள் மட்டுமில்லாமல் வெளியிலிருந்தும் அவ்வப்போது தோழர்கள் வந்து செல்வார்கள். அவர்களோடெல்லாம் நெருக்கமாக பழகமுடிந்தது. எழுத்தாளர்கள் தனுஷ்கோடி ராமசாமி, மேலாண்மை பொன்னுச்சாமி, வக்கீல் மாரிமுத்து, டாக்டர் வல்லபாய், விகடன் மாணவ நிருபராய் அப்போது இருந்த சௌபா போன்றோரெல்லாம் அடிக்கடி வருவார்கள். திடுமென இரவு பத்து மணிக்குப் போல தோழர். எஸ்.ஏ.பெருமாள் வந்து வந்து நிற்பார். விடிய விடிய பி.கேவும், எஸ்.ஏ.பியும் பேசிக்கொண்டிருப்பார்கள். எம்.ஜி.ஆரைப் பற்றி, ராஜிவ் காந்தியின் இருபத்தொன்றாம் நூற்றாண்டுக்கான அழைப்பு பற்றி, கோர்பச்சேவின் உலக அமைதிக்கான நடவடிக்கைகள் பற்றி செய்திகள் விரிந்து கொண்டிருக்கும். முடிந்தவரை விழித்துக் கேட்டு, அப்படியே தூங்கியும் விடுவேன். அவர்கள் இருவரும் எப்போது தூங்குவார்கள் என்று தெரியாது. காலையில் "மாது... எந்திரி' என்று டீக்குடிக்க பி.கே எழுப்புவார். எஸ்.ஏ.பி பேப்பர் படித்துக் கொண்டிருப்பார். எதோ கனவு மாதிரி எல்லாம் நினைவுக்கு வரும். வாழ்க்கை என்பது சாதாரணமானதல்ல என்பது மெல்ல மெல்ல படிந்து கொண்டிருந்தது.

சங்க அலுவலகத்தில் நான், ஜீவலிங்கம், அழகப்பன், பெருமாள்சாமி ஆகியோர் தங்கி இருந்தோம். காமராஜ் சாயங்காலங்களில் வந்திருந்துவிட்டு இரவில் நடுச்சூரங்குடிக்குப் போவான். பி.கே இல்லாத சமயங்களில் நேரப்போக்கிறகு பின்புறம் உள்ள வெளியில் உட்கார்ந்து சீட்டு விளையாடுவோம். பக்கத்து அறைகளில் இருந்த தோழர்களும் அதில் கலந்து கொள்வார்கள். ஒருநாள் அப்படி விளையாடிக் கொண்டிருந்தபோது பி.கே வந்தார். எங்களைப் பார்த்ததும் சட்டென முகம் மாறியது. "என்ன மாது...இது நல்லாயிருக்கா " என்றார். "இல்ல பி.கே. சும்மாத்தான்..." என்றேன். சட்டென அருகில் வந்து எல்லாச் சீட்டுகளையும் வெறிகொண்ட மாதிரி கிழித்துப் போட்டார். "இது சங்க அலுவலகம்...இங்க இது வேண்டாம்...ஏற்கனவே பேர் ரொம்ப நல்லாயிருக்கு" என்றார்.

பி.கேவின் அந்தக் கோபம் வித்தியாசமாயிருந்தது. அதே நேரம் கடுமையான அவமானமாய் இருந்தது. விளையாட வேண்டாம் என்று சொல்லியிருக்கலாம். இத்தனை வேகமும், இப்படி

கிழிப்பதும் ஏனென்று கோபம் கோபமாய் வந்தது. கொஞ்ச நேரத்தில் அவர் சமாதானமாகி விட்டார். மற்றவர்களும் இயல்பாகி அழகப்பனின் ஜோக்குகளுக்கு சிரித்துக் கொண்டிருந்தனர். எனக்கு ஒட்ட முடியவில்லை. ஒரு புத்தகத்தை எடுத்துக் கொண்டு தனியே உட்கார்ந்து இருந்தேன். சிந்தனை எழுத்துக்களில் இல்லை. கொஞ்ச நேரத்தில் "வா... மாது. சாப்பிடப் போவோம்" பி.கே அழைத்தார். "இல்ல வேண்டாம்" என்றேன் கோபத்தோடு. ஜீவலிங்கம் அருகில் வந்து "ஏல...சாப்பிட வர்றியா இல்லியா...இதென்ன சின்ன பிள்ள மாதிரி..." அதட்டிப் பார்த்தார். "சரி..வாங்க போவோம் " பி.கே மற்றவர்களை அழைத்துக்கொண்டு போனார். அப்படியே போய் நான் கடைசி அறையில் படுத்துக் கொண்டேன். சாப்பிட்டுவிட்டு வரும் அவர்களின் காலடி ஓசையும், கதவைத் திறக்கும் சத்தமும் கேட்டது. "மாது...எந்திரி" பிகே குரல் அருகில் கேட்டது. பேசாமல் படுத்துக் கிடந்தேன். தோளில் கைவைத்து "ஸாரி..." என்றார். "நான் கிழித்துப் போட்டிருக்கக் கூடாது." என்றார். பேசாமல் இருந்தேன். "சரி. முட்டை புரோட்டா வாங்கிட்டு வந்திருக்கேன். சாப்பிடு" என்றார். சாப்பிடணும் போலத் தோன்றியது. உடனே எழுந்திரிக்கவும் மனம் வரவில்லை. "பி. கே அப்பிடியே உட்கார்ந்து அவன் வாயில ஊட்டி விடுங்க... பச்சப் பாப்பா...அடப் போங்க பி.கே.. ஏல எழுந்திருக்கியா... இல்ல மேல தண்ணி எடுத்து ஊத்தட்டுமா" என்று ஜீவலிங்கம் அதட்டியதும் எல்லோரும் சிரிக்க அந்த இடம் கலகலப்பானது. லேசான சிரிப்போடும் ஒரு பொய்யான ரோஷத்தோடும் எழுந்து உட்கார்ந்தேன். எங்கேயோ குடும்பங்களை விட்டு தங்கியிருந்த நாங்கள் ஒரு குடும்பமாயிருந்தோம்.

எப்போதும் போராட்டங்களும், துடிப்போடும் சங்க அலுவலகம் இருந்தது. அடிக்கடி செயற்குழுக் கூட்டங்களும், தோழர்களின் வருகைகளும் இருந்தன. அதுபோன்ற சமயங்களில் நான், ஜீவா, அழகப்பன் எல்லோரும் சங்க அறைக்கு பின்பக்கம் இருந்த திறந்தவெளியில் படுத்துக் கொண்டு அரட்டை அடித்துக் கொண்டிருப்போம். அன்று கொஞ்ச நேரத்தில் அவர்கள் இருவரும் தூங்கிப்போனார்கள்.

யுகங்களின் கதையை சிந்தியபடி, வானம் யாரும் அறியமுடியாத அண்டவெளியாய் விரிந்திருந்தது. தூக்கம் வரவில்லை. உள்ளே செயற்குழுக் கூட்டத்தின் சத்தங்கள் கேட்டுக் கொண்டிருந்தன. அம்மா, அப்பா, அண்ணன், தங்கை, அம்மு, கல்லூரியில் படித்த நாட்கள் எல்லாம் வானத்தில் இருந்து கசிந்து கொண்டிருந்தன.

எதோ ஒருவேளையில் தூங்கியிருக்க வேண்டும். லேசாய் வானம் வெளுத்து, பறவைகளின் சத்தங்கள் புளிய மரத்திலிருந்து கிளம்பியபோது பி.கே எழுப்பினார். "டீ சாப்பிட வர்றியா" என்றார். உடனே எழுந்து கொண்டேன். நான், பி.கே, சோலைமாணிக்கம் தெருவில் இறங்கி நடந்தோம். பிலால் டீக்கடையில் நாகூர் அனிபாவின் குரல் டீயின் ஆவியாய், மணத்தோடு அதிகாலையில் மிதந்தது. கொஞ்சநேரம் என்னையே பார்த்திருந்த பி.கே சிகரெட்டை ஆழமாய் உள்ளிழுத்தபடி, "10ம் தேதி காலையில் இருந்து, தலைவர் பரமசிவம், பால்செல்லப்பா, கண்ணாடி லட்சுமணன், அப்புறம் நீ எல்லோரும் காலவரையறையற்ற உண்ணாவிரதம் இருக்கப் போகிறீர்கள்" என்றார். எனக்கு ஆச்சரியமாக இருந்தது. எதோ சாகசம் போலவும் இருந்தது.

10ம்தேதி காலையில் பி.கேவோடு நாடார் மெஸ்ஸில் இட்லி சாப்பிட்டு விட்டு பந்தலுக்கு சென்றேன். காமராஜ் கைகொடுத்து, கட்டிப்பிடித்து வாழ்த்தினான். உண்ணாவிரதம் இருக்கும் தோழர்களுக்கு மாலையணிவித்து பி.கே பேசினார். உருக்கமும், ஆத்திரமும் மாறி மாறி பிரவாகமெடுத்தது. சங்கத்தின் செயற்குழு உறுப்பினர்களும், சில முன்னணித் தோழர்களும் கூட அமர்ந்திருந்தனர். ஒரு மகத்தான காரியத்தை செய்கிறோம் என்பது மட்டும் உள்ளுக்குள் ஓடிக்கொண்டிருந்தது. வேலைக்குச் சேர்ந்து, குடும்ப வாழ்வுக்குள் அடைபடாமல் இருந்த இந்த இரண்டு வருடத்தில் நேரத்திற்கு தூங்குவது, சாப்பிடுவது என்பதெல்லாம் அற்றுப்போயிருந்தது. மதியத்திற்கு மேல் தூங்கிவிட்டேன்.

விழித்துப் பார்த்த போது பந்தல் முழுக்க பேச்சு சத்தமாய் இருந்தது. அக்கம் பக்கத்தில் உள்ள கிளைகளில் இருந்து அன்றைய வேலைகளை முடித்துவிட்டு தோழர்கள் வந்திருந்தனர். எழுத்தாளர் தனுஷ்கோடி ராமசாமி என் கைகளைப் பிடித்துக் கொண்டு மௌனமாய் இருந்தார். தோழர் சோலை மாணிக்கம் கோஷம் போட ஆரம்பித்தார். காமராஜ் வந்து என்னருகிலேயே உட்கார்ந்து கொண்டான். சாப்பிட பிடிக்காமல் இருந்தான். சத்தம் போட்டு ஜீவா அவனை அக்கா மெஸ்ஸுக்கு அழைத்துச் சென்றார். இரவில் கூடவே இருபது தோழர்களுக்கும் மேலே அதே பந்தலில் படுத்துக்கொண்டார்கள்.

இரண்டாம் நாளாக உண்ணாவிரதம் தொடர்ந்தது. தலமையலுவலகத்தில் வேலை பார்த்துக்கொண்டிருந்த தோழர்கள் அவ்வப்போது வந்து பார்த்துச் சென்றனர். துப்புரவுத்தொழிலாளர் சங்கத் தோழர்கள் வந்து கொஞ்சநேரம் கூட அமர்ந்து,

வாழ்த்திவிட்டுச்சென்றார்கள். நிப்புத் தொழிலாளர்கள் சங்கச் செயலாளராயிருந்த தோழர் பாலசுப்பிரமணியன் வாழ்த்திச் சென்றார். ஊரிலிருந்து எனக்கொரு தந்தி வந்திருந்தது. தங்கைக்கு குழந்தை பிறந்த செய்தி அது. அம்முவிடமிருந்து கடிதமும் வந்திருந்தது. களைப்பெல்லாம் நீங்கிப் போனது. அழகப்பன் எந்நேரமும் தூங்கிக் கொண்டே இருந்தான். இன்னொரு இரவு அந்த பந்தலில் கழிந்தது. சேவல் கூவும் சத்தமும், மசூதியிலிருந்து பாங்கி சத்தமும் கேட்டது. தெருவில் வாசல் தெளிக்க ஆரம்பித்திருந்தார்கள். செயற்குழு உறுப்பினர்கள் அங்கங்கே நின்று பேசிக்கொண்டிருந்தனர். "எப்படிரா இருக்கே.." என்றார் பி.கே தழுதழுத்து. "ஒண்ணுமில்ல.." என்றேன். நாக்கு வறண்டு போயிருந்தது. மூன்றாம் நாள் முழுக்க படுத்தேக் கிடந்தோம்.

நான்காம் நாள் காலையில் போலீஸ்காரர்களோடு வந்த அரசு மருத்துவர் ஒருவர் எங்களை பரிசோதித்து, நாடி மிகவும் தளர்ந்திருப்பதாக கூறி அரெஸ்ட் செய்து அழைத்துச் சென்றனர். மருத்துவமனையில் டிரிப்ஸ் ஏற்றப்பட்டது. கவர்ன்மெண்ட் ஆஸ்பத்திரியின் துர்வாடையும், அசையாமல் படுத்துக் கிடப்பதும் மிகுந்த தொந்தரவாயிருந்தன. பி.கேவிடம் சொன்னேன். ஒருமணி நேரம் கழித்து திரும்ப வந்த பி.கேவின் கைகளில் ஒரு புத்தகம் இருந்தது. நேரம் போகவில்லையென்றால் அதைப் படிக்குமாறு சொல்லி தந்துவிட்டுப் போனார். டிரிப்ஸ் இடது கையில் ஏறி கொண்டிருக்க, வலது கையில் அந்த புத்தகத்தை பிடித்துக் கொண்டேன். 'நினைவுகள் அழிவதில்லை'. புரட்ட ஆரம்பித்தேன்.

அடிமை பாரதத்தின் இருளடைந்த கேரளத்தின் கையூர் கிராமத்துப் பாதைகளில் நடக்க ஆரம்பித்தேன். சிருகண்டன் அப்புவை எழுப்பிக் கொண்டு செல்கிறான். மாஸ்டரை பார்க்கிறார்கள். ரகசியப்பிரச்சாரம், விவசாயிகள் சங்கம் அமைப்பது, உணர்வூட்டுவது, அரசியல் அறிவூட்டுவது, என்னும் மாஸ்டரின் கனவுகள் அவர்களை பற்றிக்கொள்கின்றன. வாழ்க்கை போராட்டப்பாதையாகிறது. சுற்றியுள்ள உலகம் எல்லாம் மறந்து எனக்குள்ளே கையூரின் இரத்தமும் சதையுமான காலங்கள் செலுத்தப்பட்டுக் கொண்டிருந்தன. மாஸ்டர் வரும்போதெல்லாம் எனக்குள் ஏனோ எஸ்.ஏ.பியின் உருவந்தான் வந்து கொண்டிருந்தது. பிரபஞ்சத்தைப் பற்றி, புரட்சியைப் பற்றி எத்தனையோ இரவுகள் அவரும், பி.கேவும் சங்க அலுவலகத்தில் பேசிக்கொண்டிருந்ததற்கெல்லாம் அப்போது அர்த்தங்கள் விளங்க ஆரம்பித்தன.

இடையில் வங்கியின் டிரைவர் பரமசிவம் அவரது வீட்டிலிருந்து கஞ்சி வைத்து கொண்டு வந்திருந்தார்.

நான்கு நாட்களுக்குப் பிறகு சாப்பிடும் தாகத்தையெல்லாம் தாண்டி குஞ்ஞம்புவும், அபுபக்கரும், சிருகண்டனும், அப்புவும் நிறைந்திருந்தார்கள். மகன் நன்றாகப் படிக்க வேண்டும் என்னும் பெற்றோரின் கனவுகளையெல்லாம் உதறி அப்பு போராளியாக வளர்ந்துகொண்டிருந்தான். அடக்குமுறையும், நிலப்பிரபுக்களின் சூழ்ச்சிகளையெல்லாம் மீறி அவர்கள் முன்னேறிக்கொண்டு இருந்தார்கள். அரசாங்கம், காவல்துறை எல்லாம் விரட்ட அவர்கள் செங்கொடிகளை ஏற்றிக்கொண்டு இருந்தார்கள். தகிக்கும் மூச்சோடு மனைவி எங்கோ காத்துக் கொண்டிருக்க சிருகண்டன் மண்ணையும், மக்களையுமே சுவாசித்துக் கொண்டிருந்தான். டிரிப்ஸ் மூன்றாவது பாட்டில் ஏறிக்கொண்டிருந்தது.

சாத்தூரின் இரவு, பகல் எல்லாவற்றிலும் இப்போது கையூர் போராட்டங்களே ஆக்கிரமித்துக் கொண்டிருந்தன. அடுத்தநாள் காலையில் ஆஸ்பத்திரியிலிருந்து டிஸ்சார்ஜ் செய்தார்கள். சங்க அலுவலகத்தில் உட்கார்ந்து புத்தகத்தையே தொடர்ந்து படித்துக் கொண்டிருந்தேன். யாரோடும் பேசமுடியவில்லை. அந்த போராளிகளுக்கு மரணதண்டனை விதிக்கப்படுகிறது. சிறைக்கம்பிகளுக்கு அந்தப்பக்கம் நின்று அபுபக்கரின் அம்மா பூபம்மா அபுபக்கரின் முகம், மூக்கு, காது எல்லாவற்றையும் தொட்டுப் பார்க்கிறாள். அப்புவின் மனைவி ஜானகி குழந்தையோடு வந்து தன்னவனை கடைசிமுறையாக பார்க்கிறாள். "இன்னொருமுறை பிறந்தாலும் இது போலவே போராடுவேன்... மரணமடைந்தாலும்" என்கிறான் குஞ்ஞம்பு. அதோ அந்த இரவில் ஜானகி தன் குழந்தைக்கு இருண்ட வானில் ஒற்றை நட்சத்திரத்தை காட்டிக் கொண்டு நிற்கிறாள். என்னால் அதை பார்க்க முடிந்தது.

என்னை முற்றிலுமாக அந்தப் புத்தகம் புரட்டிப் போட்டிருந்தது. பார்க்கிற மனிதர்கள், வாழ்கிற நாட்கள் எல்லாமும் அர்த்தம் கொண்டதாகத் தெரிந்தன. சங்கம், சங்க அலுவலகம், தோழர்கள் எல்லோரும் பிரியமானவர்களாக அருகில் வந்திருந்தார்கள். எல்லாவற்றுக்கும் புதிய அர்த்தங்கள் தெரிய ஆரம்பித்தன. நோக்குமிடமெல்லாம் நாமன்றி வேறில்லைதான். படித்து முடித்து நெஞ்சு அடைத்து, பிரமை பிடித்துப் போயிருந்தேன். "என்ன மாது..." என்றார் பி.கே.

நான் அழுதேன்.

❑

7

எங்கள் காதலில் எழுத்தாளர் ஜெயகாந்தன்

“உட்காருங்க. அப்பாவிடம் நீங்க வந்திருக்கீங்கன்னு சொல்றேன்” உள்ளே சென்றாள் காதம்பரி என்னும் அம்மு. எழுத்தாளர் ஜெயகாந்தனின் மூத்த மகள். அந்த வரவேற்பறையில், தமிழகத்தின் முக்கிய எழுத்தாளர்கள், சிந்தனையாளர்கள், திரைப்பட இயக்குனர்கள் வந்து உட்கார்ந்து காத்திருந்த இடத்தில் நான் தனியே உட்கார்ந்திருந்தேன். எந்த தைரியத்தில் இங்கு வந்து இருக்கிறோம் என நினைத்துக் கொண்டேன். அம்முவின் தங்கை தீபாவும், தம்பி ஜெயசிம்ஹனும் வந்து எட்டிப் பார்த்து விட்டுப் போனார்கள். அப்புறம் நிசப்தம். எட்டு வருடக் காதலின் முடிவு என்னவாகுமோ என்று பதைபதைப்பு இருந்தது.

1981ல் கல்லூரி படிப்பு முடிந்து ஊரில் சும்மா இருந்தேன். என் மூத்த அண்ண சி.ஏ முடித்து விட்டு சென்னையில் ஒரு கம்பெனியில் உயர் பொறுப்பில் இருந்தான். ஊரில் இருந்து எதிர்காலத்தை வீணடித்துக் கொள்ளப் போகிறான் என்று சென்னைக்கு அழைத்தான். எழுத்தாளர் ஜெயகாந்தனின் அண்டை வீட்டில் குடியிருந்தான். அவரது எழுத்துக்களை படித்திருந்த நான் அவரது மகளின் கண்களையும் படிக்க ஆரம்பித்தேன். அப்போது அவள் பத்தாம் வகுப்பு முடித்திருந்தாள். ஒன்றரை வருடத்தில் எனக்கு சாத்தூரில் பாண்டியன் கிராம வங்கியில் வேலை கிடைக்க, அவ்வப்போது சென்னைக்குப் போய்ப் பார்த்தும், கடிதங்கள் மூலமாகவும் பேசிக்கொள்வோம். அவள் கல்லூரி முடித்து, பி.எட்டும் முடித்த பிறகுதான் வீட்டில் சொல்வேன் என்றாள். அப்பா, அம்மா சம்மதத்தோடுதான் திருமணம் என்றாள். அதேபோல் சொல்லியிருக்கிறாள். அவர் ஒன்றும் சொல்லாமல் பார்ப்போம் என்றிருக்கிறார்.

சாத்தூரில் எனக்கு நன்கு பழக்கமாகியிருந்த எழுத்தாளர் தனுஷ்கோடி ராமசாமி அவர்கள் சென்னைக்கு வந்து அம்முவுக்கும், எனக்கும் உள்ள காதல் குறித்தும், என்னைப்பற்றியும் ஜெயகாந்தனிடம் சொல்லியிருந்தார். முதலில் கோபப்பட்டவர், பிறகு பையனை வந்து என்னைப் பார்க்கச் சொல்லுங்கள் என்று சொல்லியிருந்தார். அங்கு போய் உட்கார்ந்திருந்தேன். வருடம் 1989.

மாடியிலிருந்து அவர் இறங்கி வரும் செருப்புச் சத்தம் கம்பீரமாக கேட்டது. நான் மிகுந்த கவனமாகி உட்கார்ந்திருந்தேன். அருகில் சத்தம் கேட்டதும் எழுந்து நின்று வணக்கம் என்றேன். "உட்காருங்கோ" என்று சொல்லிவிட்டு எதிரே ஒரு நாற்காலியில் உட்கார்ந்து ஒரு கணம் என்னை உற்றுப் பார்த்தார். முடியும், கிருதாவும், அந்த பார்வையும் சிங்கம் போல இருந்தார். எப்பேர்ப்பட்ட எழுத்தாளர். மீசையை தடவிக்கொண்டே "என்ன விஷயம்" என்றார். அம்மு என்னருகில் சேரைப் பிடித்தபடி நின்றிருந்தாள். "அம்முவும் நானும் காதலிக்கிறோம்" என்றேன் மெல்ல.

"காதல்னா என்ன" என்றார். நான் ஒன்றும் சொல்லவில்லை. அவரையே பார்த்தபடி இருந்தேன். "ஒங்களுக்கு அவளைப் பத்தி என்ன தெரியும்" என்றார். என்ன சொல்ல என்று தெரியவில்லை. "பாக்குறது, பேசுறது இதுதான் காதலா?" என்றார் தொடர்ந்து. அம்முவைப் பார்த்து "டீ கொண்டு வாம்மா" என்றார். அவள் உள்ளே போனாள்.

"ஜாதி இருக்கா" என்றார் கூர்மையாக என்னைப் பார்த்து. சட்டென்று "எனக்கு இல்ல" என்றேன். "உங்களுக்கு இல்லன்னா... ஜாதி இல்லாமப் போயிருமா. உங்க அப்பாவுக்கு, உங்க அம்மாவுக்கு, உங்க மாமாவுக்கு, உங்க அண்ணன் தம்பிக்கு, உங்க சித்தப்பாவுக்கு இப்படி எல்லாருக்கும் இருக்கும் போது உங்களுக்கு மட்டும் எப்படி இல்லாமப் போகும்?" என்று உடனே திருப்பி அடித்தார். அதற்கும் என்ன சொல்ல என்று தெரியவில்லை. ஒரு பதினைந்து நிமிடங்கள் இளைய சமூகம் குறித்தும் காதல் குறித்தும் பொரிந்து தள்ளினார். இடையில் அம்மு கொண்டு வந்து கொடுத்த டீயை அதன் சுவையறியாமல் விழுங்கிக் கொண்டிருந்தேன்.

"இப்ப எல்லாவற்றையும் மறு பரிசீலனை செய்யும் காலம். அதுதான் நல்லது. நாமும் நம் சொந்த வாழ்வில் செய்யலாம். நீங்களும் செய்யலாம். திருமணம் என்பது உங்க ரெண்டு பேர் சம்பந்தப்பட்டதுமல்ல. எல்லோருக்கும் ஏன் பிரச்சனை கொடுக்கணும்?" என்று நிறுத்தி என்னை அந்த அகன்ற விழிகளால் உற்றுப் பார்த்தார். அப்புறம் மெல்ல எழுந்து கொண்டார். நானும் எழுந்து நின்றேன்.

"வறட்டுப் பிடிவாதங்கள் வேண்டாமே, இதை ஒரு நண்பனா உங்களுக்கு சொல்லிக்கொள்கிறேன்" என்று கையைப் பிடித்து குலுக்கினார். நான் அவரிடம் வர்றேன் என்று சொல்லி,

அம்முவிடம் லேசாகத் தடுமாறி "வர்றேன்" எனச் சொல்லி நகர்ந்தேன். அம்முவின் கண்கள் எந்தக் கலக்கமுமில்லாமல் எப்போதும் போலிருந்தன. எனக்கொன்றும் பிடிபடவில்லை. வலி என் முகத்திலேயே முழு இரத்த ஓட்டத்தோடு இருந்தது.

ஊருக்கு பஸ்ஸில் திரும்பும்போது எல்லாம் முடிந்து போனது போல் இருந்தது. அவ்வளவு பெரிய எழுத்தாளரிடம் எதைப் பேச, எப்படி பேச? எல்லாம் என்னை விட்டுப் போய்விட்டது போலிருந்தது. தூங்காமல் கொள்ளாமல் சாத்தூர் வந்து இறங்கியதும், என் அறைக்கு வந்து 'மதிப்பிற்குரிய எழுத்தாளர் ஜெயகாந்தன் அவர்களுக்கு..... " என்று ஆரம்பித்து கடிதம் எழுதினேன். அவர் பேசியது அனைத்தும் எனக்கும், அம்முவுக்கும் மட்டுமல்ல, ஒட்டு மொத்த இளைய தலைமுறையினருக்கே என்று புரிந்து கொண்டதையும், அவரைப் போன்ற எழுத்தாளர்களுக்கு அவநம்பிக்கை வேண்டியதில்லை என்பதையும் தெரியப்படுத்தினேன். ஷேக்ஸ்பியரின் நாடகங்களை பின்னாளில் மொழியாக்கம் செய்த பெர்னார்ட்ஷா புத்தகத்தில் முகப்பில் "பெட்டர் தேன் ஷேக்ஸ்பியர்" என்று எழுதியிருந்ததையும், அதை ஒரு நிருபர் கேட்கும்போது "நான் ஷேக்ஸ்பியரின் தோளின் மீது நின்று கொண்டிருக்கிறேன். அதனால் அப்படி எழுதினேன் என்று சொன்னதையும் மேற்கோள் காட்டி, "நாங்கள் உங்கள் தோள்களின் மீது நின்று கொண்டிருக்கிறோம்" என்று எழுதினேன். இறுதியாக, "வறட்டுப் பிடிவாதங்கள் தேவையில்லை, வளமையான பிடிவாதங்கள் நிறைய நிறைய தேவை" எனவும் கூறி முடித்திருந்தேன். கடிதத்தை அனுப்பி விட்டு எழுத்தாளர் தனுஷ்கோடி ராமசாமி அவர்களோடு வைப்பாற்றில் உட்கார்ந்து எல்லாவற்றையும் சொன்னேன்.

அம்முவிடமிருந்து கடிதம் வந்தது. நான் வந்த பிறகு அம்முவிடமும் பேசினாராம். என் கடிதம் பார்த்து "அவர் ஒண்ணும் அசடு இல்லை.." என்றாராம்."அப்பா, நிறைய பேசுவார். நிறைய யோசிப்பார். சரியான முடிவெடுப்பார். கவலைப்பட வேண்டாம். உடம்பைக் கவனித்துக் கொள்ளுங்கள்" என நம்பிக்கையோடு முடித்திருந்தாள். அவளால் மட்டும் எப்படி பதற்றம் கொள்ளாமல் இருக்க முடிகிறது என தெரியவில்லை. அவளுக்குத் தானே அவள் அப்பாவைத் தெரியும்.

சில மாதங்களுக்குப் பிறகு நாங்கள் அவரது அழைப்பின் பேரில் சென்னை சென்றோம். என் அப்பாவிடம் ஜெயகாந்தன் சொன்னார்... "அவர்கள் என்ன சொல்வது. நாமே கல்யாணத்தை

நடத்தி வைத்து விடுவோமே". சென்னையில் மிகச் சிறப்பாக திருமணத்தை நடத்தி வைத்தார். அய்யர், மந்திரம் எல்லாம் இல்லை. மேடையில் பதிவுத் திருமணம்.

இந்தக் காலத்தில் நான் அவரை புரிந்து கொண்டது... மிகச்சிறந்த பண்பாடும், அன்பும் கொண்ட மனிதர். அவருடைய கருத்துக்களில் முரண்பாடுகள் எனக்கு மட்டுமல்ல, பலருக்கும் உண்டுதான். அதை மௌனமாகவே அங்கீகரிக்கும் புரிதல் கொண்டவர். கோபம், கம்பீரம், ஞானச்செருக்கு எல்லாவற்றுக்குள்ளும் ஒளிந்திருக்கும் குழந்தையை நான் அருகிலிருந்து தரிசித்திருக்கிறேன்.

❑

8

மறக்க முடியாத இரவு

1990ம் ஆண்டின் ஜூலை மாதத்தின் ஒரு இரவு.

எங்கிருந்தோ, யாரோ என்னைக் கூப்பிட்டார்கள். தொட்டு உசுப்பவும் கண் விழித்தேன். ஒன்றும் புரியவில்லை. முற்றிலும் புதியவர்கள் இருவர் என்னைப் பார்த்துக்கொண்டு இருந்தார்கள். எரிச்சலோடு கண்களை கசக்கிக்கொண்டு எழுந்து உட்கார்ந்தேன். அப்போதும் பிடிபடவில்லை. “உங்கள் டிக்கெட் எங்கே?” என்றதும் சுயநினைவுக்கு வந்தேன். நான் ஹௌஹாத்தியிலிருந்து ஹௌராவுக்கு ரெயிலில் வந்து கொண்டு இருக்கிறேன் என்பதும், சாதாரண டிக்கெட்டோடு முன்பதிவு செய்திருக்கும் கம்பார்ட்மெண்ட்டில் பயணம் செய்து கொண்டு இருப்பதும் உறைத்தது. என்ன செய்வதென தெரியாமல் திகைத்துப் போனேன். பெட்டியில் விளக்குகள் அத்தனையும் போடப்பட்டு மற்ற பிரயாணிகள் தங்கள் இருக்கைகளில் இருந்து என்னை பரிதாபமாக பார்த்துக் கொண்டு இருந்தனர். சாயங்காலத்திலிருந்து எங்கள் நண்பர்களாயிருந்தவர்கள் அவர்கள். தரையில் நான் விரித்துப் படுத்திருந்த ஆங்கிலப் பத்திரிக்கை கசங்கிக் கிடந்தது என்னைப் போலவே. ஜன்னலுக்கு வெளியே பிளாட்பாரத்தில் நின்றபடி கிருஷ்ணகுமாரும் காமராஜும் என்னைப் பார்த்துச் சிரித்தபடி நின்று கொண்டு இருந்தனர். பெட்டியை எடுத்துக் கொண்டு வெளியே வரும்படி சைகை காட்டினர்.

இருக்கைகளுக்கு அடியில் இருந்த சூட்கேஸை மெல்ல வெளியே இழுத்து, எழுந்து நின்றேன். டிக்கெட் பரிசோதகர்கள் இருவரும் முறைத்தபடி “டிக்கெட் எங்கே” என்றனர். கிருஷ்ணகுமார் அருகில் வந்து “எங்களோடு வந்தவர்தான். சாதாரண கம்பார்ட்மெண்ட்டுக்கு போய்விடுகிறோம்” என்றார். ரெயிலிலிருந்து இறங்கினேன். கோபமாய் வந்தது. "அப்பவே என்னையும் எழுப்பியிருக்க வேண்டியதுதானே” என்றேன். “நீயாவது மாட்டிக்கொள்ளாமல் இருந்தால் பரவாயில்லையே என நினைத்தோம்” என்றனர். மண்குப்பியில் டீ வாங்கித் தந்தார்கள். “என்ன ஸ்டேஷன்... இப்ப மணி என்ன?” கேட்டேன். “மால்டா... மணி ஒன்றரை” என்றான் காமராஜ். ஸ்டேஷன் வெளிச்சத்தில் பிரகாசித்து

இருந்தாலும் அதற்கு வெளியே இரவு முழுசாய் அடர்ந்திருந்தது. டீக்குடித்துக் கொண்டு இருக்கும்போது, மீண்டும் அந்த சாதாரண கம்பார்ட்மெண்ட்டுக்குப் போக வேண்டுமே என நினைத்ததும் சங்கடமாயிருந்தது.

காலையில் பதினோரு மணியிலிருந்து சாயங்காலம் ஐந்து மணிவரை சாதாரண கம்பார்ட்மெண்ட்டில்தான் பயணம் செய்து வந்திருந்தோம். வாசலருகே நிற்க இடம் எப்படியோ முட்டி மோதி கிடைத்திருந்தது. எங்களுக்கு இருந்த சிரமங்கள் அவர்களுக்கு இருப்பதாய்த் தெரியவில்லை. கழிப்பிட அறையுனுள் கூட ஏழெட்டு பேர் தட்டுமுட்டுச் சாமான்களோடு உட்கார்ந்தும் நின்றும் சாவகாசமாய் பேசிக்கொண்டு இருந்தனர். அவ்வளவு கூட்டம். இந்தியாவில் வேறு எங்கும் அப்படி ஒரு அனுபவம் வாய்க்காது என நினைக்கிறேன். வடகிழக்கு மாகாணத்தின் நிலைமைக்கு அது ஒரு பதம். விளிம்பிலேயே வாழ்ந்து கொண்டு இருக்கும் மனிதர்களாயிருந்தனர் அவர்கள்.

சாயங்காலத்துக்கு மேல், ஒரு ஸ்டேஷனில் 'இனி இந்தப் பெட்டிக்கு திரும்புவதில்லை' என முடிவோடு பெட்டிகளை எடுத்துக் கொண்டு இறங்கி பிளாட்பாரத்தில் ஒவ்வொரு கம்பார்ட்மெண்ட்டாய் பார்த்துக்கொண்டு நடந்தோம். முன்பதிவு செய்யப்பட்ட கம்பார்ட்மெண்ட் ஒன்றில் ஆட்கள் அடர்த்தியில்லாமல் இருப்பதைப் பார்த்து அதில் ஏறிக்கொண்டோம். அந்நியமாய்ப் பார்த்து விலகியிருந்த பயணிகளோடு மெல்லப் பேச்சுக் கொடுத்தார் கிருஷ்ணகுமார். சில மணி நேரங்களில் அவர்களுக்கு எங்களோடு உரையாடவும், சிரிக்கவும், ரசிக்கவும் முடிந்தது. இரண்டு கல்கத்தா இளம்பெண்கள் அவ்வப்போது வெட்கப்படவும் செய்தார்கள். டி.டி.ஆரிடமும் ஒருவழியாக பேசி உடன்பாட்டிற்கு வந்தோம். முன்பதிவு செய்து பயணிக்கும் யாரும் விவகாரம் செய்யாமலிருந்தால், அங்கேயே இருந்து கொள்ளலாம் என அனுமதிக்கப்பட்டோம். அப்பாடா என்றிருந்தது. காமராஜ் உற்சாகமாகப் பாட, மொழி தெரியாத அந்த மக்களும் ரசித்தார்கள். இரவில் அனைவரும் படுக்கத் தயாரானதும், நாங்கள் பேப்பர்களை விரித்துக் கீழே படுத்துக்கொண்டோம். மால்டாவில் பறக்கும் படை வந்து எங்களை அப்புறப்படுத்தி விட்டது.

அகில இந்திய கிராம வங்கி ஊழியர்கள் சங்க மாநாட்டிற்கு சென்றுவிட்டுத் திரும்பிக்கொண்டு இருந்தோம். மிக தாமதமாகத்தான் எங்கள் பயணத்திற்கான முன்பதிவு செய்ததால் இந்த நிலைமை. சாத்தூரிலிருந்து சென்னை, சென்னையிலிருந்து

ஹௌரா, ஹௌராவிலிருந்து ஹௌஹாத்திக்கு என வரும்போது பிரச்சினை இல்லை. திரும்பும்போதும் ஹௌராவிலிருந்து சென்னைக்கும், சென்னையிலிருந்து சாத்தூருக்கும் முன்பதிவு கிடைத்து விட்டிருந்தது. இந்த ஒரு நாள் பயணத்திற்கு மட்டும் வெய்ட்டிங் லிஸ்ட்டிலிருந்து எங்கள் பெயர்கள் வெளியே வரவில்லை. எனக்கு திருமணமாகி நான்கைந்து மாதங்களே ஆகியிருந்தன. போய்வர பத்துநாள் போல ஆகும் என்றவுடன், “கண்டிப்பா போகணுமா” கொஞ்சம் முகம் வாடினாள் அம்மு. அந்த நேரத்தில் அதெல்லாம் ஞாபகம் வந்தது.

கிருஷ்ணகுமாரிடம் சாதாரண கம்பார்ட்மெண்ட் எங்கே என்று கேட்டேன். கைகாட்டினார். ரெயில் வெகுதூரம் நீண்டிருந்தது. ஓடிப்போனால் கூட ஐந்து நிமிடங்களுக்கும் மேலாகலாம். ரெயில் வேறு புறப்படுவதற்கு தயாராய் மூச்சுவிட்டுக் கொண்டு இருந்தது. பதற்றமாயிருந்தது. “வாங்க... போவோம்” என அவசரப்படுத்தினேன். “கொஞ்சம் இரு... பறக்கும்படை போய்விடுவார்கள்....” என்று அங்கேயே சுற்றிக்கொண்டு இருந்தார். காமராஜ் என்னருகில் நின்றிருந்தான். திடுமென விசில் ஊதவும், “வாங்க... சாதாரண கம்பார்ட்மெண்ட் போவோம்” என கிருஷ்ணகுமார் ஓட ஆரம்பித்தார். உடல் முழுவதும் வேகம் கொண்டு நானும் பின்னால் ஓடினேன். ரெயில் மெல்ல கிளம்ப ஆரம்பித்து விட்டது. சாதாரண கம்பார்ட்மெண்ட் தொலைதூரத்தில் இருந்தது. நிச்சயமாக ஏற முடியாது. “எதாவது ஒரு பெட்டியில் ஏறிக்கொள்” என்று கிருஷ்ணகுமாரின் சத்தம் கேட்டது.

எந்தப் பெட்டியில் ஏறுவது என இலக்கற்று ஓடினேன். ரெயிலின் வேகம் கூட ஆரம்பித்தது. சட்டென்று ஒரு பெட்டியில் ஏறிக்கொண்டேன். உடனே தெரிந்துவிட்டது. கதவுகள் பூட்டியிருந்தன. ஒருகையில் சூட்கேஸைப் பிடித்துக் கொண்டு, இன்னொரு கையால் கதவருகே இருக்கும் கம்பியையும் பிடித்தபடி நின்றிருந்தேன். ”ஸார்... ஸார்...” எனக் கத்தினேன். ரெயில் ஸ்டேஷனைக் கடந்து இருளுக்குள் புகுந்து மேலும் வேகம் கொண்டது. நான் கத்திக்கொண்டே இருந்தேன். அந்த நடு இரவில் யார் வந்து திறக்கப் போகிறார்கள். சூட்கேஸைக் கொண்டு கதவில் வேகமாய் இடித்துப் பார்த்தேன். “சார்... கதவைத் திறங்க.... கதவைத் திறங்க...”என ஆங்கிலத்தில் தொண்டை கிழியக் கத்தினேன். கம்பி போஸ்ட்கள் விசுக் விசுக்கென்று என்னைக் கடந்து கொண்டு இருந்தன. நம்பிக்கையெல்லாம் அற்றுப் போக, ரெயிலோடு ஒட்டிக்கொண்டு அந்த இரவில் கதறிக்கொண்டு

இருந்தேன். அம்முவின் ஞாபகம் வந்தது. தொண்டை அடைத்தது. யாரோ கதவருகே வந்து நிற்பது போல தோன்றியது. "சார்... சார்... கதவைத் திறங்க.."

கதவு திறந்தது. ஜிவ்வென்று இருந்தது. போலீஸ்காரர் ஒருவர் நின்றிருந்தார். இந்தியில் எதோ சத்தம் போட்டார். அவரை நெட்டித் தள்ளியபடி உள்ளுக்குள் பாய்ந்தேன். இதயம் வேகமாக அடித்துக் கொண்டு இருந்தது.

திரும்பத் திரும்ப என்னிடம் இந்தியிலேயே எதோ சொல்லிக்கொண்டு இருந்தார். இந்தி தெரியாது என எவ்வளவோச் சொல்லியும் பயனில்லை. பிறகு டிக்கெட் கேட்டார். அது கிருஷ்ணகுமாரிடம் இருந்தது. நண்பரிடம் இருப்பதாகவும், அவர் வேறு கம்பார்ட்மெண்ட்டில் இருப்பதாகவும் சொன்னேன். பாத்ரூம் செல்லும் வழியில் இருக்கும் இடத்திலேயே என்னை நிற்க வைத்து அருகில் உட்கார்ந்து கொண்டார். அடுத்து ஸ்டேஷன் எப்போது வரும் எனக் கேட்டேன். மௌனமாக என்னை முறைத்தார். பதில் சொல்லவில்லை. ஒரு திருடனைப் போல என்னைப் பாவித்தது புரிந்தது. அவமானமாக இருந்தது. அடிக்கடி வாட்சைப் பார்த்தேன். முட்கள் மெல்ல நகர்ந்து இம்சை செய்தன.

இனி எப்போதும் முன்பதிவு செய்யாமல் ரெயிலில் ஏறவேக் கூடாது என சங்கல்பம் எடுத்துக் கொண்டேன். கொஞ்ச நேரத்துக்கு முன்பு மரணத்தை எட்டிப் பார்த்துவிட்டு வந்திருந்த உடலின் அதிர்வுகள் இன்னும் அடங்கவில்லை. கிருஷ்ணகுமார் என்ன ஆனார், காமராஜ் என்ன ஆனான் என்று தெரியவில்லை. அவர்களும் எதாவது பெட்டியில் எந்த ஆபத்துமில்லாமல் ஏறிக்கொண்டு இருக்க வேண்டும் என மூச்சு முட்ட ஆரம்பித்தது. அடுத்த ஸ்டேஷன் வந்தால்தான் தெரியும். வேறெதையும் யோசிக்க முடியவில்லை. அச்சம் தந்தபடி கடந்து கொண்டு இருந்தது இரவு. ஜன்னலுக்கு வெளியேத் தெரிந்த தூரத்து வெளிச்சப் புள்ளிகள் நடுங்கியபடி ஓடிக்கொண்டு இருந்தன.

ஒன்றரை மணி நேரத்துக்குப் பிறகு எதோ ஒரு ஸ்டேஷனில் வண்டி நின்றது. போலீஸ்காரரிடம் சொல்லாமால் கொள்ளாமல் இறங்கி சாதாரண கம்பார்ட்மெண்ட்டை நோக்கி ஓடினேன். பிளாட்பாரத்தையெல்லாம் தாண்டி வெளியே, தரையில் இருந்து உயரத்தில் இருந்தது. கூட்டம் இன்னும் அதிகமாக இருந்தது. சூட்கேஸுடன் நெருக்கியடித்து ஏறி வாசல் அருகில் கம்பி பிடித்து நின்றபோது "காலை வணக்கம்" என்று கிருஷ்ணகுமாரின் சத்தம் கேட்டது. திரும்பினேன். பின்னால் நின்று கொண்டு இருந்தார்.

“போங்க.. கிருஷ்ணகுமார்...” என நடந்ததைச் சொன்னேன். முகம் இறுக்கமானது.

“காமராஜ் எங்கே...” என்று பதறியபடி கேட்டேன். “நம்மை இறக்கிவிட்ட அதே பெட்டியில் அவன் ஏறிக்கொண்டான்.... நான் பார்த்தேன்..”என்றார். திரும்பத் திரும்ப அதைக் கேட்டு ஊர்ஜிதம் செய்துகொண்டேன். ரெயில் புறப்பட்டது. காலையின் மெல்லிய குளிர் காற்று முகத்திலடித்தது. உடல் ஆசுவாசமடைந்து கொண்டு இருந்தது. இரவு விலக ஆரம்பித்த ஒரு நாளின் ஆரம்பத் துளிகளை பருக ஆரம்பித்தேன்.

“சிகரெட் இருக்கா...” என்றேன். இல்லையென்ற கிருஷ்ணகுமார் அருகில் இருந்த வயசான ஒரு அசாமியப் பாட்டியிடம் வாயில் கைவைத்து புகைக்கிற மாதிரி சைகை காட்டி கைநீட்டினார். அந்த அம்மா கந்தையாயிருந்த ஒரு முடிச்சிலிருந்து இரண்டு பீடிகளை எடுத்துத் தந்தார்கள். பற்ற வைத்துக்கொண்டோம். புகையை முழுசுமாய் உள்ளிழுத்து வெளிவிட்டபோது பரவசமாயிருந்தது. அந்த அம்மாள் சிரித்தார்கள். நானும் கிருஷ்ணகுமாரும் வாய்விட்டுச் சிரித்தோம். ரெயில் உற்சாகமானது.

அப்போதும் கேட்டேன் “காமராஜ் அந்தப் பெட்டியில் ஏறியிருப்பான்ல?”

❑

9
கொண்டு வந்தவன்

எப்போதும் சிரித்துக் கொண்டே இருப்பான். எவ்வளவு கேலி செய்தாலும் சிரித்துக் கொண்டே இருப்பான். சிலநேரங்களில் கோபம் கடுமையாக வரும். உர்ரென்று இருப்பான். ஆனால் அதை அவனால் தொடர்ந்து அடைகாக்கவும் முடியாது. தக்கவைப்பதற்கு படாதபாடு படுவான். கொஞ்சநேரத்தில் இயல்பாகிவிடுவான். அடக்கமாட்டாமல் பொய்க் கோபம் தெறித்துப் போக லேசாக உடைந்த முன்னத்திப் பல் தெரிய கனமாய் சிரிப்பான்.

நல்ல திடமான உடல்வாகு. கிராமத்து உழைப்பாளியின் வைரம் பாய்ந்த தோற்றம். அவன் அறிமுகமானபோது அவனுக்கும் தொழிற்சங்கத்துக்கும் ரொம்ப தூரம். பொதுமேலாளரின் பிரத்யேக துறையில் கடைநிலை ஊழியராக இருந்தான். உயர் பொறுப்பிலிருப்பவரின் நேரடிப் பார்வையில் இருந்த, அவரது இல்லத்துப் பணிகளையும் கூட செய்கிற விசுவாசமான ஊழியன். யூனியன்காரர்களை எதோ பிள்ளைப்பிடிக்க வருபவர்களைப் போல பார்த்து காணாமல் போய்விடுவான்.

கிராமவங்கிகளில் போராட்டங்கள் மிகுந்த காலம் அது. சுயமரியாதைக்கும், அடிப்படை வசதிகளுக்கும் கூட தெருவில் நின்று கோஷங்கள் போட்டுப் போட்டு, நிமிர்ந்த காலம் அது. வாழ்க்கையின் சூடு வரதராஜப்பெருமாளை தொழிற்சங்கத்தோடு நெருக்கமாக்கியது. கையை உயர்த்தி 'ஜிந்தாபாத்' என்று ஒரு தர்ணாவில் எல்லோருடனும் சேர்ந்து குரல் கொடுக்க வைத்தது. அவன் அவனுக்கு எவ்வளவு உண்மையாய் இருந்திருக்கிறான்.

சாத்தூர் வைப்பாற்றங்கரையில் 42.பி, எல்.எப். தெருவிலிருந்த சங்க அலுவலகத்தில், பதினைந்து வருடங்களுக்கு முன்பு எங்களோடு அவன் வாழ்ந்த காலங்கள் எதோ மேகத்திட்டுக்கள் போல கனவுப் பிரதேசங்களாக பின்னர் தெரிந்தன. காலையில் எழுந்திருப்பான். சீக்கிரமே குளிப்பான். அவனது துணிகளை ஒழுங்காய் துவைத்துப்போடுவான். நேரத்துக்கு தவறாமல் சாப்பிட்டுவிடுவான். காலாகாலத்தில் தூங்குவான். இந்த வரைமுறைகளோடு தெளிவாக தன்னைப் பழக்கப்படுத்திக் கொண்டு அந்த அறையில் எங்களோடு வாழ்ந்தான் என்பது ஆச்சரியமான சமாச்சாரம்தான்.

எங்கெங்கோ அலைந்துவிட்டு நடுச்சாமத்தைத் தாண்டி கதவைத்தட்டும்போது திறந்துவிட்டு "சாப்பிட்டீங்களா" என்று கேள்வி கேட்டுவிட்டு படுத்துக்கொள்வான். அவன் அனுப்பி வைத்த டீக்களோடுதான் பலநாள் காலைகள் சுள்ளென்று கண்ணில் பட்டிருக்கின்றன. சர்க்குலர் எழுதும்போது, டைப் அடிக்கும்போது, ரோனியோ சுத்தும்போது பக்கத்திலேயே காத்திருப்பான். அவைகளைத் தபாலில் அனுப்பும்போது அதற்காகவே அவன் பிறந்திருக்கிறமாதிரி அப்படி மெனக்கெடுவான். சில நாட்களில் சங்க வேலைகளில் நாங்கள் நான்கைந்து பேர் மூழ்கிக் கிடக்க வெறும் டீக்கள் மட்டுமே ஆகாரமாயிருக்கும். சாப்பிட பணம் இருக்காது. வரதராஜப் பெருமாள் ஊருக்குள் யாரிடமாவது நூறு ருபாய் கடன்வாங்கி வந்துவிடுவான். வெளியே வெறும் மணல்திட்டுக்களாய் இருந்தாலும், தோண்டத் தோண்ட தண்ணீர் ஊற்றெடுக்கும் ஈரமான வைப்பாற்றுக் கரையில் நாங்கள் இருந்தோம்.

அவனுக்கு எங்களோடு அப்படி ஒரு பந்தம் எப்படி வந்தது என்று தெரியவில்லை. தொழிற்சங்கத்தின் நோக்கம் என்ன? அப்போது அவனுக்கு தெரியாது. இலக்கியம்? அமைதியாய் பார்த்துக் கொண்டு இருப்பான். அல்லது வெளியே பால்கனியில் நின்று தெருவை பார்த்துக் கொண்டிருப்பான். மார்க்சீயம் என்பது புரியாத விஷயம்.

"எல்லோரும் நல்லாயிருக்கணும்" என்னும் ஒன்றைத்தான் தெரிந்து வைத்திருந்தான். அந்த எளிய மனிதன் புரிந்து கொண்டு இருந்த அரிய தத்துவத்தின் எளிய வார்த்தைகள் அவை. அதுதான் அவனை அந்த சங்க அலுவலகத்தில் கட்டிப் போட்டு இருந்திருக்க வேண்டும். அங்கு வருகிறவர்கள் அனைவரையும் தெரிந்து வைத்திருப்பான். அவர்களோடு எதாவது பேசிக்கொள்வான். எல்லோரையும் தோழர் என்றே அழைத்தான். சங்கத்தின் செயற்குழு உறுப்பினராக வேண்டும் என்று கேட்டபோது அவன் மறுக்கவில்லை. சங்கத் தலைமைக்குள் நிகழ்ந்த குழப்பங்கள், பிளவுகள், முரண்பாடுகள் முற்றிய நேரம். வரதராஜப்பெருமாள் எல்லாவற்றையும் மிக இயல்பாக புரிந்து கொண்டதோடு அல்லாமல், சரியெனப் படுவதில் ஆச்சரியமான உறுதியோடு இருந்தான். நிர்வாகத்தோடு சமரசம் தேவையில்லை என்பதை சாமானியர்களே எப்போதும் சரியாக அறிந்து வைத்திருக்கிறார்கள்.

வங்கியில் 44 நாட்கள் வீரஞ்செறிந்த வேலைநிறுத்தம் முடிவுற்றபோது விரக்தியும், வேதனையுமே மிஞ்சியிருந்தன.

சில தலைவர்களின் தடுமாற்றம், நிர்வாகத்தின் பிடிவாதம், கோரிக்கைகள் நிறைவேறாமல் போன ஏமாற்றம் ஒரு வெற்றிடத்தை கொண்டு வந்திருந்தன. சங்கமே பிளவுபட்டது. இனி தொழிற்சங்க இயக்கமே பாண்டியன் கிராம வங்கியில் இருக்காது என்று பேசப்பட்டது. தினம்தோறும் பதினைந்து தபால்களுக்கு மேல் வரும் சங்க அலுவலகத்திற்கு அந்த சமயங்களில் ஒன்றோ இரண்டோதான் வரும்.

கலகலப்பாய் இருந்த சூழல் மொத்தமாய் சிதறடிக்கப்பட்ட ஒரு மௌனம் உறைந்த சங்க அல்லுவலகத்தில் பெரும்பாலும் அவன் தனியே தங்கி இருந்தான். அந்த அறை இருண்டு கிடக்காமல், தூசி பிடித்து போகாமல் ஒரு பூதம் போல பாதுகாத்திருந்தான். ஊதி அணைக்கப்பட்ட சுடரை மீண்டும் ஏற்றி அதை அனைவருக்கும் முதலில் கொண்டு வந்தவன் அவன். பிறகு அவனுக்கு திருமணமாகி சொந்த ஊர்ப்பக்கம் சென்றுவிட்டான். எல்லோர் வாழ்க்கையிலும் மாற்றங்கள். கமிட்டிக் கூட்டங்களில், மாநாடுகளில், போராட்ட காலங்களில் அவனைப் பார்க்கமுடியும். எல்லோருக்கும் தண்ணீர் கொடுத்துக் கொண்டிருப்பான். அதே மாதிரி சிரிப்பான். தொழிற்சங்க ஞானமும், நடவடிக்கைகளும், திருமணம்... குழந்தைகள் என்னும் வாழ்வின் பந்தங்களும் அவனது இயல்பை கொஞ்சம்கூட மாற்றியிருக்கவில்லை.

என்ன காரணம் என்னவென்று தெரியவில்லை. ஒரு பொதுக்குழுவுக்கு அவன் வரமுடியவில்லை. அந்த கமிட்டியிலும் அவன் இல்லை. சில வருடங்களுக்கு பின்பு கோவில்பட்டியில் ஒரு பஸ்ஸில் பார்த்தேன். இறங்கி டீ வாங்கிக் கொடுத்தான். கொஞ்ச நேரம் பேசிவிட்டு பிரிந்தோம். அதற்குப் பிறகு அடிக்கடி காலையில் போன் செய்வான். சங்க சம்பந்தப்பட்ட முக்கிய விஷயங்களை கேட்டுக் கொள்வான். "அப்பா.. இன்னும் ஊர் சுத்துராறாம்மா" என் மகளோடு பேசுவான். பக்கத்தில் இருக்கும்போதுதான் ஒருவரைப் பற்றிய பிரக்ஞை நமக்கு இருக்கிறது. வாழ்க்கையின் ஓட்டத்தில் வரதராஜப்பெருமாள் தள்ளிப் போயிருந்தான்.

ஒருநாள் காலையில், "ஆஸ்பத்திரியில் அட்மிட் ஆகியிருக்கேன். செலவு நிறைய ஆகுது. மெடிக்கல் அட்வான்ஸ் வாங்கித்தரலாமா?" என்று வரதராஜப்பெருமாளின் குரல் சன்னமாய் கேட்டபோது அதிர்ந்து போனேன். அப்புறம்தான் தெரிந்தது, அவனை ஹெபிடிட்டஸ்-பி தாக்கியிருப்பதும், மஞ்சள் காமாலையில்

அவதிப்படுவதும். போய் பார்த்தபோது இன்னும் அதிர்ச்சியாக இருந்தது. கனத்த உடம்பு மெலிந்து உருக்குலைந்து இருந்தது.

கொஞ்சம் தேறிவந்த பிறகு அருகில் உள்ள கிளைக்கு மாறுதல் கேட்டிருந்தான். சங்கத்திலிருந்து முயற்சிகள் எடுத்து வாங்கிக் கொடுக்கப்பட்டது. இடையில் நடந்த சங்க மாநாட்டிற்கு, கூட்டங்களுக்கு வந்துவிடுவான். அந்த சிரிப்பு அரைகுறை ஜீவனோடு இருந்தது. இரண்டு வருடம் நோயோடு போராடி கடைசியில் தோற்றுப் போனான்.

அவன் இறந்ததைக் கூட வங்கிக்கு தெரிவிக்காமல் ஊரில் அடக்கம் செய்துவிட்டனர். ஒருமுறை அவன் முகத்தைக் கூட பார்க்க முடியவில்லை. கடைசியாக அவனை சந்தித்ததும் ஒரு தர்ணாவிலோ...கோவில்பட்டி வட்டாரக் கூட்டத்திலோதான். எல்லோருக்கும் பிஸ்கெட் பரிமாறியதாய் ஞாபகம் இருக்கிறது. அதுதான் அவனது சித்திரமாகவும் நிறைந்திருக்கிறது. தோழமையை கையோடு கொண்டுவந்து எல்லோருக்கும் கொடுத்தவன் அவன். ❑

10

மெய்யப்பன்

தலைமையலுவலகத்தில் வேலை பார்த்து வரும் தற்காலிக கடைநில ஊழியன் ஒருவனை இரண்டு வாரம் வேலைக்கு வர வேண்டாம் என்று சொல்லி நிர்வாகம் வீட்டுக்கு அனுப்பி விட்டது. விஷயத்தை அறிந்தவுடன் பொதுமேலாளருடன் பேச்சுவார்த்தை நடத்த வேண்டும் என எங்கள் சங்கத்தின் செயற்குழு முடிவு செய்தது.

காரணத்தை கேள்விப்பட்டதும் அந்தக் கடைநிலை ஊழியன் மீது முதலில் கோபம்தான் வந்தது. ஸ்டேஷனரி டிபார்ட்மெண்டிலிருந்து கம்ப்யூட்டர் பிரிண்டிங் பேப்பர் பண்டல் இரண்டை திருடிவிட்டானாம். அவனிடம் நாங்கள் அதட்டிக் கேட்ட போது ஒத்துக் கொண்டான். வங்கியின் பேர் இருக்கும் பகுதியை வெட்டி எடுத்து விட்டு குழந்தைகளுக்கு வீட்டுப்பாடங்கள் செய்யும் நோட்டுப் புத்தகங்களாக பைண்டிங் செய்து கொடுத்திருக்கிறான்.

எந்த முகத்தோடு பொது மேலாளரிடம் போய் பேசுவது என்று தெரியவில்லை. ஒழுக்கம் கெட்டுப் போவதற்கும், ஊழியர்கள் தரம் தாழ்ந்து போவதற்கும் தொழிற்சங்கங்கள் இது போன்ற காரியங்களை ஆதரித்து கொடி பிடிப்பதுதான் காரணம் என்று எல்லா நிர்வாகங்களும் எல்லாக் காலங்களிலும் சொல்லிக் கொண்டே இருக்கின்றன.

இப்படிப்பட்டவர்களுக்காக முயற்சிகள் எடுப்பதால் சங்கத்திற்கும் அவப்பெயர் வருகிறது என்று ஊழியர்கள் தரப்பிலும் நேர்மையானவர்களும் விமர்சனம் வைத்தார்கள். எல்லாவற்றுக்கும் அடியில் அவனுடைய முகம் நசுங்கி பரிதாபமாக தெரிந்தது. அது மெய்யப்பனின் முகமாக மாறி என்னமோ செய்தது.

மெய்யப்பனும் இந்த வங்கியில் கடைநிலை ஊழியராக வேலை பார்த்து வந்தவர்தான். ஆனால் பணிநிரந்தரம் செய்யப்பட்டவர். கடைநிலை ஊழியர் போல தெரிய மாட்டார். எப்போதும் இன் பண்ணி, ஷூ போட்டு படு பந்தாவாக இருப்பார். இதே மிடுக்கோடு கல்யாணமும் செய்து அவரது சொந்த ஊர்ப்பக்கம் மாறுதல் வாங்கிச் சென்று விட்டார். ஒரு சனிக்கிழமை சாயங்காலம் சங்க

அலுவலகத்தின் வாசலில் வந்து நின்றார். கையில் சஸ்பென்ஷன் ஆர்டர். ஒரு அறுநூறு ருபாய்க்காக நகைக்கடன் கார்டில் மேனேஜர் மாதிரி கையெழுத்துப் போட்டிருப்பதாக குற்றப்பத்திரிகை. வாழ்வின் பயமில்லாமல் சிரித்துக் கொள்ள அவரால் அந்த நேரத்திலும் முடிந்தது. சிகரெட் பற்ற வைத்துக்கொண்டு "கேஸ் முடிய எவ்வளவு நாளாகும்" என கேட்டார்.

அப்படி இப்படி என்று எல்லாம் முடிய இரண்டு வருடங்களானது. விசாரணைக் காலங்களிலும் திடமாகவே இருந்தார். சவரம் செய்து திருநீறு பூசிய கோலத்தில் திவ்யமாகவே இருந்தார். கொஞ்ச நாளில் சிகரெட் பிடிப்பதை விட்டிருந்தார். இரண்டாவது குழந்தை பிறந்ததை முன்னிட்டு என்று அவரால் சொல்லிக் கொள்ள முடிந்தது. சாட்சிகள் ஒன்றும் அவருக்கு எதிராக இல்லை. மேனேஜர் போல அவர் போட்டிருந்த கையெழுத்தை யார் வேண்டுமானாலும் போட்டிருக்கலாம். வழக்கு ஜோடிக்கப்பட்டிருந்த முறையிலும் கோளாறுகள் இருந்தன. நேரடியாக குற்றம் நிருபீக்கப்படவில்லை. நிர்வாகம் அதையெல்லாம் கண்டு கொள்ளவே இல்லை. மிகத் தெளிவாக வங்கியிலிருந்து நீக்குவதாக ஒரு பக்கத் தாளில் சொல்லிவிட்டது.

"அடுத்து என்ன செய்யலாம்" என நடுக்கத்தோடு கேட்டார். அன்றுதான் மெய்யப்பன் முகமே கலைந்து போனது. "இல்லை... இந்த நிர்வாகங்கள் இப்படித்தான். நாம் கோர்ட்டில் கேஸ் போட்டு ஜெயிக்கலாம்" என்றெல்லாம் நம்பிக்கையளிக்கப்பட்டது. அவர் முன் நின்றிருந்தவர்களையெல்லாம் பரிதாபமாக பார்த்தார். வழக்குக்குத் தேவையான பேப்பர்களை தயார் செய்யும் போதும், வக்கீலை சென்னை சென்று பார்க்கும் போதும், இரண்டு தடவை மெய்யப்பனை பார்க்க முடிந்தது. இயல்பாகக் கூட குடும்பம், குழந்தைகளைப் பற்றி விசாரிக்க முடியாத அளவுக்கு மௌனம் ஒன்று தயங்க வைக்கும். மூத்தப் பையன் பள்ளிக்கூடத்திற்கு கொண்டு போக பை ஒன்றை பர்மா பஜாரில் கடுமையாக பேரம் பேசி வாங்கி, பாசத்தோடு நெஞ்சில் அணைத்து வைத்துக் கொண்டார். அன்று வழியனுப்பும் போது அவரை பஸ்ஸில் பார்த்ததுதான்.

இன்னொரு கேஸ் சம்பந்தமாக வக்கீலைப் பார்க்கச் சென்ற போது மெய்யப்பன வரவில்லையென்றும், வழக்கை நடத்த அவர் கையெழுத்து போட வேண்டும் என்றும் சொல்லப்பட்டது. அவரைப் பார்க்க முடியவில்லை. விசாரித்ததில் ஊரைக் காலி

செய்து போய்விட்டதாக சொன்னார்கள். தற்போதைய விலாசமும் தெரியவில்லை.

அதற்குப் பிறகு அவரைப் பார்த்தது சில வருடங்களுக்குப் பிறகுதான். பாண்டிச்சேரியில் வங்கி ஊழியர் சம்மேளன மாநாட்டிற்காக சென்று இருந்தோம். சாயங்காலம் சண்டே மார்க்கெட்டிற்கு சென்ற போது அங்கு தெருவில் நின்று கூவிக் கொண்டிருந்தார். "எதையெடுத்தாலும் ரெண்டு ருபா....ரெண்டு ருபா.."

அதிர்ச்சியாய் இருந்தது. அருகில் சென்று தோளில் கைவைத்ததும் ஒரு கணம் உற்றுப்பார்த்தார். சந்தோஷத்தை மீறிய அவமானம் அவர் முகத்தில் தெரிந்தது. சட்டென சமாளித்தபடி, "ஏ.. வாப்பா..." என்றார். பக்கத்துக் கடையில் டீ சாப்பிடச் சொன்னார். சாப்பிட்டேன். பீடி பற்றவைத்துக் கொண்டார். "பையன் என்ன படிக்கிறான்" கேட்ட போது "அஞ்சு" என்றார். வியாபாரத்தைக் கவனிக்க வேண்டும் என்ற துடிப்பும் அவருக்குள் ஓடிக்கொண்டிருந்தது. கண்கள் கலங்குவதை அப்படியொரு பாவனையில் மறைக்க முயற்சித்தார்.

'வழக்கை நடத்தியிருக்கலாம்' என்று மெல்லச் சொன்ன போது "ஆமாம்...நடத்தி..." என்று அழுதார். "இல்ல, கேஸ் நமக்குச் சாதகமாகவும் வாய்ப்பிருக்கு" சொன்னவுடன் லேசாய் சிரித்தார். "அவங்க என்னத் தண்டிச்சு ஒழுக்கத்தக் காப்பாத்திக்கிடட்டுமப்பா. விடு" என்றார். அதற்கு மேல் அவரோடு பேச முடியவில்லை.

அந்த வார்த்தைகள் ஆனால் ஒலித்துக் கொண்டே இருந்தன. இந்த அமைப்பு ஒழுக்கமாக தன்னை காட்டிக் கொள்வதற்கு ஒரு பலிபீடம் வைத்திருக்கிறது. அதில் மெய்யப்பன்களின் தலைகளே உருளுகின்றன. ஒழுக்கத்தின் காவலர்கள் அந்தத் தலைகளை கோர்த்து மாலையாக்கி போட்டுக்கொண்டு உபதேசம் செய்து கொண்டிருக்கின்றனர். அமைப்பையும், ஒழுக்கத்தையும் காலில் போட்டு மிதிப்பவர்கள் எந்த கூச்ச நாச்சமுமில்லாமல் காமிராக்களுக்கு போஸ் கொடுக்கிறார்கள். சிரிக்கிறார்கள். கோடி கோடியாய் கொள்ளையடித்தாலும் அவர்களுக்கு இங்கே மகிமை இருக்கிறது. நாட்டையே கபளிகரம் செய்தாலும் மரியாதை இருக்கிறது. சுப்ரீம் கோர்ட்டையும் தாண்டிய செல்வாக்கு இருக்கிறது. நடத்தை விதிகள் என்பது இங்கே கீழே உள்ளவர்களுக்காக மட்டுமே விதிக்கப்பட்டிருக்கின்றன. அரசன், தெய்வம், நீதி எல்லாம் சாமானியர்கள் அஞ்சுவதற்காகவும்,

பூஜிப்பதற்காகவும் மட்டுமே உருவாக்கப்பட்டவையாக இருக்கின்றன.

சாதாரண, எளிய மனிதர்கள் தவறு செய்யவும், ஒழுக்கம் தவறவும் இந்த வாழ்க்கை நிர்ப்பந்திக்கிறது. கஷ்டங்களைக் கொடுக்கிறது. ஆனாலும் அரிச்சந்திரனாய் இருக்க வேண்டும் என போதிக்கிறது. பலியிடப்பட்ட மெய்யப்பன்களை சாட்சியாக வைத்து ஒழுக்கத்தை பறைசாற்றிக் கொள்கிறது. ஒழுக்கம் கெட்டவர்களே ஒழுக்கத்தைப் பற்றி சத்தம் போட்டு பேசுகிறார்கள். ஒழுக்கமும் எல்லோருக்கும் சமமானதுதான் என்னும் பிரக்ஞையற்ற மனிதர்களாய் வாழ்ந்து கொண்டிருக்கிறோம். ஒழுக்கம் என்பது கீழிலிருந்து மேல் செல்வது அல்ல. மேலிருந்துதான் கீழே வரவேண்டும்.

இந்த கம்ப்யூட்டர் பேப்பர்களை இந்தக் கடைநிலை ஊழியர்தான் எடுத்தார் என்பதற்கு எந்த ஆதாரமும் இல்லை. அப்படியே எடுத்திருந்தாலும், அந்த அளவுக்கு அவனுக்கு என்ன நெருக்கடி என அவன் வாழ்க்கையைப் பற்றி யோசிக்கிற மனது யாரிடம் இருக்கிறது?

எந்த தயக்கமுமில்லாமல் நாங்கள் அந்த தற்காலிக ஊழியருக்காக பேச்சுவார்த்தை நடத்த பொதுமேலாளரின் அறைக்குள் நுழைந்தோம்.

11

அழக்கூட திராணியற்றவர்கள்

"**உ.பி** மாநிலத்தின் லக்னோவைச் சேர்ந்தவர். மத்திய பீகார் கிராம வங்கியில் பணிபுரிபவர். பெயர் வினோத் ஸ்ரீவத்சவா. இராமேஸ்வரத்துக்கு டூர் சென்றபோது விபத்து நடந்தது. அவரது மனைவி அங்கேயே இறந்துவிட்டார். இரண்டு மகள்களும், ஒரு மகனும் அவரும் மதுரை ஏர்போர்ட்டில் இருந்தார்கள். உடனடியாகச் சென்று அவர்களுக்கு உதவி செய்யுங்கள்" இதுதான் *31.8.2011* காலை *8* மணிவாக்கில், பீகார் மாநிலத்தைச் சேர்ந்த அர்விந்த் சின்ஹா எங்களிடம் சொன்ன தகவல். எங்கள் அகில இந்திய சங்கத்தின் பீகார் மாநிலச் செயலாளர். திருச்சியில் எங்கள் சங்கத்தின் மாநிலக்குழு கூட்டத்திற்கு நாங்கள் சென்று கொண்டு இருந்த வேளை அது. மதுரையில் வசிக்கும் எங்கள் சங்கத்தோழர்கள் தோழர்.சுரேஷ்பாபுவிடமும், சாமுவேல் ஜோதிக்குமாரிடமும் உடனடியாக இந்த விஷயத்தைச் சொன்னோம்.

தோழர்கள் இருவரும் ஏர்போர்ட்டுக்கு சென்றபோது பெரும் துயரத்தில் அலைக்கழிந்தவர்களாய் அவர்கள் இருந்திருக்கிறார்கள். வினோத் ஸ்ரீவத்சவாவுக்கு ஐம்பது வயதுக்கு மேலிருந்திருக்கிறது. இருபது வயதையொட்டி இரண்டு பெண்களும், ஒரு பையனும் கூடவே என்ன செய்வதென்று தெரியாமல் பரிதாபமாய்த் தவித்தபடி காட்சியளித்திருக்கிறார்கள். எல்லோர் உடலிலும், தலையிலும் ரத்தக் காயங்களும், மருத்துவக் கட்டுக்களுமாய் இருந்திருக்கின்றன. கொஞ்சம் தள்ளி ஆம்புலன்சில் அவரது அருமை மனைவியின் உடல். ஏர்போர்ட்டில் இருந்தவர்கள் அங்கங்கே நின்று 'ஐயோ'வென பார்த்துக்கொண்டு மட்டும் இருந்திருக்கிறார்கள்.

ஆம்புலன்ஸ் டிரைவர்தான் எல்லாவற்றையும் சொல்லியிருக்கிறார். முந்தைய நாள் அதிகாலையில் இராமநாதபுரம் அருகே சத்திரக்குடியில் விபத்து நடந்திருக்கிறது. அங்கிருந்து இராமநாதபுரம் அரசு மருத்துவமனைக்கு கொண்டு செல்லப்பட்டு, அவசர சிகிச்சை பெற்று, இறந்த மனைவியின் உடலை வாங்கிக் கொண்டு லக்னோ செல்ல ஏர்போர்ட்டுக்கு வந்திருந்தார்கள். "பைத்தியம் பிடிச்ச மாரி இருக்காங்க. ஒண்ணும் சாப்பிடக்கூட இல்ல சார் அவங்க" என்று சொன்னாராம் டிரைவர்.

மொழி தெரியாத, பழகிய முகங்கள் அற்ற உலகில் அவர்கள் தங்கள் ஆற்ற முடியாத வலிகளோடு அழக்கூட திராணியற்றவர்களாய் தனித்து விடப்பட்டிருந்தனர். அருகில் சென்று, “நாங்க பாண்டியன் கிராம வங்கியில் பணிபுரிகிறோம். யூனியன் ஆட்கள். அர்விந்த சின்ஹா சொன்னார்” என்று சாமுவேல் ஜோதிக்குமாரும், சுரேஷ் பாபுவும் அறிமுகப்படுத்திக் கொண்டபோது, எழுந்து நின்றிருக்கிறார் வினோத் ஸ்ரீவத்சவா. கைகளைப் பற்றிக்கொண்டு, அதற்கு மேல் ஒன்றும் பேச முடியாமல் இருந்திருக்கிறார். அவருக்கு ஒரு கண் அருகே சிதைந்து வீங்கியிருந்திருக்கிறது. அவரது மகள்களும், மகனும் ஏறிட்டுப் பார்த்துவிட்டு நிலைகுத்திப்போய் இருந்திருக்கிறார்கள். மகனுக்கு நெற்றிப் பொட்டில் காயம். மூத்த மகளுக்கும் தலையில் காயம். அங்கங்கே ரத்தத் திட்டுக்கள்.

சுரேஷ்பாபு காண்டீன் சென்று டீக்களும், வடைகளும் வாங்கிக் கொண்டு வந்து, முதலில் இதைச் சாப்பிடுங்கள் என்று சொல்லியிருக்கிறார். அவர்களால் அந்த வடையை மெல்ல முடியவில்லை. தாடைகளை சரியாக அசைக்க முடியாமல் வலித்திருக்க வேண்டும்.

தங்களைப் பிடித்து உலுக்கி, கட்டியழுது, அவர்களின் கைகளையும், உடலையும் தாங்கிப் பிடித்து, கூடவே இருந்து ஆதரவு தரக்கூடிய சொந்த மனிதர்களும், மண்ணுமே அவர்களுக்கு அப்போது தேவை. “லக்னோவுக்கு போகவேண்டும் ஹெல்ப் செய்யுங்கள்” என்றிருக்கிறார் வினோத். அவரது இரண்டாவது பெண் பூஜா அடிக்கடி ஆம்புலன்ஸ் அருகே சென்று, தனது அம்மாவைப் பார்த்துக்கொண்டு இருந்திருக்கிறாள்.

சாமுவேல் ஜோதிக்குமாரும், சுரேஷ் பாபுவும் ஆக வேண்டிய காரியங்களைப் பார்க்க ஆரம்பித்திருக்கின்றனர். பெராமவுண்ட், கிங் ஃபிஷ்ஷர் போன்ற தனியார் நிறுவனங்கள் எதுவும் இறந்த உடலைக் கொண்டு செல்ல முடியாது என கைவிரித்து விட்டன. இந்தியன் ஏர்லைன்ஸ் விமானத்தில் கார்கோவில் கொண்டு செல்ல முடியும் என்றனர். கூட இருப்பவர்கள் யாரென்று கேட்டனர். “நான்கு பேர்” என்று சொல்லி அவர்களை சாமுவேல் அழைத்துக் காட்டியிருக்கிறார்.

அவர்களது ரத்தக் காயங்களைப் பார்த்ததும், விமான நிலையத்தில் பயந்து விட்டனர். “மேலே விமானம் செல்லும்போது, காற்று அழுத்தம் கூடும். இவர்களின் உயிர்களுக்கு ஆபத்து வந்துவிடக் கூடாது” என்று சொல்லி, மெடிக்கல் ஃபிட்னஸ் சர்டிபிகேட்

வேண்டும் என்று சொல்லியிருக்கிறார்கள். "மதியம் ஒண்ணே கால் மணிக்கு ஃபிளைட். பனிரெண்டரைக்குள் வாருங்கள்" என அவசரப்படுத்தியிருக்கின்றனர். அப்போதே மணி பதினொன்றை நெருங்கியிருந்தது.

ஏர்போர்ட்டிலேயே ஆஸ்பத்திரி ஒன்று இருந்திருக்கிறது. அங்கு சென்று விசாரித்திருக்கிறார்கள். ஸ்கேனிங் வசதி இல்லையெனச் சொல்லி, சர்டிபிகேட் தர முடியாது என்று கைவிரித்துவிட்டார்கள். மதுரைக்குள் செல்ல வேண்டுமென்றால் பல கி.மீக்கள் செல்ல வேண்டும். சாமுவேல் தனக்குத் தெரிந்த டாக்டர் ஒருவருக்கு போன் செய்து பேசிவிட்டு, அந்த ஆம்புலன்சில் அனைவரையும் அழைத்துக்கொண்டு சென்றிருக்கிறார். மங்காத்தா ரசிகர்களும், ரம்ஜான் கொண்டாட்டங்களுமாய் இயங்கிக் கொண்டு இருந்த சாலைகளில் சென்ற மூடப்பட்ட ஆம்புலன்சுக்குள் அந்தக் குடும்பம் நிலைகுலைந்து உட்கார்ந்திருக்கிறது. தேவையான பரிசோதனைகள் செய்து, ரத்தக் காயங்களைத் துடைத்து, சிகிச்சையளித்து, சர்டிபிகேட் தந்திருக்கிறார் டாக்டர். ஏர்போர்ட்டுக்குத் திரும்பியபோது மணி பனிரெண்டரையை தாண்டிவிட்டதாம். வழியிலேயே, சாமுவேல் ஜோதிக்குமார் ஏர்லைன்சுக்குப் போன் செய்து, தாங்கள் வருவதாகவும், நான்கு டிக்கெட்டுகள் வேண்டும் என்பதையும் திரும்ப ஒருமுறை நினைவுபடுத்தி இருந்திருக்கிறார்.

சர்டிபிகேட்களை சரிபார்த்த பிறகு, ஏர்லைன்ஸில் சொன்ன டிக்கெட்டுகளின் விலை தாறுமாறாயிருந்திருக்கிறது. சென்னக்கு செல்ல மட்டுமே ஏறத்தாழ ரூ.65000! ரம்ஜான் என்றதால் இதர டிக்கெட்டுகள் புக்காகியிருக்க, எமர்ஜென்ஸியில்தான் புக் செய்ய முடியும் எனவும், ஒரு டிக்கெட்டின் விலை ரூ.11000 எனவும், கார்கோவில் உடலைக் கொண்டு செல்ல தனி சார்ஜ் எனவும் ஏதேதோ கணக்குகள் சொல்லியிருக்கிறார்கள். வினோத் ஸ்ரீவத்சவா தன்னிடம் எவ்வளவு இருக்கிறது என்றால் சொல்லத் தயங்கியிருக்கிறார். எவ்வளவு பணம் தேவைப்படும் என்று சொன்னால், தான் ஏற்பாடு செய்வதாகவும் சாமுவேல் ஜோதிக்குமார் அவரிடம் சொன்னலும், அவர் விழிபிதுங்கி செய்வதறியாமல் நின்றிருக்கிறார். பிறகு மெல்ல ரூ.60000 போல இருப்பதாகச் சொன்னாராம். அவரது குழந்தைகள் கண்கள் கலங்கி அப்படியே உட்கார்ந்திருக்கிறார்கள்.

இறந்த அம்மாவின் உடலோடு, இரண்டாவது மகள் பூஜா உடனடியாக லக்னோ செல்வது எனவும், மற்ற மூவரும் அடுத்த ஃபிளைட்டில் டெல்லி சென்று, அங்கிருந்து லக்னோ செல்வது

எனவும் சாமுவேல் ஜோதிக்குமாரும், சுரேஷ்பாபுவும் சொல்லிப் பார்த்திருக்கிறார்கள். "நான்கு பேர் வருவதாகச் சொன்னதால்தான் நிலைமை கருதி, விமானத்தை நிறுத்தி வைத்ததாகவும், சொன்னபடி நான்கு பேரும் ஒரே ஃபிளைட்டில் செல்ல வேண்டுமென அதிகாரிகள் பிடிவாதம் பிடிக்க, சாமுவேல் அவர்களோடு கடுமையான வாக்குவாதம் செய்ய ஆரம்பித்திருக்கிறார். கூடி நின்று பார்த்துக்கொண்டு இருந்தவர்களும் ஆதரவு தெரிவிக்க, கடைசியில் அதிகாரிகள் ஒப்புக்கொண்டு இருக்கின்றனர்.

இறந்த உடலையும், மற்ற நான்கு பேரையும், அவர்களது சிதறிக்கிடந்த லக்கேஜ்களையும் அதிகாரிகள் சோதனை செய்ய ஆரம்பித்திருக்கிறார்கள். "நீங்க யாரும் சாப்பிடல. தயவு செய்து விமானத்தில் கொடுக்கும் ஸ்னாக்ஸையும், டீயையும் சாப்பிட வேண்டும்" என தோழர்.சுரேஷ்பாபு கேட்டுக்கொண்டிருக்கிறார். அதற்கு மேல் விருந்தினர்கள் செல்ல முடியாத பகுதி வந்ததும், மூத்த மகள் மோனிகா சட்டென்று சாமுவேல் ஜோதிக்குமாரின் கால்களில் விழுந்து ஓவென்று வெடித்து குலுங்கியிருக்கிறார். வினோத் ஸ்ரீவத்சவா சுரேஷ்பாபுவைக் கட்டிப்பிடித்துக்கொண்டு "நீங்க எல்லாம் யார் சார். எங்கிருந்து வந்தீங்க சார். எங்களுக்கு ஏன் சார் ஹெல்ப் பண்ணனும் ? நீங்க வரவில்லையென்றால் எங்கள் நிலமை என்ன சார்" என்று கதறி அழுதிருக்கிறார்.

ஏர்போர்ட்டில் இருந்த அனைவரும் இந்தக் காட்சியைப் பார்த்து உறைந்துபோக, சாமுவேல் ஜோதிக்குமார் சுதாரித்து, அவர்களை எழுப்பி, "இதுல என்ன இருக்கு சார். எங்களால் இதுதான் முடியும். உங்க துயரம் அவ்வளவு பெரியது. நாம எல்லாம் மனுஷங்கதானே" என்று சொன்னாராம். வினோத் ஸ்ரீவத்சவா கண்ணீர் பெருக விடைபெற்றிருக்கிறார்.

சாமுவேல் ஜோதிக்குமாரும், சுரேஷ் பாபுவும் வெளியே வந்து காண்டீனில் டீக்குடித்து அமைதியாக நின்றிருக்கிறார்கள். விமானம் புறப்பட்டு வானில் பறந்ததை பார்த்த பிறகு, திருச்சியில் இருந்த எங்களுக்குப் போன் செய்து, "அவர்களை லக்னோ அனுப்ப ஏற்பாடு செய்துவிட்டோம். இறந்த அம்மாவின் உடலோடு இரண்டாவது மகள் பூஜாவை ஏற்றிக்கொண்டு ஒரு விமானம் சென்றுவிட்டது. அடுத்த விமானத்தில் வினோத் ஸ்ரீவத்சவாவும், அவரது மூத்த மகளும், பையனும் செல்ல இருக்கிறார்கள்." என்று சொல்லிக் கொண்டு வந்தவர் "தோழா! தாங்க முடியல" என்று குரல் உடைந்து அழ ஆரம்பித்தார்.

❑

12

பசி

அன்று காலை வேலைக்குச் சென்றபோது, மெயின்ரோடே வழக்கத்துக்கு விரோதமானதாயிருந்தது. மனித நடமாட்டங்கள் அவ்வளவாக இல்லை. வாகனப் போக்குவரத்து சுத்தம். தூரத்தில் இருந்து பார்க்கும்போதே பஸ் நிறுத்தம் அருகேத் தெரிந்த கூட்டமும், எழும்பிய சத்தங்களும் பதற்றம் கொண்டவையாக இருந்தன. திரும்பவும் எதாவது ஜாதிக்கலவரமோ என்றுதான் முதலில் ஓடியது.

பக்கத்தில் செல்ல செல்ல, எதோ யுத்தக்களம் போலக் காட்சியளித்தது. சைக்கிள் ரிக்சாக்கள் அங்குமிங்கும் தலையறுக்கப்பட்ட கோழிகள் போலக் கிடந்தன. குறுக்கும் நெடுக்குமாக வேன்களும், மினி லாரிகளும் நிறுத்தப்பட்டு இருந்தன. காக்கிச்சட்டைகளாய்த் தெரிந்தன. இன்னொரு பக்கம் கோபத்தோடும், வேகத்தோடும் சி.ஐ.டி.யூ தோழர்கள் நின்றிருந்தனர். ரிக்சா தொழிலாளர்கள், வேன் மற்றும் மினி லாரி ஒட்டுனர்கள், சுமை தூக்கும் தொழிலாளிகள் எல்லோரும். நடுவில் சி.பி.எம் நகரச் செயலாளர் தோழர் பாலசுப்பிரமணியம் இருந்தார். தெரிந்த முகங்கள்தாம். என்னைப் பார்த்ததும் ரிக்சா ஓட்டும் முனியன் அருகில் வந்தார். அவர் மூலம்தான் தெரிந்தது.

சுமை தூக்கும் தொழிலாளர்களுக்கான கூலி உயர்வுப் போராட்டம் இரண்டு நாளாய் நடந்துகொண்டிருந்தது. தோழர் பாலசுப்பிரமணியம் தொடர் உண்ணாவிரதம் இருந்தார். அன்று காலையில் தாசில்தார் முன்னிலையில் பேச்சுவார்த்தை என தோழர்கள் போயிருக்கிறார்கள். அங்கு சப்-இன்ஸ்பெக்டர் முறைப்பாக பேசியதோடு இல்லாமல் வெளியே வந்தபிறகு தோழர்.பாலசுப்பிரமணியத்தை சட்டையைப் பிடித்து அடிக்கப் போயிருக்கிறான். விஷயம் கேள்விப்பட்டதும், பஸ் ஸ்டாண்டில் இருந்த தங்கள் ரிக்சாக்களை சாலையின் குறுக்கே நிறுத்தி மறியல் செய்திருக்கின்றனர் தோழர்கள். போலீஸ்காரர்கள் வந்து ரிக்சாக்களை அப்புறப்படுத்துகிறோம் என தாறுமாறாய் தூக்கி எறிந்திருக்கின்றனர். ஆத்திரமடைந்த வேன் ஒட்டுனர்த் தோழர்கள் தங்கள் வாகனங்களை பஸ் ஸ்டாண்ட் வழியாகச் செல்ல முடியாமல் அடைத்து நிறுத்திவிட்டனர். இதுதான் நடந்திருந்தது.

“வாங்க போலிஸ் ஸ்டேஷனுக்குப் போவோம். அங்க போய் முற்றுகையிடுவோம். கலெக்டர் வரட்டும். சப்-இன்ஸ்பெக்டர் மன்னிப்பு கேக்கணும். ரிக்சாக்களுக்கு இழப்பீடு தரணும்” என்று கூட்டமாக அவர்கள் செல்ல ஆரம்பித்தனர். பஸ் ஸ்டாண்ட் அருகேதான் எங்கள் வங்கி அலுவலகம். கேஷ் கீ என்னிடம் இருந்தது. டீ குடித்துவிட்டு வேலைக்குச் செல்வோம் என கடைக்குச் சென்றேன். ஜே ஜே என்று வழக்கமாய் இருக்கும் கூட்டம் அங்கு இல்லை.

“திமிரு பிடிச்சவங்க. உடனே வண்டிய வந்து நிப்பாட்டிறானுங்க. ரோடு இவங்க அப்பனுக்காச் சொந்தம். இப்ப பாருங்க பஸ்ஸெல்லாம் பைபாஸ் சுத்திப் போ வேண்டியிருக்கு. இவனுங்களால எவ்வளவு பேருக்குக் கஷ்டம்” என்று கத்திக்கொண்டு இருந்தார் டீக்கடைக்காரர். சிகரெட் குடித்துக் கொண்டிருந்த ஒரு டீசண்ட் பேர்வழி “இந்த ரிக்சாக்காரங்க பண்ற அநியாயம் தாங்க முடியல. பஸ் ஸ்டாண்டச் சுத்தி எந்நேரமும் கஞ்சா அடிச்சுக்கிட்டு, வம்பளந்துக்கிட்டு..” என்று கோபங்களை நீட்டிக்கொண்டு இருந்தார்.

வேர்க்க விறுவிறுக்க சாலைகளிலும், தெருக்களிலும் ரிக்சா அழுத்திச் செல்லும் அவர்களின் வாழ்க்கை பற்றி அவனுக்கு என்ன தெரியும். காலையில் எங்களது பக்கத்து வீட்டுக் குழந்தைகளை பள்ளிக்கு அழைத்துச் செல்ல வரும் முனியன் அந்தக் குழந்தைகளுக்கு ஷூ ஷாக்ஸ் அணிந்து ரிக்ஷாவில் தூக்கி வைப்பதையும், மூக்குச் சளி பிடித்து தன் லுங்கியில் துடைத்துக் கொள்வதையும் அவன் பார்த்திருப்பானா? கஷ்டமாகவும், எரிச்சலாகவும் இருந்தது. யோசித்தபடியே வங்கிக்கு சென்றேன்.

வேலையில் இருந்தாலும் அவ்வப்போது வங்கியில் இருந்து வெளியே வந்து, என்ன நடந்தது என்று விசாரித்துக்கொண்டு இருந்தேன். எல்லோரும் போலீஸ் ஸ்டேஷன் முன்னால் உட்கார்ந்திருக்கிறார்கள் என்பது மட்டும் தெரிய வந்தது. முதலில் கலெக்டர் வருவார் என்றார்கள். பிறகு வரவில்லை என்றார்கள். சிதறிக்கிடந்த ரிக்சாக்களும், வேன்களும் அப்படி அப்படியேக் கிடந்தன. நேரம் ஆகிக்கொண்டிருந்தது.

மதியம் பனிரெண்டு மணி போல இருக்கும். முனியன் மட்டும் அந்த டீக்கடை முன்பு அவருடைய ரிக்சாவை தூக்கி நிறுத்தி சரி செய்து கொண்டிருப்பதைப் பார்த்தேன். பக்கத்தில் இரண்டு மூன்று தோழர்கள் அவரிடம் எதோ வாக்கு வாதம் செய்துகொண்டிருந்தனர். அருகில் சென்றேன்.

“தோழர், கொஞ்சம் பொறுங்க. பேசிக்கிட்டு இருக்கோம். அதுவரைக்கும் ரிக்சாவை எடுக்காதீங்க” என்றனர். முனியன் ஒன்றும் பேசாமல் அவர் காரியத்தில் கவனமாயிருந்தார். “இப்படி ஆள் ஆளுக்கு வண்டியெடுத்தா, நம்ம போராட்டம் என்னாவது? சங்கத்தோட முடிவை நீங்களே மீறலாமா?” என்று ஒருவர் முனியனின் கைகளைப் பிடித்தார்.

சட்டென்று அவரது கையை சுண்டிக்கொண்டு, “தோழர், காலைல பிள்ளைங்கள ஸ்கூல்ல விட்டுட்டு வந்திருக்கேன். மத்தியானம் சாப்பாட்டுக்கு அதுங்க காத்திட்டிருக்கும். நாம் போகலன்னா என்ன செய்யும். பாவம் அந்தக் குழந்தைங்க. நா வேண்ணா ஒரு நா இல்ல ரெண்டு நா இல்ல எத்தன நாள்னாலும் இந்தப் பாழாப்போன வயித்தோட காத்துக்கிட்டு இருந்துருவேன்” என்று தன் வயிற்றில் சடாரென ஓங்கி அடித்துக்கொண்டார். சுற்றியிருந்த தோழர்கள் பேசமுடியாமல் அமைதியானார்கள். “குழந்தைங்க ஒருநாளும் பசியோட காத்துட்டு இருக்கக் கூடாது” என்று கண்ணெல்லாம் பொங்க குரல் உடைந்து போனார்.

கழன்ற சைக்கிள் செயினை மாட்டி புறப்படப் போனவர் நின்றார். ஹாண்ட் பாரில் வளைந்து நெளிந்திருந்த இரும்புத்தகடாலான, சிவப்பு வண்ண அரிவாள் சுத்தியல் சின்னத்தை சரி செய்து, ரிக்சாவில் ஏறிக் கொண்டார். ஆற்ற முடியாத எதுவோ ஒன்று என்னை அழுத்தியது. பார்த்துக்கொண்டிருந்த அந்த டீக்கடைக்காரரின் முகத்திலும் வலி தெரிந்தது. நீண்ட சாலையில் சென்று கொண்டிருந்தார் முனியன்.

❑

13

அம்மாவின் பாட்டும் சிரிக்கும் எனது எழுத்துக்களும்

மேடையில் ஐந்தாறு பேர் போல இருந்தார்கள். நடுவில் கனகம்பீரமாக எல்லோரையும் பார்த்தபடி மணிவிழா நாயகர் . ஒரு அரசியல்வாதியாகவோ, இலக்கியவாதியாகவோ, தொழில் அதிபராகவோ வைத்துக் கொள்ளுங்கள். தனது அறுபது வருடங்களில் பூவுலகில் அவர் செய்த மகத்தான காரியங்களுக்காக கௌரவப்படுத்த நிகழ்ச்சி ஏற்பாடு செய்யப்பட்டு இருந்தது. மாலைகளும், பொன்னாடைகளும் வாழ்த்துக்களாய் குவிந்திருந்தன. சொந்தக்காரர்கள், நண்பர்கள், அபிமானிகள் என்று நிறையபேர் அந்த மண்டபத்தில் கூடி இருந்தார்கள்.

ஒருவர் பின் ஒருவராக அவரது குணநலன்களை, இரக்க சுபாவத்தை, தாராள மனதை தங்கள் நினைவுகளிலிருந்து எடுத்து வந்து ஒலியில் பெருக்கி கொண்டிருந்தனர். மணிவிழா நாயகர் சிலநேரம் லேசாய் சிரிப்பார். சிலநேரம் தீவிர யோசனையில் இருப்பார். தான் என்னவெல்லாம் பேசுவது என்ற சிந்தனையில் அவர் அப்போது மூழ்கியிருக்க வேண்டும். கொஞ்சநேரம் அருகில் உட்கார்ந்திருந்த அவரது வாழ்க்கைத் துணைவியார் பிறகு மேடையில் இல்லை. வந்திருந்தவர்களை வரவேற்க, உபசரிக்க என பல வேலைகள் அந்த அம்மாவிற்கு இருந்தன. போகிற போக்கில் இரண்டு பேர் அந்த அம்மாவைப் பற்றியும் பேசினார்கள். 'ஒவ்வொரு ஆணின் வெற்றிக்கும் பின்னால் ஒரு பெண் இருக்கிறாள்' என்ற மிக வழக்கமான வார்த்தைகளோடு சொல்லிக் கொண்டனர். முக்கியமான அந்தக் கட்டத்தில் அந்த அம்மாவை காமிராவில் பிடித்துவிட வீடியோ கிராபர் தேடியபோது, தொலைவில், கூட்டத்தின் பின்னால் அழுது கொண்டிருந்த ஒரு குழந்தைக்கு சாக்லெட் கொடுத்து சமாதானப்படுத்திக் கொண்டிருந்தார்கள்.

மணிவிழா நாயகர் அந்த அம்மாவைப் பார்த்து மேடையில் இருந்தபடியே தனது அருகே வந்து அமரும்படி சைகை காட்ட கூட்டம் லேசாய் சிரித்து சலசலத்தது. கொஞ்சம் வெட்கப்பட்டு மெல்ல வந்தார்கள். எல்லோரும் தன்னை வானளாவ புகழும்போது

அதைக் கவனியாமல் இவள் என்ன செய்து கொண்டிருக்கிறாள் என்று ஒரு கோபம் உள்ளுக்குள் அவருக்கு ஓடியது போலத் தோன்றியது. இப்போதாவது தன்னை இவள் முழுமையாக புரிந்து கொள்ளட்டும் என்று நினைத்திருக்கலாம். அந்த அம்மாவுக்குள் என்ன ஓடிக்கொண்டிருந்தது என்பது அவர்களுக்கு மட்டுமே தெரிந்திருக்கும்.

இந்தக் காட்சிகளை பார்த்துவிட்டு வந்த பிறகு ஒன்று தோன்றியது. இந்த மணிவிழாக்களெல்லாம் ஆண்களை மையமாக வைத்து மட்டுமே கொண்டாடப்படுகின்றன. பெண்களின் அறுபது வயது என்பது முக்கியமற்றதா? வாழ்வில் அவர்களுக்கு பங்களிப்பு இல்லையா? அவர்களையும் இப்படி கௌரவப்படுத்தலாமே. பக்கத்தில் அவர்களது வெற்றிக்குக் காரணமானவர்கள் என்று இந்த புருஷர்களை உட்கார வைக்கலாமே. இந்தச் சமூகம் யாரைப் பிரதானப்படுத்தி இயங்குகிறது என்பதை இந்த இடத்தில் புரிந்து கொள்ள முடிகிறது. பெண்ணுக்கு இங்கு இடமுமில்லை. பெண் ஒரு பொருட்டுமில்லை. ஆண்களுக்காகவே படைக்கப்பட்டவர்களாக நடமாடிக்கொண்டு இருக்கிறார்கள். சொந்தக் கால்களில் நிற்க அவர்களுக்கு அனுமதி இல்லை.

ஒருபுறம் அன்புக்கும், பொறுமைக்கும் அவர்களை இலக்கணமாக்கிவிட்டு இன்னொருபுறம் பலவீனமானவளாகவும், சுயபுத்தியற்றவளாகவுமே பெண்கள் இந்த சமூகத்தால் கற்பிக்கப்பட்டு வருகிறார்கள். இந்த முரண்பாட்டில்தான் பெண்களுக்கான சிறைகள் அரூபங்களாய் உருவாக்கப்பட்டு இருக்கின்றன. கழுத்தில் கயிறு கட்டப்பட்ட நாயின், மாட்டின் தலையை வருடிக் கொடுக்கிற சமூகம் இது.

பெண்களை வெறும் உடலை வைத்து அளக்கப் பழகிய ஆண்மக்கள் இன்னமும் அவர்களின் உலகத்துக்குள் நுழையாமலேயே இருக்கிறார்கள். அவர்களின் பெரிய பெரிய பிரச்சினைகளைக் கூட புரிந்து கொள்ள வேண்டாம். சின்னச் சின்ன தவிப்புகளை ஆண்கள் அறிந்திருக்கிறோமா என்று தெரியவில்லை. அவசரத்தில் அவ்வளவு சுறுசுறுப்பான மவுண்ட் ரோட்டில் சட்டென்று ஒதுங்கி சிறுநீர் கழிக்கும் ஆண்களுக்கு அவை புரிந்திருக்க வாய்ப்பில்லை.

பெண்களின் இதயத்தை காலம் காலமாக இந்த ஆண்கள் ஏமாற்றி ஏமாற்றித்தான் தொட முயல்கிறார்கள். காதலாயிருந்தாலும், கல்யாணமாயிருந்தாலும் பெண்கள் மிக விரைவில் தாங்கள் ஏமாற்றப்பட்டு விட்டோம் என்று புரிந்து கொள்கிறார்கள். தனக்குள் நிறைந்திருக்கும் பூக்களை, பறவைகளை, புல்வெளிகளை

அறியமுடியாத தன் ராஜாவை நினைத்து சிரிக்கவா, அழவா என்று தெரியாமல் காலத்தை எதிர்கொள்கிறார்கள். ராஜாக்கள் தலை நிமிர்ந்து ஊர்பூராவும் நடந்து கொண்டு இருக்க, பெண்கள் எல்லாவற்றையும் புதைத்துக் கொண்டு சிரிக்க, பேச, சமைக்க என்று வாழுகிறார்கள். குழந்தைகள்தான் அவர்களுக்கு கிடைத்த ஆறுதல்.

அம்மாவின் பாட்டில் உள்ள சோகம் இருபது வயதுக்கு மேல்தான் எனக்குத் தெரிந்தது. அம்மா நன்றாகப் பாடுவார்கள். பாட்டு வாத்தியாரை வைத்து சின்ன வயதில் படித்திருக்கிறார்கள் என்பது முக்கியமான விஷயமாக சொல்லப்பட்டு இருந்தாலும் அழுத்தமாக மனதில் பதிந்திருக்கவில்லை. எப்போதும் பாட்டு பாடிக்கொண்டு இருப்பார்கள். துணி துவைக்கும் போதும் பாட்டு. சமைக்கும் போது பாட்டு. கோலம் போடும்போது பாட்டு. 'கிருஷ்ணா முகுந்தா முராரே... ஜெய கிருஷ்ணா முகுந்தா முராரே', 'கொஞ்சும் புறாவே நெஞ்சோடு நெஞ்சாய்..ஜகமெங்கிலும்' என்று பாட்டுக்கள் வீட்டில் நிறைந்திருக்கும். அப்படி ஒரு ராகம் சுற்றி இருக்கிற பிரக்ஞை அற்று காலம் ஓடியிருந்திருக்கிறது என்பது வெகுகாலம் கழித்துத்தான் புரிந்தது.

வேலையில் சேர்ந்து அம்மாவை விட்டுப் பிரிந்து தூரத்தில் போன பிறகு ஒருதடவை லீவில் வீட்டிற்கு சென்றிருந்தேன். ஒரு மத்தியான நேரம். திடுமென எனக்குத் தோன்றியது. அம்மா அருகில் போய் உட்கார்ந்து 'அம்மா ஒரு பாட்டு பாடுங்க' என்றேன். அம்மா ஆச்சரியமாய் என்னை பார்த்தார்கள். 'என்னம்மா ஒரு பாட்டு பாடுங்க... தானா எவ்வளவு பாட்டு பாடுவீங்க.. இப்போ பாடுங்க. கேட்டு ரொம்ப நாளாச்சு" என்றேன். பார்த்துக் கொண்டிருந்த அம்மா பொல பொலவென அழுதார்கள். பிரிவினால் அம்மாவின் மீது எனக்குள்ள ஏக்கத்தை புரிந்து கொண்டிருக்க வேண்டும் என நினைத்து அவர்களை "என்னம்மா இது" என தேற்றினேன். அம்மா என் தலையை வருடிக் கொண்டே "ஒங்க அப்பா ஒரு நாளு கூட இப்படிக் கேட்டதில்ல" என்று அழுதார்கள். நான் உறைந்து போனேன். அம்மாவுக்குள் இன்னும் எத்தனை பாட்டுக்கள் ஒளிந்திருந்திருக்குமோ.

அம்மாக்களின் சோகம் காலம் காலமாய் வீடுகளுக்குள் அடர்த்தியான மௌனமாய் நிறைந்து கிடக்கிறது. பாவப்பட்ட ஜென்மமாய், எதையோ இழந்து போனவர்களாய் பெருமூச்சு விட்டுக்கொண்டிருக்கிறார்கள். அடையாளம் மறுக்கப்பட்ட இந்த உயிர்களின் வேதனையை இங்கு யாரும் உணர்வதேயில்லை.

எல்லாம் மிக இயல்பான ஒன்றாய் ஏற்றுக் கொண்டு வாழ்க்கை ஓடிக்கொண்டு இருக்கிறது. பெண்கள் தங்கள் குழந்தைகளிடம் புலம்பிக் கொண்டே இருக்கிறார்கள். குழந்தைகளும் அவர்களை ஏமாற்றுகிறார்கள். இந்த விஷயத்தில் அம்மாவின் குழந்தைகளாய் அவர்கள் இருக்கவில்லை. சமூகத்தின் குழந்தைகளாகவே இருக்கின்றனர். ஆண். பெண். அவ்வளவுதான்.

இதை எழுதிக் கொண்டு இருக்கும் போதே பாத்ரூமிலிருந்து பையன் சத்தம் போட்டது கேட்டது. நானும் தொடர்ந்து குரல் எழுப்பினேன். "அம்மு... பாத்ரூமிலிருந்து நிகில் கூப்பிடுறான். போய்ப் பாரு " என்றேன்.

"என்னங்க ரன்னிங் கமெண்ட்ரியா கொடுக்கிறீங்க. நா சமையல்ல இருக்கேன்ல. நீங்க போய் அவன் காலக் கழுவி விடுங்களேன். நாந்தா அதச் செய்யணுமா?"

வீட்டில் அவள் மிகச் சாதாரணமாய், அமைதியான குரலில் இதைச் சொல்லிய போது அவமானமும், குற்ற உணர்வும் என்னை சட்டென்று தாக்கியிருந்தன. இது ஏன் தானாக எனக்கு உறைக்கவில்லை. இதை அவள்தான் செய்ய வேண்டும் என்ற நினைப்பு அனிச்சையாக படிந்திருக்கிறது. மௌனமாக பாத்ரூம் சென்று கால் கழுவி விட்டேன். இது போல ஒருநாளில் எத்தனை முறை அவளை எந்த சிந்தனையும் அற்று அழைத்துக் கொண்டிருக்கிறேன் என்று தெரியவில்லை. இப்படித்தான் தாத்தா ஈஸிச்சேரில் உட்கார்ந்து கொண்டு ஒரு நாளைக்கு நூறு தடவை அழைத்துக் கொண்டிருப்பார். பாட்டியும் சளைக்காமல் வந்து கொண்டே இருப்பார்கள்.

பையன் என்னைப் பார்த்துச் சிரித்தான். திரும்பி வந்து எழுத உட்கார்ந்தேன். அதுவரை எழுதியிருந்த எழுத்துக்கள் என்னைப் பார்த்து சிரித்தன.

❑

14

நினைவுகளை எப்படி போட்டோ பிடிப்பது?

முடிக்கப்பட்ட அந்த சேமிப்புக் கணக்கின் பக்கத்தை புரட்டும்போது அதிலிருந்த போட்டோவில் இருந்து சொர்னத்தாயம்மாள் நினைவுக்கு வந்தார்கள்.

ஐம்பதைத் தாண்டிய வயது. நரை கலந்த முடி ஒழுங்கற்று எனக்கென்ன என்று கலைந்திருந்தது. சாதாரணமாய் பேசும்போதே லேசாய் மூச்சிறைத்தது. எப்போதும் சின்ன சுருதியோடு அசைந்தபடி இருந்தன விரல்கள். ஒற்றை ஆளாய் குடும்பத்தை இழுத்த களைப்பு உடலிலும், மனசிலும் நிரந்தரமாக தங்கியிருந்தது.

முப்பது வருஷத்துக்கு மேலிருக்குமாம். ஒரு அதிகாலையில் கருப்பட்டி கடித்து நீத்துப்பாகத்தை குடித்துவிட்டு குருசாமி தலைக்கயிறையும், சுண்ணாம்பு கலந்த குடுவைகளையும் எடுத்துக் கொண்டு வீட்டை விட்டு கிளம்பியவர்தான். பனைமரத்திலிருந்து கீழே விழுந்து பேச்சு மூச்சற்று போனாராம். சொர்ணத்தாயம்மாள் சொல்லும்போதும் குரல் கரகரத்தது. பார்வை நிலைகுத்தியது. இரண்டு ஆண்பிள்ளைகளை வாழ்வின் அர்த்தமாகக் கொண்டு சொர்ணத்தாயம்மாள் தொடந்து சுவாசிக்க ஆரம்பித்திருக்க வேண்டும்.

ஊரிலிருந்து ஒற்றையடிப்பாதையாய் இழுத்துச் செல்லும் தேரிக்காட்டுக்குள் மூன்றுபேரின் வயிற்றுக்கான பிழைப்பு இருந்தது. முட்களும் புதர்களுமாய் அடர்ந்து கிடக்கும் உடை மரங்கள்தான் அந்த குடும்பத்திற்கு நிழல் தந்தன. காய்ந்த மரங்களை வெட்டி முள் அடித்து ஒரு சுமை கொண்டு வந்து ஊருக்குள் பானைக்காரர் வீட்டிற்கு, பட்டாணித் தாத்தா வீட்டிற்கு என்று மாற்றி மாற்றி விறகு விற்றுக் கொண்டிருந்தார் கால்களில் மாறி மாறி புண்களும், கைகளில் சிராய்ப்புகளும் இருந்தன. தேகம் முழுவதும் வெயிலும், முட்களும் பாய்ந்திருந்தன.

இரண்டு பையன்களில் மூத்தவன் பம்பாயில் கடலை மிட்டாய்க் கடையிலும், இரண்டாவது மகன் வண்டலூரில் ஒரு பலசரக்கு கடையிலும் வேலை பார்த்து கொண்டிருந்தார்கள். சொர்ணத்தாயம்மாள் அதே ஒற்றையடிப்பாதையில் நடந்து கொண்டு இருந்தார். வங்கியின் எங்கள் கிராமத்துக் கிளைக்கு,

வாரத்துக்கு இரண்டு நாள் வருவார். இருபது ருபாயோ, பதினைஞ்சு ருபாயோ போடுவார். ஒருநாளும் பணத்தைத் திரும்ப எடுத்ததே கிடையாது.

“ஏம்மா .. எதுக்கு இங்க கிடந்து சங்கடப்படுறீங்க...பேசாம எதாவது ஒரு பையங்கிட்டப் போயி இருக்க வேண்டியதுதான?” ஒருநாள் கேட்ட போது முதலில் கவனிக்காத மாதிரி இருந்தார். பணத்தை போட்டு விட்டு கிளம்பும்போது “அது வந்து தம்பி... நமக்கு இந்த மண்ணுதான் ஒட்டும். இங்கதான் இந்த கட்டை வேகணும்.” என்றார். முகம் அழுத்தமாயிருந்தது.

“இல்ல..ஒடம்பை கவனிக்க...கடைசிக் காலத்துல ஒத்தாசையா இருக்க.. பிள்ளைங்க கூட இருக்குறது நல்லாயிருக்கும்னு சொன்னேன்.”

“பாவம்யா.. எங்கயாவது அதுக நல்லாயிருக்கட்டும். நாம என்ன அவுங்கள பெரிய படிப்பா படிக்க வச்சுட்டோம். எதோ ஆளாக்கியிருக்கோம். இனும அதுக பாடு. நாம தொந்தரவா இருக்கக் கூடாது”

“நீங்க இந்தப் பணத்த எடுத்து ஒங்க காலுக்கு வைத்தியம் பாக்கலாம்ல. கொஞ்சம் சத்தான ஆகாரம் எதாவது சாப்பிடலாம்ல”

“ஆமா..இதச் சாப்புட்டுத்தான் உயிர் வாழப்போறமா. போகுறதுன்னா எப்படியும் போகும். ஆனா அம்மா ஈமச் செலவுக்குன்னு கூட எம்புள்ளைக நாளைக்கு கலங்கி நிக்கக்கூடாது. யாரையும் எதிர் பார்க்கக் கூடாது. அதுக்குத்தான் இதெல்லாம்” பாஸ் புத்தகத்தை கண்ணில் ஒத்திக் கொண்டு காலைக் கொஞ்சம் நொண்டியபடி சொர்ணத்தாயம்மாள் நடந்து சென்றார்.

வாழ்வு எல்லோருக்குள்ளும் எப்படி எப்படியெல்லாம் புதைந்து இருக்கிறது. அத்தனை வயதுக்கு பிறகும் தன் காலில் நிற்க வேண்டும் என்கிற ரோஷமும், இந்த மண்ணோடு உயிரைப் பிசைந்து வைத்திருக்கிற உறவும் கிராமங்களில், எளிய மனிதர்களிடம்தான் இருக்கிறது.

என்ன நேரத்தில் அப்படிச் சொல்லிவிட்டுச் சென்றாரோ இரண்டு மாதத்துக்குள் சொர்ணத்தாயம்மாள் இறந்து போனார். மத்தியானம் போல கிளையில் பணிபுரிந்த மூன்று பேரும் பார்க்கச் சென்றோம். கோழிக்கூடு போல இருந்த சின்ன குடிசையின் வாசலில் சொர்ணத்தாயம்மாளை படுக்க வைத்திருந்தார்கள். கட்டை விரல்கள் இரண்டும் கட்டப்பட்ட அந்தக் கால்கள் ஒய்வெடுத்து இருந்தன. எத்தனை முறை இந்தக் கால்கள் வங்கியின்

வாசலை மிதித்து இருக்கும். கண்கள் கலங்கின. "மூத்த பையன் வர்றதுக்கு நாளாகும். இளையவன் சாயங்காலம் வந்துருவான். வந்தவுடன் எடுக்க வேண்டியதுதான்" யாரோ சொல்லிக் கொண்டு இருந்தார்கள். நாங்கள் திரும்பினோம்.

எத்தனையோ வாடிக்கையாளர்கள்.... எத்தனையோ மனிதர்கள்... எத்தனை எத்தனையோ நிகழ்ச்சிகள் என்று காலம் வேகமாக தாவிச் சென்றாலும் சிலர் நமது நினைவுகளில் நிறைந்து விடுவார்கள். லெட்ஜர்கள் எல்லாம் போட்டோக்களோடு காணாமல் போய் கம்யூட்டர் மயமான பின்னரும் சொர்ணத்தாயம்மாள் கண்ணுக்குள்ளேயே இருக்கத்தான் செய்கிறார்.

♦ ♦ ♦

தண்டபத்து பாட்டி என்றுதான் அவரை எல்லோரும் கூப்பிடுவார்கள். சொந்தம் என்று தெரியும். எப்படி என்று தெரியாது. யார் அவரது பிள்ளைகள், பேரன், பேத்திகள் என்னும் விபரங்களும் பெரிதாய் தெரியாது. அவரது கொள்ளுப்பேரன் ஒருவர் பஜாரில் லாட்டரிச் சீட்டுகள் விற்றுக் கொண்டு இருந்தது நினைவிலிருக்கிறது. காணியாளர் தெருவின் கோடியில் சின்னக் குடிசையில் தனியாய் வாசம். காலையில் தெருக்களிலும், சாலைகளிலும் குனிந்தவாறே நடந்து, நடந்து சாணி பொறுக்கி, வறட்டி தட்டி அதில் வரும் வருமானத்தில் வாழ்க்கை. பிறகு தெரிந்தவர்கள் வீட்டில் போய் ஒத்தாசையாய் எதாவது வேலைகள் செய்து சோறும், தண்ணீரும்.

தண்டபத்து பாட்டிக்கு நூற்றுக்கும் மேலே வயதிருக்கும் என அம்மாவைப் பெத்த ஆச்சி ஒருநாள் சொல்லக் கேட்ட போது அதிசயமாக இருந்தது. அந்த வயதிலும், அப்படியொரு உடல் நிலையிலும் பார்க்க, பேச, நடமாட முடிவது என்பது சாதாரணமானதா? அதற்குப் பிறகு தண்டபத்து பாட்டியின் அசைவுகளும், வார்த்தைகளும் வசீகரம் கொண்டவைகளாயின. வாய்க்கு வந்த மாதிரி பாட்டெல்லாம் கூட சில நேரங்களில் படிப்பார்கள். குனிந்து, துழாவி, பாண்டி விளையாடுவார்கள்.

பொன்னாச்சியும் தண்டபத்து பாட்டியும் கதைகள் பேச ஆரம்பித்தால், பொன்னியின் செல்வன் நாவலை கீழே வைத்துவிட்டு கேட்க ஆரம்பிப்பேன்.

ஒவ்வொரு செடி, மரம் பற்றியும் எதாவது குறிப்புகள் அவர்களிடம் இருந்துகொண்டே இருந்தன. சளி, காய்ச்சல், வயிற்றுவலி எல்லாவற்றுக்கும் கைவைத்தியம் சொன்னார்கள்.

அசந்து தூங்கும்போது அந்தப் பொக்கை வாய் புஃப் புஃபென குமிழ் குமிழாய் காற்றை ஊதி வெடித்துத் தள்ளிக்கொண்டே இருந்தது.

நாளை என்னும் கவலையற்று வாழ்க்கை மிக எளிதாக இருந்தது தண்டபத்து பாட்டிக்கு. 'எனக்கென்ன காடு வா வாங்குது, வீடு போ போங்குது' என்பதைத் தாண்டி பெரிய தத்துவம் எதுவும் இல்லை. சொந்தம் என்று அவர்களைச் சூழ்ந்து கொண்டு யாரும் கொண்டாடியதாகத் தெரியவில்லை. கல்யாணம், கோயில் விசேஷ தினங்களில் எல்லோரையும் பேரைச் சொல்லி அழைத்துக் கொண்டு பேசிக்கொள்வார்கள். சிறியவர்களை ஆசையாய் "நீ அவன் பேரனா, இவள் மகளா" என்று விசாரித்து உற்று பார்ப்பார்கள். சாணி வாசம் எப்போதும் கூடவே இருந்தது.

அவர்களுக்கென்று என்ன தேவைகள், கனவுகள் இருக்கும் என்று தெரியவில்லை. நான், என் அண்ணன்கள் எல்லாம் அவர்களைக் கேலி பேசும்போது ஒருநாள் விளையாட்டாக, "பாட்டி, ஒங்கள போட்டோ பிடிச்சு, நூத்தி எட்டு வயசுப் பாட்டின்னு பேப்பர்ல போடப் போறோம்" என்றோம். "போடுங்கய்யா, மவராசனாப் போடுங்க" என்று பொக்கைச் சிரிப்போடு சொன்னார்கள். நாங்கள் அதை மறந்தும் போனோம். தண்டபத்து பாட்டியோ எங்களை பார்க்கும் போதெல்லாம் "அய்யா, போட்டோ எப்ப பிடிப்பீங்க" என கேட்க ஆரம்பித்தார்கள். "சீக்கிரம் பிடிச்சிருவோம்" எனச் சொல்வோம். அந்த சீக்கிரம் வரவேயில்லை.

படிப்பு, வேலை என ஆளுக்கொரு திசையாய் போன பிறகு, கொஞ்சநாள் கூடவே வந்த ஊரில் தண்டபத்து பாட்டியும் இருந்தார்கள். லௌகீக வாழ்க்கை ஊரை ரொம்பவே பின்னுக்குத் தள்ளிவிட, சாணி வாசம் நாசியைத் தொடவேயில்லை.

ரொம்ப நாள் கழித்து எதோ ஞாபகங்களின் தொடர்ச்சியில், வாசல் வெளிச்சத்திற்கு ஊடே கதவைத் தள்ளிக்கொண்டு உள்ளே கூன் சரிந்து அந்த உருவம் வந்தது. தண்டபத்து பாட்டி எப்போது இறந்தார்கள், ஊர் அவர்களை எப்படிக் கடந்தது என்ற விபரங்கள் தெரியவில்லை.

"அய்யா, போட்டோ எடுக்குறியா" என்றார்கள். சரியென்றேன். நினைவில் இருக்கும் சித்திரத்தை எப்படி போட்டோ பிடிப்பது? ஆனாலும் அந்த சித்திரத்தை என்னால் சொல்ல முடியும்.

❑

15
எழுத்துக்களின் ஆட்டம்

அப்புறம் எங்களுக்கும் அந்த பைத்தியம் பிடித்தது. சிறுபத்திரிக்கை ஆரம்பிக்கும் எண்ணத்தைத்தான் சொல்கிறேன். அது நடந்தது 1992 இறுதியில். அப்போது கம்ப்யூட்டர் கிடையாது. கையால் அச்சுக் கோர்க்க வேண்டும். டிரெடில் மெஷின்.

சாத்தூரில் அப்படியொரு பத்திரிக்கையின் வடிவமைப்புக்கு என்னவெல்லாம் சாத்தியங்கள் உண்டோ அதையெல்லாம் முயன்று பார்த்தோம். மிகச் சின்ன அச்சாபீஸ் அது. பிட் நோட்டீஸ், சின்ன போஸ்டர்கள் மட்டும் அடித்துக் கொண்டிருந்த அந்த இடத்தில் கதைகளும், கவிதைகளும், எங்கள் சிந்தனைகளும் நுழைந்தன. பெரிய ஆபிஸ் என்றால் அவர்கள் சொன்ன நேரத்துக்குத்தான் கிடைக்கும். நம் அவசரம் புரியாது. நம் ரசனையும் புரியாது.

அதன் உரிமையாளரும் அங்கே தொழிலாளியாய் இருந்தார். இன்னொருவர் அச்சுக் கோர்ப்பார். இரண்டு பேருமே எங்களுக்கு மிகவும் நெருக்கமான நண்பர்களாகி விட்டனர். அச்சுக் கோர்ப்பவரின் பெயர் மறந்துவிட்டது. ஏசுவடியான் என்றே தவறாய் ஞாபகத்தில் வந்து கொண்டிருக்கிறது. எப்போதும் எங்களுக்குள் மதம் குறித்த தர்க்கங்கள் வரும். ஆவியெழுப்பும் கூட்டங்கள் பக்கத்தில் எங்காவது நடந்தால் போய் விடுவார். என்னைப் பார்த்ததும் சிரித்து விடுவார். "சார் வந்துட்டாலே சந்தோஷம்தான்.." என்பார். டீக்கள் வாங்கி, குடித்துக் கொண்டே அரட்டையோடு வேலைகள் நடக்கும்.

அவரது கைகளையே பார்த்துக் கொண்டிருப்பேன். இரும்பு வார்ப்பிலான ஒவ்வொரு எழுத்துக்களும் சின்னச் சின்னக் கட்டங்களாய் இருக்கும் ஒரு மரத்தட்டில் அடுக்கி வைக்கப்பட்டிருக்கும். கண்கள் தாள்களில் இருக்கும் எழுத்துக்களைப் பார்க்கும். கைகள் மிகச்சரியாய் அந்த எழுத்துக்களைத் தானேத் தேடி இரும்புச் சட்டத்தில் கோர்க்கும். மிகத் துரிதமான, தன்னிச்சையான இந்தக் காரியங்கள் பெரும் அதிசயம் போலத் தோன்றும். இந்த நுட்பத்திலிருந்துதான் டைப்ரைட்டர், கணிணியின் தட்டச்சு முறைகளும் உருவாகியிருக்க வேண்டும்.

அங்கேயே திருத்தி, சரி பார்க்க வேண்டியிருந்ததால், எப்படியும் மாதத்தின் கடைசி நான்கைந்து நாட்களில் பெரும்பாலான நாட்கள் அங்கேயே கிடப்பேன். வடிவமைக்கும் போது, "என்ன சார் இந்த பக்கத்தில் இவ்வளவு இடம் சும்மா இருக்கு. இங்கே என்ன வரணும்." என்பார். "அங்க சும்மா இருக்கட்டும். அதுதான் அழகு." என்றால் புரியாது. வார்த்தைகளின்றி என்னைப் பார்த்துச் சிரிப்பார். பத்திரிக்கை சரியாய்க் கொண்டு வரும் அவசரத்தில், பல இரவுகளிலும் அவர்களை விடாமல் தொந்தரவு செய்வேன். விடாமல் அவரது கைகள் இயங்கிக் கொண்டிருந்தன. விரல்கள் எழுத்துக்களோடு பேசிக்கொண்டு இருந்தன.

ஒருநாள் அவரிடம் கேட்டேன். "இப்படி அச்சுக் கோர்த்தவர்கள் வாழ்வில் மிகப் பெரிய மனிதர்களாகி இருக்கிறார்கள் தெரியுமா?". "அப்படியா சார்...?" என்றார். "எழுத்தாளர் ஜெயகாந்தன் உங்களை மாதிரி அச்சுக் கோர்த்தவர்தான்" என்றேன். அதற்கும் ஆச்சரியமாய் ஒரு "அப்படியா" போட்டு விட்டு வேலையைத் தொடர்ந்தார். அச்சாபிஸ் உரிமையாளரிடம் எப்போதும் கிண்டல் பேசி விளையாடுவேன். அப்போதெல்லாம், ஏசுவடியான் சிரிப்பது தெரியாமல் சிரிப்பார். அப்போது அவருக்கு நாற்பத்தைஞ்சு இருக்கலாம்.

எங்கள் எழுத்துக்களின் முதல் வாசகரும் அவரே. "சார்... அந்தக் கதை ரொம்ப நல்லாயிருந்துச்சு" என்பார். சிலவற்றை புரியவில்லை என்பார். நான் சிரித்துக் கொள்வேன். ஒவ்வொரு இதழ் வெளிவரும்போதும், அதிலொன்றை தனக்குக் கேட்டு வாங்கிக் கொள்வார்.

நாலு இதழ்கள் வந்த பிறகு, எங்களால் பத்திரிக்கை நடத்த முடியவல்லை. நேரம், நிதி என பொதுவான காரணங்கள்தான். வெவ்வேறு பணிகளில் நாட்கள் ஓட்டமெடுத்துக் கொண்டிருந்தன. எப்போதாவது நாமும் பத்திரிக்கை நடத்தியிருக்கிறோம் என ஞாபகம் வந்து போகும். கம்யூட்டர் வந்தபிறகு திரும்பவும் அந்த ஆசை தோன்றியது. நேரம்தான் பயமுறுத்தியது. தொழிற்சங்க வேலைகளில் மூழ்கிப்போயிருந்தேன்.

சில வருடங்கள் கழித்து வக்கீல் ஒருவரைப் பார்க்க நண்பர்களோடு சென்றிருந்தேன். எங்களைப் பார்த்ததும் டீ வாங்கி வரச் சொன்னார். பேசிக்கொண்டு இருந்தோம். டீ கொண்டு வந்தவர் என்னையேப் பார்த்துக் கொண்டிருந்தார்.

"சார்... என்னயத் தெரியுதா..."

டீ குடித்துக்கொண்டிருந்த நான் அப்போதுதான் உற்றுப் பார்த்தேன். சட்டென்று ஞாபகத்துக்கு வந்தது. எங்கள் எழுத்துக்களைக் கோர்த்த ஏசுவடியான்தான். சட்டென்று உடலெல்லாம் ஆடிப்போன மாதிரி இருந்தது. எழுந்து "எப்படியிருக்கீங்க..." என்று அவர் கைகளைப் பிடித்தேன். மெலிந்து, வயதாகி பாவம் போலிருந்தார்.

"நல்லாயிருக்கேன். இங்கேதான், சார் கிட்ட ஆபிஸ் பாயாய் இருக்கேன்"

"என்னாச்சு அச்சாபீஸ்? "

"எங்க சார் முடியும்... கம்ப்யூட்டர் வந்த பிறகு நம்மை யார் தேடுவா..? அச்சாபிஸை மூடி பல வருஷமாச்சு"

நான் மௌனமாயிருந்தேன். "சார்... அந்தப் பத்திரிக்கையெல்லாம் நான் பத்திரமா வச்சிருக்கேன்.." முகம் விரியச் சொன்னார். எனக்கு அழுகை வந்துவிடும்போல் இருந்தது. அடக்கிக் கொண்டேன்.

"இவரை உங்களுக்குத் தெரியுமா.." வக்கீல் கேட்டார். சொன்னேன். அதில் எதுவும் சுவராஸ்யம் இருப்பதாக அவருக்குத் தெரியவில்லை. என்னிடம் 'உம்' கொட்டிக்கொண்டே அவரிடம் "இந்தாப்பா... பழைய கணக்கையெல்லாம் சேர்த்து கொடுத்துரு" என்றார். நான் சொல்வதை நிறுத்திவிட்டு ஏசுவடியானை கவனித்தேன். அவர் காலியான டீ தம்ளர்களை எடுத்து வளையம் வளையமான அந்தக் கம்பிகளுக்குள் கோர்த்துக் கொண்டிருந்தார்.

அந்தக் கைகள் லேசாய் நடுங்கிக்கொண்டு இருந்தன.

எழுத்துக்களின் ஆட்டம்.

❑

16
ஆர்குட் நண்பன்

"நீங்க ஆறுமுகனேரியில்தானே படித்தீர்கள். நான் உங்கள் நண்பர் அழகுவேலின் மகன் ரஞ்சித்" என்று தன்னை அறிமுகப்படுத்தி ஒருநாள் எனக்கு அவன் மெசேஜ் அனுப்பியிருந்தான். அப்போது ஃபேஸ்புக்கெல்லாம் இல்லை. ஆர்குட்தான். ஆச்சரியமாகவும், சந்தோஷமாகவும் இருந்தது. ஆர்குட்டில் அவனது புரோபைலைப் பார்த்தேன். கொஞ்சம் ஒல்லி, மற்றபடி அப்படியே என் பால்ய காலத்து நண்பன் அழகுவேலாய் சிரித்துக்கொண்டு இருந்தான். இளைஞன் ஒருவனின் ரசனைகளும், உணர்வுகளும் அவன் பதிவுகளில் போட்டோக்களில், வீடியோக்களில் ததும்பிக் கிடந்தன.

அழகுவேல் போலில்லை இவன் எனவும் தோன்றியது. அரட்டைகளும், நையாண்டிகளுமாய் இருந்தாலும் அழகுவேல் கொஞ்சம் சீரியஸான பேர்வழி. ஐந்தாம் வகுப்பிலிருந்து பத்து வரை என்னோடு கூடவே வந்தான். பிறகு சென்னையில், பெரம்பூரில் அவனது அண்ணனின் கடைக்குச் சென்று விட்டான். கோவில் திருவிழாக் காலங்களில் ஊருக்கு வருவான். பூங்கா, ரெயில்வே ஸ்டேஷன் சென்று நான், அவன், ரஞ்சன் சாலமன், அருள் எல்லாம் பேசிக்கொண்டே இருப்போம். டி.எம்.எஸ், சுசிலா பாடல்களில் உயரை விடுகிற மாதிரி கரைந்து போவான். சென்னைக்குப் போய் கடிதங்களாய் எழுதுவான். டிகிரி முடித்து, நானும் சென்னை சென்ற பிறகு ஞாயிற்றுக்கிழமைகள் தோறும் மாதவராம் ஹைரோட்டில் உள்ள அவனது கடைக்குச் சென்று விடுவேன். பெரம்பூர் ரெயில்வே ஸ்டேஷன் சென்று பேசிக்கொண்டு இருப்போம். புரசைவாக்கம் சென்று எதாவது தியேட்டரில் படம் பார்ப்போம். சில நாட்களில் மெரீனாவில் கடல் முன்னே அமர்ந்து பரவசமடைவோம். திருமணத்திற்கு முன்பே அம்முவை அவனது வீட்டிற்கு அழைத்துச் சென்று இருந்தேன்.

வேலை கிடைத்து சாத்தூர் வந்த பிறகு, நான் வேறொரு திசையில் பயணம் செய்ய ஆரம்பித்தேன். ஒருதடவை எங்கள் சங்க அலுவலகத்துக்கு வந்த அழகுவேல், "என்னடா, கவர்ன்மெண்டுக்கு எதிரா பெரிய சதி செய்ற கும்பல் மாரி பேசுறீங்க." என்றான்.

சிரித்துக் கொண்டேன். “அந்தப் பால் வடியும் மாது இல்லை நீ” என வருத்தப்பட்டான். அதற்கும் சிரித்துக் கொண்டேன்.

அவனது திருமணம், எனது திருமணம் என காலங்கள் வேகமாக பயணிக்க, அவனை சந்திக்கும் சந்தர்ப்பங்கள் அரிதாகிப் போனது. அழகுவேலும், அவனது நண்பர்களும் சேர்ந்து ஆரம்பித்த பில்டர்ஸ் நிறுவனம் பிரமாதமாக இருப்பதாகவும், அவனும் நல்ல நிலைமைக்கு உயர்ந்திருப்பதாகவும் நண்பர்கள் மூலம் கேள்விப்பட்டேன். நான்கைந்து வருடங்களின் இடைவெளியில்தான் அவனை சென்னையில் சந்திக்க முடியும். ஒருதடவை வீட்டிற்குப் போனபோது அவனது மகனிடமும், மகளிடமும் “இதுதான் மாது மாமா. என் கூட படிச்சாங்க.” என என்னை அறிமுகப்படுத்தினான். செல்போன் வந்த பிறகு எதாவது ஒரு ஞாயிற்றுக்கிழமையில் பேசுவான்.

எல்லாவற்றையும், ரஞ்சித்தின் மெயில் கிளறிவிட்டிருந்தது. அன்றைக்கு அவனது வீட்டில் பார்த்த சின்னப் பையனா இவன் என ஆச்சரியமாய் இருந்தது. அழகுவேலிடம் ஒருதடவை போனில் பேசும்போது அவனைப்பற்றிக் கேட்டேன். பெயர் ரஞ்சித் என்றும், பெங்களூரில் படித்துக்கொண்டு இருப்பதாகவும் சொன்னான். “உன் பையன் என்னோட ஃபிரண்ட் தெரியுமா” என்றேன். ஆச்சரியப்பட்டான். சொன்னேன். “ஆர்குட்னா என்ன?” என்றான். சிரித்துக்கொண்டேன்.

“சுப்பிரமணியபுரம் கதாநாயகியை எனக்குப் பிடிக்கும், அந்தப் பெண் என் அம்மாவைப் போல இருக்கிறாள்” என ஒருமுறை ஆர்குட்டில் அவன் எழுதியதை அழகுவேலிடம் சொன்னேன். அதைச் சரியாய் உள்வாங்கிக் கொள்ளாமல், அவன் மகனிடம் கேட்டு இருக்கிறான். ரஞ்சித் சாட்டில் வந்து “என்ன அங்கிள், எங்கப்பாக் கிட்ட என்ன சொன்னீங்க” என்றான். எதோ தவறு நடந்திருக்க வேண்டும் எனப் புரிந்துகொண்டு, நடந்ததைச் சொன்னேன். “இவ்வளவுதானா, தேங்க்ஸ் அங்கிள்” என்றான். அழகுவேலை போனில் கூப்பிட்டு, “முட்டாள்”, “முட்டாள்” எனத் திட்டினேன். ஹா, ஹாவென சிரித்தான். “என் கூடயும் ஃபிரண்டா இருக்கச் சொல்லுடா” எனறான் பரிதாபமாய்.

“நான் அவனை ஒருதடவை நேரில் பார்க்க வேண்டும்” என்றேன். “போடா, என்னையே நீ பார்க்குறது இல்ல” என கோபப்பட்டான்.

பின்னர் சில மாதங்களாய் ரஞ்சித்தைச் சாட்டில் சந்திக்கவில்லை. ஆர்குட்டில் போயும் பார்க்கவில்லை. கூகிள் பஸ்ஸில் வந்து என்

பதிவுகள் சிலவற்றில், பிடித்திருப்பதாய் அவன் குறிப்பிட்டு இருப்பதை பார்த்தேன். அழகுவேலிடம் இருந்தும் போன் வந்து நாளாயிருந்தது.

ஒருநாள் காலை 7 மணி போல இருக்கும். ரஞ்சன் சாலமன் காஞ்சிபுரத்திலிருந்து போன் செய்தான். "மக்கா, அழகுவேலின் பையன் ரஞ்சித் நேத்து நைட் பெங்களூர்ல பைக் ஆக்சிடெண்ட்ல இறந்துவிட்டான்" என்றான். "ஐயோ" என்று கதறிக்கொண்டு எழுந்தேன். "சென்னையில் இன்று சாயந்தரம் அடக்கமாம்" என்று தழுதழுத்தான். உடலெல்லாம் நடுங்கியது.

கணினியைத் திறந்து ஆர்குட் சென்று அவனைப் பார்த்தேன். அவன் பேசிக்கொண்டு இருந்தான். சிரித்துக்கொண்டு இருந்தான். நண்பர்களோடு குலாவித் திரிந்தான். அவனது ப்ரொபைலில் "ஃபேஸ் யுவர் ஃபியர்ஸ். லிவ் யுவர் டிரிம்ஸ்" என்றிருந்தது. தொண்டை அடைக்க, அழ ஆரம்பித்தேன். "கனவாகத்தான் வாழ்ந்து மறைந்தாயோ, என் சின்னஞ்சிறு நண்பனே!" . வலிமிகுந்த இந்த நனவிலிருந்து எப்படி மீள்வாய், என் அருமை நண்பனே!"

சில நாட்கள் கழித்து ரஞ்சனோடு சென்று நண்பன் அழகுவேலை சந்தித்தேன். பரிதாபமாய் இருந்தான் அழகுவேல். எதுவும் பேச முடியாமல் என்னால் அமைதியாக மட்டுமே இருக்க முடிந்தது. அவனது கைகளை இறுகப் பற்றி இருந்தேன்.

"நாலைஞ்சு வருசத்துக்கு முன்னால எதோ தப்பு செஞ்சான்னு கையில் கிடைத்த கம்பையெடுத்து அடி அடின்னு அடிச்சுப்புட்டேன். அப்பா, அடிக்காதீங்கப்பா, அப்பா அடிக்காதீங்கப்பான்னு கதறினான் பிள்ளை. நான் அடிச்சுக்கிட்டே இருந்தேண்டா" எனச் சொல்லியபடி வாய்வெடித்துக் கதறி அழ ஆரம்பித்தான்.

❑

17

விவாகரத்தின் பின்னால்

ஒருநாள் காலையில் வீட்டில் சண்டை நடந்திருக்கிறது. அப்புறம் அவள் வேலைக்குச் சென்றிருக்கிறாள். கொஞ்ச நேரத்தில் அவள் கணவனும் அங்கு சென்று அவளோடு கடுமையாக பேசியிருக்கிறான். அங்கேயே வைத்து அவளை அடித்தும் இருக்கிறான். அவள் அழுதுகொண்டு, அப்படியே வீட்டிற்கு சென்று குழந்தையை எடுத்துக்கொண்டு தன் பிறந்த வீட்டிற்கு வந்தவள்தான். அவன் விவாகரத்து கேட்டு கோர்ட்டுக்குச் சென்றிருந்தான். வழக்கு நடந்து கொண்டு இருந்தது.

பையனுக்கு தாழ்வு மனப்பான்மை என்றும், அதனாலேயே தங்கள் பெண்ணை படாத பாடு படுத்தியதாக பெண்ணின் தந்தை என்னிடம் திரும்பத் திரும்பச் சொன்னார். தான் சொன்னபடியெல்லாம் அவள் கேட்கவேண்டும் என்கிற வெறி அவனுக்கு இருப்பதாக குறிப்பிட்டார். பையனின் குடும்பத்தில் பெரிய அளவுக்கு படித்தவர்களோ, உத்தியோகத்தில் இருப்பவர்களோ இல்லையென்பதால்தான் அவன் அப்படி குறுகிய மனப்பான்மையில் இருப்பதாக பெண்ணின் தந்தை குறிப்பிட்டார். நான் பையனிடம் பேசிவிட்டு பெண்ணின் தந்தையையும் அவரது நண்பரையும் வந்து சந்திப்பதாகச் சொன்னேன்.

பையன் என்ன பையன். என் வயது. நன்றாகத் தெரியும். இருக்கும் இடம் தெரியாத ஒரு பூச்சி போல இருப்பான் எங்கள் வங்கியில் பணிபுரிந்து வந்தான். யாரிடமும் அதிர்ந்து பேச மாட்டான். அப்படி ஒரு மரியாதையோடு பழகுவான். எங்கள் தொழிற்சங்கத்தில் உறுப்பினர். அவனா இப்படி என்ற ஆச்சரியமே எனக்குள் ஓடிக்கொண்டு இருந்தது.

அடுத்த நாள் சாயங்காலம் அவன் வசித்துவரும் ஊருக்குச் சென்றேன். விசாரித்து அவன் இருப்பிடத்தை அடைந்தேன். என்னைப் பார்த்ததும், அதிர்ச்சியும், ஆச்சரியமும் சேர்ந்து கொள்ள, வரவேற்று உட்கார வைத்தான். அங்கு வேறு யாருமில்லை. சொல்லியும் கேளாமல் என்னை இருக்க வைத்துவிட்டு, டீ வாங்கிவர, சட்டையைப் போட்டுக்கொண்டு வெளியே கிளம்பினான். முன்னறையில் நிறைய சாமி படங்கள். ஊதுபத்தி

மணம் இருந்தது. டிவி, பிளேயர் எல்லாம் இருந்தன. அலமாரியில் சில புத்தகங்கள். அதை நோக்கிப் போனேன். வங்கித் தேர்வு சம்பந்தமான புத்தகங்கள். யோகாசனம், தியானம் பற்றி சில புத்தகங்கள். அவைகளுக்கிடையில் இரண்டு சி.டிக்கள். அவை வேறுவகையானவை. பாவமாய் இருந்தது.

டீ குடித்து பேசிக்கொண்டு இருந்தபோது, முழுக்க முழுக்க பெண்ணைப் பற்றி ஒரு அம்பாரம் புகார் சொன்னான். 'திமிர் பிடிச்சவ, கொழுப்பு பிடிச்சவ' என்று அடிக்கடி அவளைப்பற்றி குறிப்பிட்டான். தன் வயோதிகத் தாயை அவள் கவனிக்க மறுத்ததே பிரச்சினைக்குக் காரணம் என்று ஆத்திரத்தோடு குறிப்பிட்டான். காது சரியாகக் கேளாத தாயை கிண்டல் செய்ததையெல்லாம் சொன்னான்.

வெறுப்பு என்று ஒருவர் மீது வந்துவிட்டால் எல்லாமும் குற்றமாகிவிடுகிறது. பொறுமையாக எல்லாவற்றையும் கேட்டுக்கொண்டு, அவனிடம் நிறைய பேசினேன். விவாகரத்து என்பது சரியான தீர்வல்ல, வாழ்க்கை என்பதே ஒருவரையொருவர் புரிந்துகொள்ள முயற்சிப்பதுதான், பெண் என்பவள் தனது கடந்தகாலத்திலிருந்து பிடுங்கிக்கொண்டு ஒரு புதிய இடத்தில் பழக ஆரம்பிக்கிறாள், அவளை நாம் எப்படிப் புரிந்துகொள்ள வேண்டும் என்றெல்லாம் சொன்னேன். "குழந்தையைப் பார்க்கத் தோன்றவில்லையா?" என்றதும் விசும்பி அழ ஆரம்பித்தான். ஆறுதல் சொல்லித் தேற்றி, அருகிலிருந்த ஓட்டலில் சாப்பிடச் சென்றோம். "ஏங்கூட திரும்பவும் சேர்ந்து வாழ அவள் சம்மதிப்பாளா?" என்றான். "பேசிச் சொல்கிறேன்" என விடைபெற்றேன்.

வீட்டில் வந்து அம்முவிடம் எல்லாம் சொன்னேன். அடுத்தநாள் பெண்ணின் தந்தைக்கு போன் செய்து, அந்த வார ஞாயிற்றுக்கிழமை அவர்களை வீட்டில் வந்து சந்திப்பதாய்ச் சொன்னேன்.

ஒரு பெண் இன்னொரு பெண்ணிடம் தயக்கங்கள் உடைத்துப் பேசுவாளென கூடவே அம்முவையும் அழைத்துச் சென்றேன். அப்படியெல்லாம் இல்லாமல் மிக இயல்பாகவும், வெளிப்படையாகவும் இருந்தாள் அவள். ஒரு சமயத்திலும் குரல் உடையவில்லை. நிதானமாகவும், தெளிவாகவும், அழுத்தமாகவும் வார்த்தைகள் வந்தன.

"எல்லோர் முன்னாலும் என்னை அடித்ததை விடுங்கள். அன்று காலையில் வீட்டில் வைத்து சண்டை நடக்கும்போது, என்னவோ

எதோ என்று அழுத எட்டு மாசக் குழந்தை முதுகில் அடித்த அவரெல்லாம் மனுஷனா?” என ஆத்திரத்தோடு கேட்டாள். “சார் அவருக்கு நான் புத்தகம் படிக்கிறது கூட பிடிக்காது” என்று சிரித்துக்கொண்டே சொன்னாள். புத்தகங்கள் குறித்து பேசத் தொடங்கியதும், எல்லாம் மறந்து ஜானகிராமன், நா.பார்த்தசாரதி, கல்கி, பாலகுமாரன், வண்ணதாசன் என தனக்குப் பிடித்தவர்களின் எழுத்துக்களில் புகுந்துகொண்டாள்.

“அந்தாளு குமுதம் கூடப் படிக்க மாட்டார்” என்று கடைசியில் நிறுத்தி யோசனையில் ஆழ்ந்தாள். “என்னால் முட்டாளாகவோ, அடிமையாகவோ பாவனையெல்லாம் செய்ய முடியாது” என்றாள். சங்கடமாக இருந்தது. சேர்ந்து வாழ்வதில் சிறிதும் அவளுக்கு விருப்பமில்லை. அவளது அப்பாவும், அம்மாவும் எங்களோடு சேர்ந்து அவளுக்குப் புத்திமதி சொல்லிக்கொண்டு இருந்தார்கள். அவள் பிடிவாதமாகவே இருந்தாள்.

பெண்ணின் தந்தை என்னிடம் “அவருக்கு உங்கள் சங்கத்தின் மூலம் இந்த ஊர்ப்பக்கம் டிரான்ஸ்பர் வாங்கித் தர முடியுமா?” என்றார். முயற்சிப்பதாய்ச் சொன்னேன். “அப்படி வாங்கிவிட்டால், இங்கேயே ஒரு தனி வீடு பார்த்து இருவரையும் இருக்கச் செய்யலாம். இவளுக்கும் நாங்கள் அருகிலிருப்பது ஆதரவாக இருக்கும். அவரும் கொஞ்சம் எங்களையெல்லாம் புரிந்துகொள்வார். சகஜமாவார்” என்றார். நான் அந்தப் பெண்ணின் முகத்தைப் பார்த்தேன். அமைதியாக இருந்தாள். கொஞ்சம் நம்பிக்கை வந்தது. அவனிடமும் பேசிவிட்டு, சொல்கிறேன் என அங்கிருந்து கிளம்பினோம்.

அவனிடமும், பெண்ணின் தந்தையிடமும் மாறி மாறி இரண்டு முறை பேசிய பிறகு ஒரு மாதிரியாக இணக்கம் ஏற்பட்டது. ‘தாங்கள் இருவரும் சேர்ந்து வாழப் போகும் வீடு, அந்த ஊரில் இருக்கட்டும். ஆனால் பெண்ணின் வீட்டிற்கு அருகில் இருக்கக் வேண்டாம். தன்னோடு தன் தாயும் இருப்பார்கள்’ என்பதுதான் அவனின் கோரிக்கையாக இருந்தது. அவர்களும் சம்மதித்தார்கள். ஒரு நல்ல நாளில், அவனை அழைத்துக்கொண்டு அவர்கள் வீட்டிற்குச் சென்றேன். ஒரு மணிநேரம் போல அங்கு இருந்தேன். அவள் அவன் முகத்தைப் பார்க்கக்கூட எத்தனிக்காதது ஆச்சரியமாக இருந்தது.

ஒரு மாதம் கழித்து, அவன் வழக்கை வாபஸ் பெற்றுக் கொண்டதாகவும், அவர்கள் இருவரும் சேர்ந்து வாழ்கிறார்கள் எனவும் பெண்ணின் தந்தை போனில் சொல்லிவிட்டு நன்றி

என்றார். சந்தோஷமாக இருந்தது. அப்புறம் சுத்தமாக மறந்தே போனேன்.

ஏழெட்டு மாதங்கள் கழித்து, அவனை ஒருநாள் தலைமையலுவலகத்தில் வைத்துப் பார்த்தேன். அருகில் சென்று விசாரித்தேன். வெறுப்பாக என்னைப் பார்த்தவன், "எங்க ஊருக்குப் பக்கத்துல டிரான்ஸ்பர் வேணும். அதுக்குத்தான் வந்திருக்கேன்" என்றான். "என்ன ஆச்சு?' என்றதும், சட்டென, "என் வாழ்க்கையை கெடுத்துப் பாழாக்கிட்டீங்க. மானம், ரோஷம் எல்லாம் விட்டுட்டு நிக்குறதுதான் மிச்சம்." என்றான்.

வெளியே அழைத்துப் பேசவும்தான் கொஞ்சம் புரிந்தது. இரண்டு மூன்று மாதங்கள்தான் ஒரே வீட்டில் இருந்திருக்கிறார்கள். அவள் அவனைத் தொடவே அனுமதிக்கவில்லையாம். பட்டும் படாமலும்தான் பேசுவாளாம். திரும்பவும் சண்டை வந்துகொண்டே இருந்ததாம். அவன் பெண்ணின் தந்தையிடமே எல்லாவற்றையும் சொல்லி அழுதிருக்கிறான். அவரும் இப்போது டைவர்ஸுக்கு சம்மதித்து விட்டாராம். எதுவும் சொல்லத் தோன்றாமல் நின்றிருந்தேன். அடுத்த இரண்டு நாட்களில் அவன் எங்கள் சங்கத்தின் உறுப்பினரிலிருந்தே தன்னை விடுவித்துக் கொள்வதாக கடிதம் அனுப்பியிருந்தான்.

சில பல வருடங்கள் கழித்து சாத்தூர் ரெயில்வே பீடர் ரோட்டில் யமஹா வண்டியில் அவனைப் பார்த்தேன். பின்னால் ஒரு பெண்ணும், முன்னால் ஒரு குழந்தையும் இருந்தார்கள். என்னைப் பார்த்ததும், சிரித்துக்கொண்டே வண்டியை நிறுத்தினான். அவனும், குழந்தையும் மொட்டை போட்டு சந்தனம் பூசியிருந்தார்கள். உடல் பூசி பருமனாய் இருந்தான். இருக்கன்குடி கோயிலுக்குப் போய் வருவதாகச் சொன்னான். நலம் விசாரித்தான். 'பார்ப்போம்' என வண்டியை ஸ்டார்ட் செய்தான். அந்தப் பெண்ணும் விடைபெறுவது போல தலையை அசைத்தாள். அவனது தோள்களைப் பற்றி இருந்தாள். தூரத்தில் சென்றிருந்தார்கள். அந்தப் பெண்ணின் கண்கள் எதையோ சொல்லிக்கொண்டு இருந்தன.

சரி, முதலாமவள் என்னவாகியிருப்பாள்? இதுபோல வண்டியில் ஒரு தோள் பற்றிச் சென்று கொண்டு இருப்பாளா? எஸ்.ராவின் கதைகளைப் படித்துக்கொண்டு இருப்பாளா?

❑

18

டைட்டானிக் ரோஸ் போல அவள்

நாம் எல்லோரும் தினம் தினம் பார்க்கும் காட்சிகள்தான் அவை. லௌகீக வாழ்வின் ஊடாக கவனிக்காமல் அல்லது கவனித்தாலும் அவை குறித்த சிந்தனையற்று கடந்து போகிறோம். கொஞ்சம் நின்று கவனித்து, பதிவு செய்த ஒரு நிகழ்வு அது. சாத்தூர் மண்ணிலிருந்து வந்த சிறு முயற்சி.

2005ம் ஆண்டில் டிஜிட்டல் காமிரா வாங்கிவந்து, “அண்ணா இதுலயும் படம் எடுக்கலாம்..” என்று கார்த்தி சொல்லி சிரித்தபோது, லேசாய் நெருப்பு பற்றியது.

இரத்த தானம் செய்வதற்கான கிளப் ஒன்றை துவக்கும் பொருட்டு அதற்கு நிதி திரட்ட இந்திய ஜனநாயக வாலிபர் சங்கம் சாத்தூரில் மாஜிக் ஷோ நடத்த திட்டமிட்டு இருந்தது. தோழர் சாமுவேல்ராஜ், தாமஸ் போன்ற தோழர்கள் களத்தில் இருந்தார்கள். 2005 டிசம்பர் மாதத்தின் ஒருவிடிகாலையில் அன்றைக்கு சாயங்காலம் ஷோ நடத்துவதற்கு மாஜிக் நிபுணர் மித்ரா வந்திருந்தார். அவரை வரவேற்று, உடுப்பி ஓட்டலில் டீ குடித்துக்கொண்டு இருந்தோம்.

எதிரே சாலையை ஒட்டி நீளமாக பள்ளம் தோண்டிக்கொண்டு இருந்தனர். அந்தக் காட்சிகளை படம்பிடிக்க வேண்டும் போலத் தோன்றியது. பக்கத்தில் கார்த்தியின் பிரியா ஸ்டூடியோ. காமிரா எடுத்துவந்தான். சாலையோரத்தில் பணிபுரிந்து கொண்டு இருந்த அந்த எளிய மனிதர்கள் எங்கள் மனிதர்கள் ஆனார்கள். காமராஜ், முத்து ஆகியோர் கூட இருக்க, ஒரு ஆவணப்படம் திட்டமிடப்படாமலேயே துவங்கப்பட்டது.

கணவன் பள்ளத்தில் இறங்கி மண் தோண்டிக்கொண்டு இருக்க, குழந்தையைத் தூக்கிக்கொண்டு அவன் மனைவி அருகில் நடந்து வந்துகொண்டு இருந்தாள். எங்கள் காமிராவிற்குள் நுழைந்துகொண்டதை அப்போது அவள் அறிந்திருக்கவில்லை. அதை எடு, இதை எடு, அங்கிருந்து எடு என்று சொல்ல, கார்த்தி அவனுக்கே உரிய கோணங்களிலெல்லாம் வளைத்துக்கொண்டு இருந்தான். அங்குமிங்கும் சாலையில் பஸ்களும், சைக்கிள்களும், மாட்டுவண்டிகளும், மனிதர்களும் சென்றுகொண்டே இருந்தனர்.

கொஞ்ச நேரத்தில் அவர்களுக்கு தெரிந்துபோனது. “என்ன சார்.. எங்களப் போயி எடுக்குறீங்க....” என அவளும், அவனும் வெட்கப்பட்டார்கள். ஒரு பன்றி எங்கிருந்தோ வந்து பக்கத்தில் தேங்கிக்கிடந்த சகதியில் படுத்தது. யாரும் அதுகுறித்து அலட்டிக்கொள்ளாத போது, பள்ளம் தோண்டிக்கொண்டு இருந்தவர்களின் சிறுபையன் ஒருவன் அதைக் கல்லெறிந்து விரட்டினான். முதல்நாள் இந்தக் காட்சிகளோடு முடிந்தது.

இரண்டு நட்கள் கழித்து அவர்கள் வேறொரு இடத்தில் பள்ளம் தோண்டிக்கொண்டு இருந்தனர். அருகில் ஆட்டோ ஸ்டாண்ட் ஒன்று இருந்தது. அதில் ஒரு ஆட்டோவில் உட்கார்ந்து படம் பிடித்துக்கொண்டு இருந்தோம். அந்தப்பெண்ணுக்கும், யாருக்குமே அன்று நாங்கள் படம் எடுத்தது தெரியாது. சாயங்காலம் கார்த்தி “இப்படியே எடுத்து என்ன செய்யப் போகிறோம்” என்றான். சிரித்துக்கொண்டேன். எனக்கும் எதுவும் தோன்றியிருக்கவில்லை. “எடுத்துக்கொண்டே இருப்போம். பிடிபடும்” என்றேன்.

அவர்கள் தங்கியிருக்கும் இடம், அவர்களுக்கு என்ன ஊதியம், எங்கிருந்து வருகிறார்கள் இவர்கள் எல்லாம் விசாரிக்க வேண்டும் என்றேன். இதுபோன்ற காரியங்களில் முழுவதுமாய் மூழ்கி மெனக்கெட்டு அதிலேயே கரைந்துபோக வேண்டும். ஆனால் தொழிற்சங்கம், எழுத்தாளர் சங்கம், நண்பர்கள் வட்டம் என பலபொழுதுகள் கழிய, கிடைக்கிற நேரங்களில் படம் எடுப்பது என்பது சரிப்பட்டு வராது.

“அண்ணா, அவர்கள் திருவண்ணாமலைப் பக்கத்துல இருந்து வந்திருக்காங்க” “இங்கே ஒரு காண்டிராக்டர்கிட்ட வேலைப்பாக்குறாங்க...”, “பாவம் ராத்திரி குளிர்ல குழந்தையோட அவங்க பூங்கா பக்கத்துல படுத்திருந்தாங்க. கஷ்டமாயிருந்துச்சு” என செய்திகளைச் சொல்லிக்கொண்டு இருந்தான் கார்த்தி. அவர்கள் தங்கியிருக்கும் இடத்தை ஒருநாள் படம்பிடிக்க வேண்டும் என திட்டமிட்டோம்.

இரண்டு நாள் கழித்து கார்த்திதான் சொன்னான். “அண்ணா அந்தப் பொண்ணும், குழந்தையும் ஊருக்கு போய்ட்டாங்க. அவன் மட்டும்தான் இருக்கான்” என்றான். விசாரித்து அறிந்த விபரங்கள் தாங்க முடியாதவையாக இருந்தன. குழந்தையை வைத்துக்கொண்டு ஒழுங்காய் வேலை பார்க்கவில்லையென்று அவளை அடிக்கடி காண்டிராக்டர் சத்தம் போட்டுக்கொண்டே இருந்திருக்கிறான். முந்தின நாளும் அப்படி நிகழ்ந்திருக்கிறது. அவளும் துடுக்குத்தனமாக ஏதோ சொல்ல, அவளை ரோட்டில்

வைத்து, கணவன் முன்னாலேயே அடித்துக் கீழே தள்ளியிருக்கிறான் காண்டிராக்டர். கணவன் கெஞ்சி இருக்கிறான். இனிமேல் அவள் வேலைக்கு வேண்டாம் என காண்டிராக்டர் சொல்லி விட்டானாம். அவளை ஊருக்கு அனுப்பிவிட்டு அவன் மட்டும் வேலை பார்த்துக்கொண்டு இருந்தான். பிறகு சிலநாட்களில் அவனும் போய்விட்டான்.

காமிராவுக்குள் இருந்து அவர்கள் அலைக்கழிக்க ஆரம்பித்தார்கள். படம் பிடித்த காட்சிகளை கம்ப்யூட்டர் திரையில் பார்க்க ஆரம்பித்தபோது அவள் உலகின் உன்னதப் பெண்ணாய் காட்சியளித்தாள். அந்தக் குழந்தை கைநீட்டி காற்று வெளியில் துழாவும் காட்சியில் ஏதேதோ செய்திகள் இருந்தன. 'எங்கே போய்விட்டார்கள், எங்கே இருப்பார்கள் இப்போது..' எனத் தோன்றவும், சட்டென்று, என்ன செய்ய வேண்டும் என்பது உறைத்தது. கார்த்தியை அழைத்து, "இந்த இரண்டு இடங்களிலும் தோண்டப்பட்ட பள்ளங்கள் இப்போது மூடப்பட்டுதானே இருக்கும்" என்றேன். ஆமாம் என்றான். "இப்போது அவைகளை, அந்த இடங்களோடு சேர்த்து படம் பிடிக்க வேண்டுமே" என்றேன். காமராஜும், கார்த்தியும் சென்றனர்.

ஒருநாள் ஒரு இடத்தில் பள்ளம் தோண்டுகின்றனர். அடுத்தநாள் அந்தப் பள்ளம் மூடப்பட்டுவிடுகிறது. ஆனால் வேறொரு இடத்தில் பள்ளம் தோண்டிக்கொண்டு இருக்கிறார்கள். அங்கும் பள்ளம் மூடப்படுகிறது. பள்ளத்தில் கிடக்கும் அவர்கள் வாழ்க்கை? இதுதான் ஸ்கிரிப்டாக எனக்குள் ஓடியது. எடுத்த காட்சிகளை வைத்து அவ்வளவுதான் செய்ய முடியும் எனத் தோன்றியது.

எடிட்டிங்கில் முத்துவோடு உட்கார்ந்து, காட்சிகள் வெட்டி, வெட்டி அடுக்க ஆரம்பித்தோம். பின்னணியில் யாராவது விஷயங்களைச் சொல்ல வேண்டும், அப்போதுதான் புரியும் என்றான் கார்த்தி. நான் பிடிவாதமாக மறுத்துவிட்டேன். அப்படிச் சொல்ல வேண்டுமென்றால், அதற்கு நாம் வேண்டுமா என்பதுதான் எனக்குள் இருந்த கேள்வி. சினிமா, சினிமா மொழி என ஆயிரம் பேசிவிட்டு, பரிதாபகரமாக தோற்றுப்போன இடமாக நமது முதல் முயற்சி இருக்கவேக் கூடாது எனத் திடமாயிருந்தேன்.

படம் எடுத்து, பின்னணி இசையெல்லாம் சேர்த்து முதலில், அருகிலிருந்த ஆட்டோத் தொழிலாளர்களை அழைத்து காண்பித்தோம். சொல்லாத விஷயங்களையெல்லாம் சொன்னார்கள். பன்றியை, பிள்ளையாரை, சாலையை பற்றியெல்லாம் புதுப்புது

அர்த்தங்களைச் சொன்னர்கள். அப்பாடாவென்று இருந்தது.

சாத்தூரில் அப்போது நடந்த தமிழ்நாடு முற்போக்கு எழுத்தாளர் சங்கத்தின் மாநிலச் செயற்குழுக் கூட்டத்தில் படத்தை திரையிட்டுக் காண்பிக்க, எழுத்தாளர் தமிழ்ச்செல்வன் தொண்டையடித்துப் போய் பேசினார். படத்தில் வரும் குழந்தை அவரை பேசவிடவில்லை. மேலாண்மை பொன்னுச்சாமி, எஸ்.ஏ.பெருமாள், ஆதவன் தீட்சண்யா, உதயசங்கர், என ஒரு பெரும் இலக்கியவாதிகள் கூட்டம் சிலாகிக்க நாங்கள் முதல் படியில் நடக்க ஆரம்பித்தோம். எழுத்தாளர் சங்கத்திலிருந்து அது முதல் முயற்சி.

எனக்குள் அந்தப் பெண் புகையிலை போட்டுக்கொண்டு கைகளை மடக்கி கொக்கு காட்டிக்கொண்டு இருந்தாள்.

'எங்கே இருக்கிறாய் பெண்ணே.... '

என்றேனும் ஒருநாள் அவளைச் சந்திக்கலாம். சந்திக்காமலும் போகலாம். படத்தைப் பார்த்தால் என்ன சொல்வாள்? சிறு புன்னகையோடு கடக்கலாம். “அடப் போங்க சார்” என வெட்கப்படலாம். அல்லது காலத்தின் ஊடே புகுந்து, உடைந்த கப்பலைப் பார்த்த ரோஸைப் போல பிரமைப் பிடித்து உட்கார்ந்திருக்கலாம். அவளது கண்களில் இருந்து இன்னொரு படம் விரியலாம்.

❑

19

இது வேறு இதிகாசம்

"படத்தில் சில காட்சிகளை எப்படி எடுத்தார்கள் என்று தெரியவில்லை. காட்சியாக பதியும்போது ஒன்றிப் போகிறோம். ஆனால் இந்தக் காட்சியை காமிராவை வைத்து சிலர் எடுத்துக் கொண்டு இருக்கிறார்கள் என்பதைநினைக்கும் போது ஒருபதற்றம் வருகிறது". ஸ்ரீவில்லிப்புத்தூரில் 'இது வேறு இதிகாசம்' ஆவணப்பத்தைட திரையிட்டு முடித்தபிறகு பார்வையாளர்களில் ஒருவர் இப்படிச் சொன்னார்

படப்படிப்புக் குழுவினருக்கு நேர்கிற ஒரு அனுபவத்தை பார்வையாளர்கள் பெரும்பாலும் உணரத் தலைப்படுவதில்லை. அந்தக் காட்சியோடு ஒன்றியோ அல்லது ஒன்றாமலோ பார்த்துக் கடந்து போகிறவர்களே பெரும்பாலும் இருக்கிறார்கள். ஒட்டுமொத்தமாக படம் என்ன சொல்கிறது என்று மட்டும் பார்த்து விமர்சனம் செய்கிறவர்களாக இருக்கிறார்கள். காமிரா கோணம், இடம், வெளிச்சம், வசனம், தூரம், பொழுது, பாத்திரங்கள், அவர்களுக்கான நடை உடை பாவனைகள் என எல்லாம் முன்னரே திட்டமிடப்பட்டு, மாறி மாறி ஒத்திகை பார்க்கப்பட்டு எடுக்கப்படுகிற கதைப்படங்களின் காட்சிகள் குறித்து விரிவாக பேசமுடிகிற, பேசப்படுகிற காலம் இது. ஆவணப்படங்கள் வேறுபடுகிறது.

ஒரு குறிப்பிட்ட காட்சியை அந்த நேரத்தில் தவறவிட்டால் வேறு எப்போதும் எடுக்கவே முடியாது. ஒருக் குறிப்பிட்ட வார்த்தையில் கிடைக்கும் உயிர்த் துடிப்பான அர்த்தங்களையும் தொனியையும் அந்த நேரத்தில் தவறவிட்டால் மீண்டும் பெறவே முடியாது. (திரும்ப எத்தனை முறை அதே வசனங்களை சொல்ல வைத்து எடுத்தாலும் முதல் தடவை வெளிப்பட்ட அந்த புத்தம்புதுத் தன்மை கிடைக்காது). ஆவணப்படத்தின் சிறப்பே இதுதான். ஒவ்வொரு ஆவணப்படத்திலும் அதில் சொல்லப்பட்டவைகளை, எடுக்கப்பட்ட காட்சிகளைத் தாண்டி சொல்லப்படாதவைகள் நிறையவே இருக்கின்றன. எடுக்கப்படாத காட்சிகள் எவ்வளவோ தோன்றி மறைந்திருக்கின்றன. அவைகளை படம் பிடிக்கிற போது, படம் பிடிக்க முடியாத போது ஏற்படுகிற

வலியும், வேதனையும் ஒரு ஆவணப்படக்காரனுக்கு மட்டுமே சொந்தமாகிறது.

கொலை செய்யப்பட்ட நக்கலமுத்தன்பட்டி பஞ்சாயத்துத் தலைவர் சக்கனின் மகள் ஜமுனாவிடம் பேசிக் கொண்டு இருந்தோம். பரிதவிப்போடு காற்று, சத்தம் போட்டுக் கொண்டிருந்த வெட்ட வெளி அது. தந்தை மீது கொள்ளை கொள்ளையாய் பாசம் வைத்திருக்கும் அந்தச் சின்னஞ்சிறு பெண் முதலில் மிகச் சாதாரணமாகத்தான் இருந்தாள். தந்தையின் நினைவுகள் வர ஆரம்பித்ததும் கண்கள் பொங்கிப் போயின. அடக்க மாட்டாமல் அழ ஆரம்பித்தாள். கண்ணீர்த் துளிகள் நிற்கவேயில்லை. என் மகளின் வயதொத்த அந்தக் குழந்தையின் சோகம் பற்றிக்கொள்ள, 'ஐயோ' என நானும் கதறி திரும்பிக் கொண்டேன். தொடர்ந்து உதவி இயக்குனரான காமராஜ் அவளிடம் ஆறுதலாய் பேசினான். எல்லாவற்றையும் ஒளிப்பதிவாளர் பிரியா கார்த்தி பானசோனிக் 62 த்ரீ சி.சி.டியின் அந்த சின்ன மானிட்டரில் பார்த்துக் கொண்டு இருந்தான். அன்று இரவு எடுத்த காட்சிகளை டிவியில் பார்த்தோம். 'ஐயோ' என்று என் சத்தமும் கேட்டது. கார்த்தி என்னைப் பார்த்து லேசாய் சிரித்தான். பேட்டி எடுக்கும் போது இடையிடையே 'உம்' கொட்டுவதை, தேவையில்லாமல் குறுக்கிடுவதை தவிர்க்க வேண்டும் என எத்தனையோ முறை எங்களுக்குள் பேசியிருந்தோம். ஒருவர் திட்டமிட்டு அழும்போது, அதை ஒருவர் திட்டமிட்டுக் காட்சிப்படுத்தும் போது இந்த 'ஐயோ' வராது. இரத்தமும் சதையுமான நேரடிக் காட்சிக் களத்தில் இயக்குனர்களோ, ஒளிப்பதிவாளர்களோ இல்லை. மனிதர்களே இருந்தார்கள். பியூச்சர் பிலிம் படப்பிடிப்புகளில் ஒருவர் தத்ரூபமாக அழும்போது, சுற்றி நிற்பவர்கள் கைதட்டி அதைப் பாராட்டி விட முடியும். இங்கு கனத்த இதயத்தோடுதான் அதைத் தாங்க வேண்டும். அழுவதாக ஒருவர் நடித்து முடிந்ததும், அவரது இயல்பான நடவடிக்கைகளுக்கு சட்டென தன்னை மாற்றிக் கொள்ள முடியும். இங்கோ, படப்பிடிப்புக் குழுவினர் அங்கிருந்து அகன்ற பிறகும், அழுதவர்கள் கிளறி விடப்பட்ட நினவுகளிலிருந்து மீளாமல் விசும்பிக் கொண்டிருந்தார்கள். இதற்காக ஆவணப்படங்களைக் காட்டிலும் மற்ற படங்கள் தரம் குறைந்தது என்று அர்த்தமில்லை. தன்மையும், சூழலும் வித்தியாசமானது என்பதுதான் சொல்ல வந்த விஷயம்.

இப்படி ஏராளமான அனுபவங்கள் பெற்றுக்கொள்ள முடிந்த வெளியாக ‘இது வேறு இதிகாசம்’ எடுத்த ஒன்றரை வருட காலம்

அலைகளென ததும்பிக் கிடந்தது. ஐம்பத்தெட்டு மணி நேரம் ஷூட்டிங் நடத்தி அதை 65 நிமிடங்களுக்குள் சொல்ல முயன்ற காரியம் இது. அசாம், காஷ்மீர் போன்ற பெரும் பதற்றம் நிறைந்த பிரதேசங்களில் கூட தேர்தலை நடத்தி ஜனநாயகத்தை மார் தட்டிச் சொல்கிற தேசத்தில் பாப்பாப்பட்டி, கீரிப்பட்டி, நாடார்மங்கலம் போன்ற பஞ்சாயத்துக்களில் பத்துவருடமாக தேர்தல் நடத்த முடியாமல் போன அவலத்தைச் சொன்ன கதை அது. வேர்களைத் தேடிப் பிரவேசித்து, பலப்பல நூற்றாண்டுகளாக இந்த மண்ணில் படிந்திருக்கும் அழுக்குகளின் தடம் பார்த்த வரலாறு அது. சமூகச் சிக்கல்களும், நுட்பமான அரசியலும் பின்னிப் பிணைந்திருக்கின்ற ஒரு களத்தை காட்சிப்படுத்துவது எத்தனை சோதனைகளும், சவால்களும் நிறைந்தது என்பதை உணர்ந்தபடியே ஒவ்வொரு நாளையும் கடக்க வேண்டியதிருந்தது.

2005 அக்டோபரில் திருவண்ணாமலையில் நடந்த தமிழ்நாடு முற்போக்கு எழுத்தாளர் சங்கத்தின் மாநில மாநாட்டில் "பாப்பாப்பட்டி, கீரிப்பட்டி, நாட்டாமங்கலம், கொட்டக்கச்சினேந்தல் பஞ்சாயத்துக்களில் பத்துவருடமாக தேர்தல் நடத்த முடியாமல் இருப்பதை கண்டித்தும், அதை சமூகத்தின் மனசாட்சியான எழுத்தாளர்கள் மௌனமாக பார்த்துக் கொண்டிருக்க முடியாது, களமிறங்கி பிரச்சாரம் செய்தாக வேண்டும்" என்று தீர்மானம் நிறைவேற்றிய தருணத்திலிருந்து எங்கள் கரிசல் குழுவினரின் காமிரா இயங்க ஆரம்பித்தது. 2005 டிசம்பர் 25ம் தேதி மதுரையில் எழுத்தாளர்கள் சங்கத்தின் சார்பாக உண்ணாவிரதம் இருந்த போது அதை முழுக்க படம் பிடித்து வைத்துக் கொண்டோம். பிரச்சினையின் தீவீரத்தையும் ஆழத்தையும் நாங்கள் புரிந்து கொள்ள ஆரம்பித்தோம். பத்து வருடமாகத் தேர்தல் நடத்தவில்லை, இனி சுழற்சி முறையில் இந்த நான்கு தொகுதிகளும் பொதுத் தொகுதியாகிவிடும் என அங்கிருந்த ஆதிக்க சக்திகள் மௌனப்புன்னகையோடு எதிர்பார்த்திருந்த வேளை அது. சுழற்சி முறையில் மாற்றம் வரக்கூடாது, பத்தாண்டுகள் முழுமையாக தலித் மக்கள் பஞ்சாயத்துத் தலைமையில் இருந்த பிறகே பொதுத் தொகுதியாக்க வேண்டும் என எழுத்தாளர்களும், முற்போக்கு சக்திகளும் அரசை வலியுறுத்திய காலம் அது. இந்த முக்கியப் புள்ளியிலிருந்து எங்கள் பயணம் ஆரம்பமானது.

உசிலம்பட்டியை நோக்கிச் சென்று கொண்டிருந்தோம். "அதோ தெரிகிறதே, அந்த மலைகளுக்கு அடிவாரத்தில் பாப்பாப்பட்டி

இருக்கிறது" என்று எங்களை அழைத்துச் சென்ற எழுத்தாளர் சு.வெங்கடேசன் சொல்லிக் கொண்டிருந்தார். "அதுதான் பிறன்மலை. அதனால்தான் அவர்களுக்கு பிறன்மலைக்கள்ளர்' என்று பெயர் வந்திருக்க வேண்டும்" என்றார். அந்தக் கடினமான குன்று ஏராளமான கதைகளைச் சுமந்தபடி எங்களோடு வெயிலில் நகர்ந்து வந்து கொண்டிருந்தது. குற்றப்பரம்பரைச் சட்டம் பற்றியும், அதில் பிறன்மலைக் கள்ளர்கள் வேட்டையாடப்பட்டதையும், பசும்பொன் முத்துராமலிங்கம், ஜீவா போன்றவர்கள் பிரிட்டிஷாரின் அந்த அடக்குமுறைகளுக்கு எதிராக போராடியதையும் வெங்கடேசன் சொல்லிக்கொண்டு இருந்தார். "ஒருகாலத்தில் இப்படி அடக்கி ஒடுக்கப்பட்ட இவர்கள், இன்னொரு சமூக மக்களை எப்படி அடக்கி வைக்கிறார்கள்" என கேட்டேன். "இந்திய சமூகத்தின் முக்கியக் கூறாகவும், சாதீயக் கட்டுமானத்தின் நுட்பமாகவும் அதுவே இருக்கிறது" என்றார். இதற்கான காரணங்களை மிக அழுத்தமாகவும், எளிமையாகவும் பேராசிரியர்கள் சிவசுப்பிரமணியனும், தொ.பரமசிவமும் பிறகு சொன்னார்கள். "தங்களுக்கு மேலே ஒரு ஜாதி இருக்கக் கூடாது என்று நினைக்கிற அதே வேளையில் தங்களுக்குக் கீழே ஒரு ஜாதி இருக்க வேண்டும் என்று விரும்புகிறார்கள்".

பத்து வருடமாகத் தேர்தல் நடத்த முடியாமல் போனதைச் சொல்ல வரும்போது, இரண்டாயிரம் ஆண்டுகளுக்கு முன்பிருந்து தொடங்க வேண்டியிருக்கிறது. இந்தியா சுதந்திரமடைந்த பிறகு ஆதிக்க சாதிகள் கிராமங்களிலிருந்து நகரங்களுக்கு நகரத் தொடங்குகிற போது, அந்த இடத்திற்கு பிற்படுத்தப்பட்ட சாதியினர் வந்ததையும், தலித் மக்கள் தொடர்ந்து அடக்கப்பட்டு வருவதையும் புரிய வைக்க வேண்டியிருந்தது.

பாப்பாப்பட்டி, கீரிப்பட்டி, நாட்டாமங்கலம் கிராமங்களுக்கு ஐந்து முறைகளுக்கும் மேலாகச் சென்று வந்திருக்கிறோம். முதன்முறையாகச் சென்ற போது பதற்றமே எங்களுக்குள் ஓடிக் கொண்டு இருந்தது. ஊரின் நடுவே வைக்கப்பட்டிருந்த மூக்கையாத் தேவரின் சிலையும், அதன் கீழே சுவரில் "நான்கு தொகுதிகளையும் பொதுத் தொகுதியாக்க வேண்டும்" என்ற வாசகத்துடன் ஒட்டி வைக்கப்பட்டிருந்த சுவரொட்டிகளும் எங்களை வரவேற்றன. தயங்கியபடியே ஒரு டீக்கடையில் நுழைந்தோம். அதை நடத்திக் கொண்டிருந்த பெண்மணி மிகுந்த வாஞ்சையோடும், பரிவோடும் எங்களை உபசரித்தார். மெல்லப் பேச்சுக் கொடுத்தோம். டீக்கடைக்குள் இருந்தவர்களில் ஒருவர்

"எந்தப் பத்திரிக்கையிலிருந்து வருகிறீர்கள்?" என்று மிகச் சாதாரணமாகக் கேட்டார். வரும் அந்நியர்கள் பெரும்பாலும் பத்திரிக்கையாளர்கள் என்பதை அந்த மக்களால் அடையாளம் கண்டுவிட முடிந்தது. மிக வாடிக்கையான ஒன்றாக புரிந்து வைத்திருந்தார்கள்.

பத்துவருடங்களாக இந்த விஷயம் குறித்து முக்கியப் பத்திரிக்கைகள் தொடர்ந்து செய்திகள் வெளியிட்டுக் கொண்டிருந்தார்கள். அதை நாங்கள் சேகரிக்க ஆரம்பித்திருந்தோம். வாய்க்கு வந்த ஒரு பத்திரிக்கை பெயரைச் சொன்னோம். பிறகு 'எதுக்கு இந்த ஊர்ல பத்து வருசமா தேர்தல் நடக்கல" என்றோம். டீக்கடைப் பெண்மணி "சாமிக்கு ஆகாதிங்க... மொதல்ல ஒருத்தன் பஞ்சாயத்துத் தலைவரா நின்னான். அவன் வீட்டுல இடி விழுந்தது. அதுக்கப்புறம் ஒருத்தன் செத்துப் போனான். இன்னொருத்தன் வீட்டுல நாலு ஆட்டுக்குட்டிய நாய் தூக்கிட்டுப் போய்ட்டு. அதுதான் சாமிக்கு பயந்து நாங்க பொதுத் தொகுதியாக்க வேண்டும் என கேட்கிறோம்" என்றார்.

அங்கிருந்து பஞ்சாயத்து அலுவலகம் சென்றோம். பூட்டு தொங்கிக் கொண்டிருந்தது. சில வாலிபர்கள் நின்று பேசிக் கொண்டு இருந்தார்கள். மிக இயல்பாக பேசினார்கள். "அவங்களுக்கும் எங்களுக்கும் எந்த வித்தியாசமுமில்ல. வித்தியாசம் பாக்குறதுமில்ல" என்றான் ஒருவன். "லாரி டிரைவரா இருக்கேன். வெளியூர்ல போனா கேக்காங்க. இவ்வளவு கொடுமைக்காரங்களா நீங்கன்னு சொல்றாங்க. காலாகாலமா இப்படி இருக்கு. அதுக்கு நாங்க என்ன செய்ய?" என்றான் இன்னொருவன்.

நாட்டாமங்கலத்தில் கோயில் பூசாரி "அவங்களா நிக்க மாட்டேன்னு சொல்றாங்க. பிள்ளங்க பிள்ளைங்களாத்தான் இருக்கோணும். பெரியவங்களாகக் கூடாதுன்னு அவங்களே விலகிக்கிறாங்க. ஒங்களுக்கு வெளியே இருந்து பாக்கும் போது வித்தியாசமாத் தெரியலாம்" என்று சொன்னவர் காமிரா பதிவு செய்வதைப் பார்த்து கோபமா "ஏ..எடுக்காதப்பா" என அதட்டினார். தலித் மக்கள் வசிக்கும் பகுதி எங்கும் செல்லவில்லை. ஒரு விஷயம் தெளிவாக எங்களுக்கு அன்றைக்கு புரிந்தது. சின்னப் பையன்களிலிருந்து வயதானவர்கள் வரை இந்தப் பிரச்சினை குறித்து ஒரே தொனியில் பேசினார்கள். தொடர்ந்து அந்த ஊர்களுக்குள் உரையாடல்கள் நடந்து கொண்டே இருந்தன.

பஞ்சாயத்துத் தேர்தல்கள் அறிவிக்கப்பட்ட 1996லிருந்து நீளும் இந்தப் பிரச்சைனையில் யார் யாரெல்லம் இதுவரை

சம்பந்தப்பட்டிருக்கிறார்கள், எந்த இயக்கமெல்லாம் அங்கு ஜனநாயகத்தை நிலைநாட்ட முயற்சித்தது என்பதை ஆராய ஆரம்பித்தோம். மிக முக்கிய பங்கு விடுதலைச் சிறுத்தைகள் அமைப்புக்கு இருந்தது. முதல் நான்கைந்து வருடங்கள் தேர்தல் நடத்தவே முடியாமல், யாரும் போட்டியிட முன்வராமல் இருந்த இறுக்கத்தை உடைத்த இயக்கம் அதுவாகத்தான் இருந்தது. அதன் பொதுச்செயலாளர் திருமாவளவனை பேட்டி கண்டோம். அந்த இயக்கம் நடத்திய போராட்டங்கள் குறித்த பதிவுகள் பத்திக்கைச் செய்திகளாகவோ, வீடியோக்களாகவோ இருந்தால் தாருங்கள் என்றோம். தருவதாகச் சொன்னார். ஆனால் தொடர்ந்து பலமுறை தொடர்பு கொண்டும் எங்களுக்கு கிடைக்கவேயில்லை.

நாங்களாக பெருமுயற்சி எடுத்து மக்கள் கண்காணிப்பகத்திலிருந்து 'பொது விசாரணை' குறித்த வீடியோக் காட்சிகளை பெற்றோம். காலச்சுவடு பத்திரிக்கை ஆசிரியர் கண்ணன் தலைமையில் எழுத்தாளர்கள் ரவிக்குமார், மேலாண்மை பொன்னுச்சாமி, சிவசுப்பிரமணியன் போன்றவர்கள் அந்தக் கிராமங்களுக்குச் சென்று நிலைமைகளை ஆராய்ந்து வந்ததைக் கேள்விப்பட்டோம். கண்ணனை தொடர்பு கொண்டோம். அது குறித்து காலச்சுவட்டில் வந்த கட்டுரை, புகைப்படங்களை தந்து உதவினார். அந்தக் குழுவில் சென்று வந்த மேலாண்மை பொன்னுச்சாமி எழுத்தாளர் சங்கத்தின் முக்கிய மாநிலத் தலைவர்களில் ஒருவர். நாங்களும் அதே அமைப்பைச் சார்ந்தவர்களாயிருப்பதால் வேண்டுமென்றே அவரிடம் பேட்டி எடுப்பதைத் தவிர்த்து, பேராசிரியர் சிவசுப்பிரமணியனிடம் சென்று பதிவு செய்து கொண்டோம். பஞ்சாயத்துத் தேர்தல் குறித்தும், அதன் ஜனநாயகம் குறித்தும் விரிவான ஆராய்ச்சிகள் நடத்தி வருபவரும், அது குறித்து ஏறத்தாழ முப்பது புத்தகங்களுக்கு மேல் எழுதியிருப்பவரும், ராவ் காந்தி பவுண்டேசனில் முக்கிய உறுப்பினராக இருப்பவரும், பொது விசாரணையில் ஒரு நீதிபதியாக இருந்தவருமான காந்தி கிராம பல்கலைக்கழகத்தின் அரசியல் விஞ்ஞானத்துறை பேராசிரியர் பழனித்துரையை பேட்டி கண்டோம். பாப்பாப்பட்டி ஊருக்குப் பக்கத்து ஊரைச் சேர்ந்தவரான இந்திய கம்யூனிஸ்ட் கட்சியின் மாநிலச் செயலாளர் தா.பாண்டியனிடம் சென்று பிரச்சினையின் பின்புலங்களைத் தெரிந்து கொண்டோம்.

இந்த நான்கு பஞ்சாயத்துக்களிலும் இருக்கிற தலித் மக்களிடம் அச்சத்தை உறைய வைத்த, *1996*ல் நடந்த மேலவளவுப் படுகொலை குறித்த விஷயங்களைச் சேகரிக்க ஆரம்பித்தோம்.

நேரில் சென்று கொலை நடந்த இடத்தைப் பார்த்தோம். அதைப் பார்த்தவர்களிடம் பேசினோம். ஒன்றிலிருந்து ஒன்றாக தேடி அலைந்து கொண்டே இருந்தோம். ஆவணப்படத்திற்கு இதுதான் முக்கியமானது. எதையும் விடாமல் தொடரும்போதுதான் ஒன்றின் முழுப் பரிமாணத்தை உணர முடியும். எல்லாம் அறிந்து கொண்டு எடுக்கப்படுவதில்லை ஆவணப்படம். களத்தில் நின்று அறிந்து கொள்வதுதான் ஆவணப்படம் என நான் நினைக்கிறேன். அதை மற்றவர்களும் சரியாக அறியச் செய்யும் போது அந்த முயற்சி முழுமை பெறுகிறது.

இவைகளுக்கு ஊடாக காட்சிகள் வேகமாக மாறிக் கொண்டு வந்தன. மதுரைக்கு புதிய கலெக்டராக உதயச்சந்திரன் பொறுப்பேற்றார். உள்ளாட்சித் தேர்தல்கள் அறிவிக்கப்பட்டன. முதலில் இந்த நான்கு பஞ்சாயத்துக்களிலும் சுழற்சி முறையில் மாற்றம் கொண்டு வர அரசு முடிவு செய்தது. இடது சாரிக் கட்சிகள், விடுதலைச் சிறுத்தைகள், திராவிடர் கழகம், எல்லோரும் சுழற்சி முறையில் மாற்றம் கூடாது, தனித்தொகுதிகளாக நீடிக்க வேண்டும் என வலியுறுத்தின. அரசின் முடிவில் மாற்றம் ஏற்பட்டு அறிவிக்கப்பட்டது. அரசின் உறுதி ஆதிக்க சக்திகளின் உறுதியை உடைத்தது. கலெக்டரின் முயற்சியால் நான்கு பஞ்சாயத்துக்களிலும் தலித் மக்கள் பொறுப்புக்கு வர வேகமாக காய்கள் நடத்தப்பட்டன.

மார்க்சிஸ்ட் கம்யூனிஸ்ட் கட்சி முழுமையாக களத்தில் நின்று வேலை செய்தது. மனுத்தாக்கல் நடை பெற்றது. கீரிப்பட்டி பஞ்சாயத்தில் ஊர் சார்பாக நிறுத்தப்பட்டவர்களின் வேட்பு மனுக்கள் தள்ளுபடியாகி சி.பி.எம் சார்பில் நிறுத்தப்பட்ட பால்ச்சாமியின் வேட்பு மனு மட்டும் ஏற்றுக் கொள்ளப்பட நான்கு பஞ்சாயத்துக்களில் ஜனநாயகத்தின் முதல் வெற்றி உறுதி செய்யப்பட்டது. பால்சாமியிடம் பேட்டி எடுத்துக் கொண்டோம்.

பாப்பாப்பட்டியிலும், கீரிப்பட்டியிலும் போட்டி நிலவியது. "யாருக்கு வேண்டுமானாலும் ஓட்டுப் போடுங்கள், ஆனால் தேர்தெடுக்கப்படுகிறவர்கள் முழு ஐந்து வருடங்களும் பதவியில் நீடிக்க வேண்டும்" என எழுத்தாளர் சங்கம் சார்பில் அந்த ஊர்களுக்குள் சென்று மக்களிடம் பிரச்சாரம் செய்தார்கள். எழுத்தாளர் சங்கத்தின் மாநிலச் செயலாளர் தமிழ்ச்செல்வனின் கருத்துக்களை கேட்டு அறிந்தோம்.

தேர்தல் நடந்தது. பாப்பாப்பட்டியிலும், கீரிப்பட்டியிலும் ஊர் சார்பாக நிறுத்தப்பட்டவர்களே வெற்றி பெற்றார்கள்.

பதவிப் பிரமாணம் அந்த ஊர்களில் கோலாகலமாக நடைபெற, கீரிப்பட்டியில் பதற்றத்தோடு நடந்து முடிந்தது. கலெக்டர் உதயச்சந்திரனிடம் பேட்டி எடுத்துக் கொண்டோம்.

திராவிடர் கழகத் தலைவர் வீரமணி அவர்களைச் சந்திக்க பலமுறை முயன்றோம். மலேசியா சென்றிருக்கிறார், வெளியூர் சென்றிருக்கிறார் என்ற பதிலே கிடைத்தது. வெற்றி பெற்றவர்களை சென்னைக்கு அழைத்து அரசு சார்பில் கௌரவிக்கப்பட்டு சமத்துவப் பெருவிழா நடைபெற்றது. ஜனநாயகத்தின் வெற்றி என்று கொண்டாடப்பட்டது. பிரண்ட்லைன் பத்திரிக்கையில் "மக்கள் மனதில் மாற்றம்" என கட்டுரை வெளியானது. எல்லாவற்றையும் நேரடியாக பதிவு செய்து கொண்டோம்.

உள்ளுக்குள் உறுத்தல் இருந்து கொண்டே இருந்தது. "இது வெற்றியா" என்று ஒரு கேள்வி எங்களுக்குள் அடங்காமல் எழுந்து கொண்டே இருந்தது. நாங்கள் இதுவரை எடுத்து வந்த காட்சிகளிலிருந்து ஒட்டுமொத்த நிலைமை மெல்ல மெல்ல புலப்பட ஆரம்பித்தது.

அந்த நேரத்தில்தான் ஒரு பெரும் அதிர்வை தந்தது நக்கலமுத்தன்பட்டி பஞ்சாயத்துத் தலைவர் படுகொலை. கனத்த இதயத்தோடு மீண்டும் எங்கள் பயணத்தைத் தொடர்ந்தோம். மேலவளவுப் படுகொலைக்கும், நக்கலமுத்தன்பட்டி படுகொலைக்கும் இடையில் கடந்திருக்கும் பதினோரு வருடங்களில் நடந்த சிறு மாற்றம் இதுதான். அன்று மேலவளவில் ஒரு தலித் பஞ்சாயத்துத் தலைவராவதையே அனுமதிக்க முடியாது என்ற நிலைமை இருந்தது. இன்று அவர்கள் பெயருக்கு இருந்துவிட்டுப் போகட்டும், ஆனால் பஞ்சாயத்தை நடத்துகிற பொறுப்பு எங்களிடமே இருக்க வேண்டும், அதை மீறி அதிகாரத்தை எடுத்துக் கொள்ள தலித்கள் முனைந்தால் விட மாட்டோம் என்கிற எச்சரிக்கையை ஆதிக்க சக்திகள் சொல்லியிருந்தன. ஒரு நீண்ட போராட்டம் நடத்தியாக வேண்டிய பொறுப்பு அனைவருக்கும் இருந்தது.

மீண்டும் பாப்பாப்பட்டி, கீரிப்பட்டி ஊர்களுக்கு ஐந்தாவது முறையாகச் சென்றோம். பெரும்பாலும் தலித் மக்கள் வாழும் பகுதியில் படபிடிப்பு நடத்தினோம். தெருக்களில் இளைஞர்களையேப் பார்க்க முடியவில்லை என்பது சிந்தனையில் பட்டது. விசாரிக்கும் போதுதான் தெரிந்தது. எந்த அவமானங்களையும் சகித்துக் கொண்டு வாழ்ந்துவிட்ட மனிதர்கள் சென்ற தலைமுறையினராக இருந்தார்கள். எதிர்த்து நிற்கும்

மனோபாவங்கள் அடுத்த தலைமுறையிடமிருந்தது. ஊருக்குள் இருந்தால்தானே வம்பு என்று இளைஞர்கள் வெளியூர்களுக்கு அனுப்பி வைக்கப்பட்டார்கள். பெரும்பாலும் திருப்பூர் போன்ற பகுதிகளுக்குச் சென்று விட்டிருந்தனர். "ஊரைப் பகைச்சுட்டு, கவர்மெண்டை நம்பி போயிட்டான். எங்களைக் கேட்டிருந்தா நிக்க விட்டிருக்க மாட்டோம்' என கீரிப்பட்டி பஞ்சாயத்துத் தலைவர் பால்ச்சாமியின் சகோதரி கண்ணிர் மல்கச் சொன்னார். பஞ்சாயத்துத் தலைவர்களோடு ஏ.கே 47 ஏந்திய காவலாளிகள் நடந்து சென்றார்கள். பார்வையாளர்களுக்கு சொல்லப் போகும் சித்திரம் தெளிவானது.

இந்தப் படத்தை பின்னணிக் குரல்களின்றி சொல்ல வேண்டும் என்பதில் எங்கள் படப்பிடிப்புக் குழு உறுதியாய் இருந்தது. எத்தனை கவனமாக இருந்தாலும், படம் எடுப்பவர்களே காட்சிகளைப் பற்றிப் பேச ஆரம்பிப்பதால், எதாவது ஒரு இடத்தில் ஒருவித சார்புத் தன்மை ஒட்டிக்கொண்டு இருப்பதாக பார்வையாளன் உணர்ந்துவிடக் கூடும். இந்தப் படம் பேசுகிற விஷயம் மிக நுட்பமானது என்பதால், நாங்கள் அதனை தவிர்க்க விரும்பினோம். பேட்டிகள், காட்சிகள் மூலமே தொகுக்க முயற்சி செய்தோம். இதில்தான் பெரும் வேலையும், சிரமங்களும் இருந்தன. காட்சிகள் கண்ணிகளாக ஒன்றுக்கொன்று தொடர்போடு அடுக்கப்படும் போதுதான் சொல்ல வருகிற விஷயத்தோடு யாரும் பயணிக்க முடியும். இதில் முக்கிய பிரச்சினையாயிருந்தது ஒலிப்பதிவில் இருந்த இரைச்சல். பேட்டிகள் தெளிவாக இருந்தன. ஊர் மக்கள் பேசுவது சரியாக கேட்கவில்லை. பல சமயங்களில் காமிராவை எதிரே இருப்பவர்களுக்குத் தெரியாமல் கையாள வேண்டியிருந்தது. கூட்டமாய் மக்கள் பேசும் போது ஒரே சமயத்தில் பலர் பேசினார்கள். யார் பேசுவதும் புரியாமல் போய் விட்டிருந்தது. எங்களிடம் இருந்த குறைந்த தொழில் நுட்ப உபகரணங்களும், சாதனங்களும் இந்த இழப்புகளுக்கு காரணங்கள்தான். இவைகளோடுதான் படத்தொகுப்பு வேலைகளை ஆரம்பித்தோம். திரும்பத் திரும்ப எடுக்கப்பட்ட காட்சிகளைப் பார்த்து, உரையாடல்களை எழுதி, தேவையானவைகளை அடுக்கி, ஸ்கிரிப்ட் எழுதி, அதன் அடிப்படையில் படத் தொகுப்பு நடந்தது.

சிபிசரவணன் ஏழெட்டு நாட்களும், முனிஷ் மூன்று நாட்களும் எங்களோடு இரவு பகல் அறியாமல் தொடர்ந்து உட்கார்ந்து பணி புரிந்தார்கள். மிக மோசமாக ஒலியமைப்பு இருந்த படியால் சில முக்கிய காட்சிகளை வைக்க முடியாமல் போனது.

நாட்டாமங்கலத்தில் ஊர் பொது இடத்தில் ஒரு கல் இருக்கை இருந்தது. அது குறித்து அறிந்திராத நான் அருகிலிருந்த ஒரு தலித் இளைஞனை அதில் உட்கார்ந்து பேசுவதற்கு அழைத்தேன். "அதில் அவங்கதான் உக்கார முடியும், நாங்க உக்காரக் கூடாது" என்று ஒதுங்கினான். மிக முக்கியமான இந்தப் பதிவில் அந்த இளைஞன் பேசுகிற சத்தம் கேட்கவேயில்லை. இழந்தது இழந்ததுதான்.

இன்னொரு முக்கியமான திட்டமிடல், படத்தில் யாரைப்பற்றியும் நேரடியான விமர்சனங்களையோ, பாதகமான பார்வைகளையோ சொல்லாமல் விஷயத்தை மட்டும் அதன் தீவீரத் தன்மையோடு புரிய வைக்க வேண்டும் என நினைத்தது. பிரச்சினைகளைத் தீர்ப்பதற்கு உதவும் காட்சிகளை மட்டுமே கோர்த்தோம். எந்த சமூக மக்களும் புண்படக் கூடாது, அதே நேரம் நியாயங்களை புரிந்து கொள்ள வேண்டும் என்பதால் ஒரு சமூகக் கடமையாகவே இதில் கவனம் செலுத்தினோம். ஒரு அரசியல் தலைவரின் பேட்டியில் ஒருக் குறிப்பிட்ட சமூகம் குறித்த பெருமிதம் அப்பட்டமாகத் தெரிந்தது. அது அவருக்கும் நல்லதல்ல, படத்திற்கும் தேவையில்லை என முடிவு செய்தோம். விடுதலைச் சிறுத்தைகள் தீர்மானம் ஒன்று "உசிலம்பட்டி பகுதியை வன்கொடுமைப் பகுதியாக அறிவிக்க வேண்டும்" என்றது. இரு தரப்பு மக்களின் முரண்பாட்டை மேலும் வளர்க்கும் என்பதால் எடுத்து விட்டோம். எழுத்தாளர் ஒருவர் பொது விசாரணையில் "அங்கு மனநலம் பாதிக்கப்பட்டவர்கள் இருக்கின்றனர்" என்கிறார். சேர்க்கப்படவில்லை. மார்க்சிஸ்ட் ஊழியர் ஒருவர் தன் சமூக மக்களாலேயே தனக்கு நேர்ந்த அவமானங்களை சொல்லும் போது "உன் தாயையோ, உன் தங்கையையோ ஒரு தலித்துக்கு கல்யாணம் செய்து வை" என்ற வார்த்தைகள் இருந்தன. வெட்டி விட்டோம்.

நேரம் கருதி, தேவையான விஷயங்கள் எவ்வளவோ சொல்ல முடியாமலும் போயிருந்தன. தொகுத்து முடித்த போது படம் ஒரு மணி நேரம் நாற்பது நிமிடங்கள் ஓடக்கூடியதாயிருந்தது. சாதி குறித்த வரலாற்றுப் பின்னணி, சுதந்திரத்துக்கு பிறகு வந்த மாற்றம், சூத்திரனாயிருந்தவன் இன்று தன்னை ஆண்ட பரம்பரை என்று மீசை முறுக்கிக் கொள்வது, தலித்களின் நிலை மட்டும் மாறாமல் இருப்பது, பஞ்சாயத்து முறை அவர்களை அதிகாரத்துக் கொண்டு வர செய்த முயற்சி, அதில் ஏற்பட்டிருக்கும் சிக்கல் என புள்ளிகளையெல்லாம் இணைத்து, 'இது வேறு இதிகாசம்' என ஆழமான அர்த்தத்தோடு படவேலைகளை முடித்திருந்தோம். மிகத் தெரிந்த நண்பர்கள் பார்த்துவிட்டு, நன்றாக இருக்கிறது என்று

சொல்லி விட்டு இவ்வளவு நேரம் ஓடினால் யார் பொறுமையாக பார்ப்பார்கள்? என கேள்வியை வைத்தார்கள்.

'ஆவணப்படம் பார்க்கிற முறை வேறு. கலாச்சாரம் வேறு. அதற்கு நாம் பழகியாக வேண்டும்' என்றெல்லாம் சொல்லிப் பார்த்தேன். அந்த பயத்தை தொடர்ந்து விதைத்துக் கொண்டிருந்தார்கள். பேசியவர்களே மாறி மாறி பேசிக் கொண்டு இருப்பது போரடிக்கும் என்று இன்னும் சில எழுத்தாளர் பெருமக்கள் சொல்ல சமரசம் செய்து கொள்ள வேண்டிய நிலை ஏற்பட்டது. எதோ ரணம் போல உள்ளுக்குள் அறுத்தெடுக்க பிரச்சினையை மட்டும் சொல்வதாக 65 நிமிடங்களுக்குள் மீண்டும் எடிட் செய்து முடித்தோம். பெரும்பாலும் காட்சிகள் வழியாகவே படம் நகருமாறு அமைத்தோம். ஆனாலும் சொல்ல வந்ததை முழுவதுமாகச் சொல்லவில்லை என்ற ஏக்கம் இருந்து கொண்டே இருந்தது. நேரடியாகச் சொல்லாமல் படம் சில அழுத்தமான கருத்துக்களை வெளிப்படுத்தவே செய்தது. படத்தின் நோக்கமே இது போன்ற பிரச்சினைகளைப்பற்றி பொது வெளியில் பகிரங்கமாக உரையாடல்களை நடத்த வேண்டும் என்பதுதான். அதுதான் எல்லாவற்றையும் அம்பலப்படுத்தும். மௌனங்களுக்குள் புதைந்து கிடக்கும் வக்கிரங்கள் உடைந்திடும். அது நிகழவில்லை.

தலித் மக்கள் விடுதலை தலித் மக்களால் மட்டுமே சாத்தியமானதல்ல என்று படத்தின் கோணம் சென்றது. இன்னும் எல்லாக் கிராமங்களிலும் தலித் மக்களுக்கு தனி கிளாஸ் டீக்கடைகளில் கொடுக்கப்படுகிறது என்பதை சி.பி.எம்மின் தாலுகாச் செயலாளர் ஒப்புக் கொண்டார். இதிலிருந்து சிந்தனைகள் துவங்க மறுத்தது. பார்த்தவர்கள் பெரும்பாலும் மௌனம் சாதித்தார்கள். சிலர் மெல்ல பேசினார்கள். அபூர்வமாகவே விமர்சனங்கள் வந்தன.

விடுதலைச் சிறுத்தைகள் தரப்பிலிருந்து, இது சி.பி.எம் படம், அவர்களுக்கு ஏற்றாற் போல் எடுத்துக் கொண்டார்கள் என்று குரல் கேட்டது. சி.பி.எம்மிலோ 'திருமாவளவனுக்கு அதிக பட்ச இடம் கொடுக்கப்பட்டிருக்கிறது என்ற முணுமுணுப்புக்கள் கேட்டன. மற்ற சில அமைப்புக்கள் "எங்களை முற்றிலும் புறக்கணித்து விட்டார்கள்" என்று வாளாயிருந்தனர். யார் யாரெல்லாம் களத்தில் நின்றார்களோ அவர்களை மட்டுமே படத்தில் இணைத்திருந்தோம். தாங்கள் பதிவு செய்யப்படவில்லை, தாங்கள் சரியாக சித்தரிக்கப்படவில்லை என்ற உள்மன ஆதங்கங்களில் ஒளிந்து கொண்டு சிலர் அமைதி காத்தனர். சி.பி.எம்மை

கலெக்டரும், பழனித்துரையும் தூக்கிப் பிடித்திருப்பது பலருக்கு சுத்தமாக பிடிக்காமல் போனது. இந்த விவகாரங்களுக்குள் பால்ச்சாமியின் சகோதரியின் கேள்வியும், ஜமுனாவின் அழுகையும் அதிர்வுகளற்று அடங்கிப் போனதுதான் மிகப்பெரும் சோகம்.

தலித் மக்களுக்கு இழைக்கப்படுகிற கொடுமைகள் வெறும் டிஜிட்டல் பதிவாகிப் போவது வேதனை தந்தது. உரையாடல்களுக்கேற்ற காட்சிச் சித்தரிப்புகளை திட்டமிட்டு, திட்டமிட்டு அமைத்திருந்தோம். "பூங்கொடியனுக்கு 35 ஒட்டுத்தான். கருத்தக் கண்ணனை எதுத்து நிக்க வச்சு வாபஸ் வாங்க வச்சிட்டங்க" என்று பால்ச்சாமி கூறும்போது கீரிப்பட்டி பஞ்சாயத்து அலுவலகம் முன்பு சிறுவர்களின் ஆடுபுலி ஆட்டம் விளையாட்டத்தில் காய்கள் வெட்டப்படும் காட்சி வரும். "இந்தியா முழுக்க இதுதான் நிலைமை. தாழ்த்தப்பட்டவர்கள் பதவிக்குத் தேர்ந்தெடுக்கப்பட்டாலும் உதவித்தலைவர்கள்தான் நிர்வாகம் செய்கிறார்கள்" என்று திருமாவளவன் சொல்லிக் கொண்டு இருக்கும் போது தலித் மக்கள் தெருவில் ஒரு கருப்பு ஆட்டின் மீது வெள்ளை ஆடு காலை வைத்து மரத்தில் தொங்கும் புல்லுக்கட்டை கடிக்கும் காட்சி வரும். அதுகுறித்தெல்லாம் கூட யாரும் பேசக் காணோம். படத்தில் குறிப்பிடப்பட வேண்டிய குறைகளும் இருந்தன. அவைகளையும் யாரும் சுட்டிக்காட்டக் காணோம். காற்று அப்படியே நின்று போய்விட புழுக்கமாய் இருந்தது

மாற்று கலாச்சாரம், மாற்று சினிமா என்று நிறைய பேசுகிறோம். நிறைய முயற்சி செய்கிறோம். படத்துக்கான செலவில் மூன்றில் ஒன்று கூட தேறவில்லை. அது ஒரு புறம். மக்களிடம் கொண்டு செல்லப்படுகிறதா என்றால் அதற்கான ஏற்பாடும், மெனக்கெடலும் இல்லை. ஷங்கரின் சிவாஜி படம் வெற்றி பெற வேண்டும் என அலகு குத்தி காவடி எடுக்கும் இளைஞர்கள் நிறைந்த தேசத்தில் நாம் வெறி பிடித்து ஆற்ற வேண்டிய காரியங்கள் நிறைய இருக்கின்றன. பாப்பாப்பட்டிக்கு பக்கத்து ஊரைச்சேர்ந்த பிறன்மலைக் கள்ளர் சமூகத்தை சேர்ந்த மனிதர் ஒருவர் யாரிடமோ நம்பர் வாங்கி திடுமென ஒருநாள் காலையில் செல்போனில் பேசினார். "உசுர உருக வச்சிட்டீங்க." என்று ஆரம்பித்தார். சட்டென எல்லாம் பற்றிக் கொண்ட மாதிரி இருந்தது. புதுக்கோட்டை சாந்தியைப் போய்ப் பார்க்க வேண்டும். பாவலர் ஓம்முத்துமாரி வீடு பக்கத்தில் திருவேங்கடத்தில்தான் இருக்கிறது.

❑

20

எங்கள் கதாநாயகி

பெரும்பாலும் கதாநாயகியை விளக்குமாற்றால் விரட்டவும், அழவும் செய்த 'பூ' படத்தில் அந்த அம்மாவாக வந்தவர்தான் ஜானகி. சாத்தூரில்தான் வசித்தார். சத்துணவு ஊழியராக பணிபுரிந்து கொண்டு இருந்தார். தமிழ்நாடு முற்போக்கு எழுத்தாளர் சங்கம், சாத்தூர் கிளையின் செயலாளராக அப்போது இருந்தார். நாங்கள் அனைவரும் அன்போடு ஜானகி அக்கா என்றுதான் அழைப்போம்.

பூ படத்தில் அவர் நடிக்க அழைத்த போது, இயக்குனர் சசி "இதற்கு முன்னர், எதாவது படத்தில் நடித்திருக்கிறீர்களா" என்று கேட்டாராம். "ஆமாம், மாதவராஜ் இயக்கிய குறும்படத்தில் நடித்திருக்கிறேன்" என்று சொன்னாராம். இதை ஜானகி அக்காச் சொல்லி கேட்டதும் எனக்குச் சிரிப்பு வந்தது. பிறகு அவர்களே கேட்டார் "ஆமாம் தோழர், அந்தப் படம் என்னாச்சு. வருமா?" என்றார். "ம்.. பார்ப்போம்" என்று சொல்லிவிட்டு, பூ படத்தின் அனுபவங்களைக் கேட்டேன். "நம்ம படத்தில் வந்த மாதிரி அதே அம்மாதான் விளக்குமாத்தால அடிக்கிற அதே மாதிரி சீன் கூட இருக்கு" என்று வாயைப் பொத்தி சிரித்துக் கொண்டே என்னைப் பார்த்தார்.

சாத்தூருக்குப் பக்கத்தில் ஒத்தயால் என்னும் கிராமத்தில் மூன்று வருடங்களுக்கு முன்பு ஒரு இரவில் எடுக்கப்பட்ட அந்தக் காட்சியை மறக்க முடியாது. ஊரே திரண்டு எதோ பெரிய சினிமா ஷூட்டிங் போல சுற்றி நின்றிருந்தார்கள். நான் ஜானகி அக்காவிடம், எந்த இடத்தில் நிற்க வேண்டும், என்ன பேச வேண்டும், பேசிக்கொண்டே எப்படி மகளருகேச் செல்ல வேண்டும், எப்படி அடிக்க வேண்டும், பிறகு விளக்குமாற்றை எடுக்க வேண்டும் என்பதையெல்லாம் திரும்பத் திரும்ப சொல்லிக் கொண்டு இருந்தேன். இரவு என்பதால் லைட்டிங்கை ஒழுங்குபடுத்திக் கொண்டு காமிராவோடு நின்றிருந்தான் பிரியா கார்த்தி.

ஜானகி அக்கா எல்லாம் சரியாகச் செய்தார்கள். ஆனால் மகளை அடிக்கும்போது மட்டும், அந்த உக்கிரம் இழந்து, எதோ ஒப்புக்கு பாவனை செய்தார்கள். ஐந்தாறு தடவைக்கு மேல் இப்படியே

போனது. கார்த்தி என்னைப் பார்த்து சிரித்தான். எனக்கு எரிச்சல் அதிகமாகிக் கொண்டு போனது. ஒரு கட்டத்தில், எப்படி அடிக்க வேண்டும் என்று சொல்லிக் காட்ட, பாய்ந்து வேகமாக அந்தச் சின்னப் பெண்ணின் அருகில் சென்று, கொத்தாய் அவள் முடியைப் பிடித்து, தலையை அமுக்கி, ஓங்கி முதுகில் அடிக்கக் கையை ஓங்கினேன். பார்த்துக் கொண்டிருந்த ஜானகியக்கா, "ஐயோ, பார்த்து.. பார்த்து.." என்றார்கள். ஊரே என்னோடு சேர்ந்து சிரித்தது. ஒருவழியாய் அந்தக் காட்சியை முடித்தோம் எனக்குத் திருப்தியில்லாமல்தான். ஆனால் ஜானகியக்காவின் மீது பிரியம் கூடிப் போனது.

மற்ற காட்சிகள் எல்லாம் நன்றாகவே இருந்தன. காலையில் எடுக்கப்பட்ட காட்சியின் போது, ஜானகியக்கா மிரட்டியிருந்தார்கள். தன் மூன்று மகள்களும் வேலை பார்க்கும் தீப்பெட்டி ஆபிஸில் தீப்பிடித்து விட்டது என்பதையறிந்து கதறி வீட்டில் இருந்து எழுந்து ஓடும் காட்சியில் அப்படி நடித்திருந்தார்கள். பக்கத்தில் குழாயில் தண்ணீர் பிடித்துக் கொண்டு நின்றிருந்த கிராமத்து அம்மா ஏதோ உண்மையிலேயே நடந்து விட்டது போல, "ஏ அம்மா, என்னாச்சு, என்னாச்சு.. " என்று பதறி ஓடி வந்து ஜானகியக்காவின் கையைப் பிடித்துக் கொண்டார்கள். விளக்கம் சொன்னதும், "அட.. அப்படியா, சினிமாவா" என்று வெத்திலை வாயெல்லாம் தெரிய அந்த அம்மா சிரித்தார்கள்.

எழுத்தாளர் லட்சுமணப்பெருமாள் எழுதிய "தீ" என்னும் கதை அது. முதலில் தீ விபத்து என்று பதறி, தன் செல்வங்களுக்கு ஒன்றுமில்லை என்றறிந்ததும் நிம்மதியடைகிற ஒரு தாய், பின்பு இறந்தவர்களுக்கு ஒரு லட்சம் கொடுக்கும் என்று அரசு அறிவித்ததும், வறுமை அவளுக்குள் ஒரு ஓரத்தில் 'எவளாவது ஒருத்தி செத்துத் தொலைஞ்சிருக்கக் கூடாதா' என நினைக்க வைக்கும் கொடுமைதான் கதை.

படப்பிடிப்பு எல்லாம் முடிந்தது. எடிட்டிங் நடக்கும்போது, அந்தக் கதை எனக்கு வேறு மாதிரியாகத் தொனிக்க ஆரம்பித்தது. இணை இயக்குனராக இருந்த காமராஜும், பிரியா கார்த்தியும் "ஆமாம், இது எப்படிச் சரியாக இருக்கும்' என்றே கருத்துத் தெரிவித்தார்கள். அத்தோடு நின்றது படத்தின் வேலைகள்.

இதையெல்லாம் ஜானகியக்காவிடம் நான் சொல்லவில்லை. முதல் படம் 'தீ'யாக இல்லாமல், இன்னொரு ஒற்றை எழுத்து 'பூ' வில் அவர்கள் நடிப்பது சந்தோஷமாக இருந்தது. பார்க்கும் போதெல்லாம் படத்தில் நடிக்கிற அவர்களின் அனுபவங்கள்

குறித்து கேட்பேன். நிறைய சொல்வார்கள். கூட ஒரே அறையில் தங்கியிருந்த அம்மாவுக்கு படத்தில் வெற்றிலை இடித்துக் கொண்டு இருக்கிற காட்சியாம். “எல்லா படங்களிலும் என்னை வெத்தல இடிக்கவே வைக்கிறானுங்க..” என்று அவர்கள் அலுத்துக் கொண்டதெல்லாம் தனியாக ஒரு பதிவு போடக் கூடிய அளவுக்கான விஷயம் கொண்டது. அதுபோல, கிராமத்து பெருசுகளாக நடிப்பவர்கள் எல்லோருக்கும் பெரிய பெரிய மீசைகளை, விதம் விதமாய் வைத்திருப்பார்களாம். அவைகளோடு அந்த மனிதர்களின் படுகிற பாட்டை, அக்கா சொல்லும் போது ரசித்து ரசித்துச் சிரிக்கலாம். சாப்பிடும்போது எல்லா மீசைகளையும் கழற்றி பத்திரமாக வைத்துக்கொள்வார்களாம். இப்படி சின்னச் சின்னதாய் சினிமாவைப் பற்றி அறிந்து சொல்லிக் கொண்டு இருந்தார்கள்.

படம் வெளியானதும், முதல் நாள் அவர்களுடன் படம் பார்க்க அருப்புக் கோட்டைக்கு அழைத்தார்கள். செல்ல முடியவில்லை. அதில் கொஞ்சம் வருத்தம் அவர்களுக்கு. படம் பார்த்ததும் எனக்கு ஆச்சரியம் தாங்க முடியவில்லை. நாங்கள் எடுத்த காட்சிகளையே பார்த்தது போலிருந்தது. அதுபோலவே வீடு, மகள், விளக்குமாறு, அழுகை என ஜானகியக்கா வந்து கொண்டிருந்தார்கள்.

பின்னர் ஜானகியக்காவுக்கு அரசு ஊழியர் சங்கமும், எழுத்தாளர் சங்கமும் இணைந்து விருதுநகரில் பாராட்டு விழா நடத்தியது. அக்காவைப் பாராட்டி என்னைப் பேச அழைத்திருந்தார்கள். “பூ படத்தில் கதாநாயகிக்கு அம்மாதான், எங்கள் படத்தில் இவர்கள்தான் கதாநாயகி” என்று பேச ஆரம்பித்தேன்.

விழா நடந்து முடிந்த பிறகு, அக்கா அதைச் சுட்டிக்காட்டி சந்தோஷப்பட்டார்கள். “சரிக்கா... எங்களையெல்லாம் மறந்துராதீங்க... பிறகு எதாவது கால்ஷீட் கேட்டால் தேதி கொடுக்கணும்” என்றேன்.

“போங்க தோழர்.... உங்களுக்கு எப்பவுமே கிண்டல்தான்..” சொல்லிக் கொண்டே டவுண் பஸ்ஸைப் பிடிக்க ஓடினார்கள். எங்கள் கதாநாயகி.

❑

21
டூயட்

நண்பர் முனிஷின் 'ஐடியாஸ்' அறைக்கு ஒருமுறை சென்றிருந்த போதுதான் கவனித்தேன். திருமண நிகழ்ச்சியொன்றை பிரிமியரில் எடிட் செய்து கொண்டிருந்தார். 'காக்க... காக்க' படத்தின் 'உயிரின் உயிரே' ஒலித்துக்கொண்டிருக்க, மரத்தின் பின்னே ஒளிந்திருந்த மணமகன், அருகே வந்த மணமகளின் கண்களை பின்புறமிருந்து மூடினான். வெட்கமும், சிரிப்புமாக அவனது கைகளை விலக்கி, மணமகள் ஸ்லோ மோஷனில் ஓடினாள். ஆற்றங்கரையில் பறவைகள் பறந்தன. மணமகனின் தோளில் சாய்ந்து மணமகள் நடந்தாள். சேலை, சட்டையின் நிறங்கள் வேறு வேறு நிறங்களில் மாறின. தனது டிஜிட்டல் வித்தைகளைச் காட்டியிருந்தார் முனிஷ். மணமகளை அலாக்காகத் தூக்கி மணமகன் நடந்தான். கால்களை அவள் உதைத்து திமிறியது கொஞ்சம் வித்தியாசமாயிருந்தது. சட்டென பனிபடர்ந்த மலைகள் வந்தன. காமிரா அப்படியே நகர்ந்து புல்வெளியில் உட்கார்ந்திருந்த இளம் தம்பதியினரை நெருங்கியது. அவளது மடியில் அவன் படுத்துக்கொள்ள, அவள் காமிராவைப் பார்க்க முடியாமல் வேறெங்கோ பார்த்தாள்.

ஆச்சரியமாய் இருந்தது. "என்னது முனிஷ் இதெல்லாம்..." என்றேன். இப்படியும் மக்கள் ஆசைப்படுவதாய் முனிஷ் சொன்னது நம்ப முடியவில்லை. "பொண்ணு கொஞ்சம் வெட்கப்பட்டுச்சு. அதையெல்லாம் வெட்டிட்டேன். இது நாலாவது டேக்" என்று முனிஷ் சர்வசாதாரணமாக சொல்லிக்கொண்டு இருந்தார். நான் கம்யூட்டர் திரையையேப் பார்த்துக்கொண்டு இருந்தேன். "கல்யாணமாகி ஒருவாரம் கழிச்சு இதெல்லாம். பிற்சேர்க்கை. கொடைக்கானலுக்கு நானும் போயிருந்தேன்" என்று அந்த அனுபவம் குறித்து முனிஷ் சொல்லிக்கொண்டு இருந்தார்.

"இப்படி நிஜமாவே எடுக்க ஆசைப்படுறாங்களா..." என்றேன். "மாதவராஜ் சார், நீங்க எந்த காலத்துல இருக்கீங்க.. சினிமாவுல வர்ற ஹீரோ ஹீரோயின் மாரி அவங்களுக்கும் ஒரு சின்ன ஆசை... இதுல என்ன இருக்கு" என்றார். எல்லோருக்குள்ளும் இப்படியான சின்னச் சின்ன சஞ்சலங்கள் இருக்கும் என அடித்துச் சொன்னார். எதையும் புரொபஷனலாகவே பார்க்கிற அவரிடம் மேற்கொண்டு

எதுவும் பேசவில்லையென்றாலும் நினைப்பெல்லாம் அந்தக் காட்சிகள் சுற்றியே ஓடிக்கொண்டு இருந்தன.

சினிமாவில்தான் இதுபோன்ற டூயட்கள் சாத்தியம் என்பதும் நிஜவாழ்வில் இதெல்லாம் நிகழாது என்று அசைக்க முடியாத நினைப்பு இருந்தது. அது தகர ஆரம்பித்தது.

சினிமாவின் பிம்பங்கள் மனிதர்களுக்குள் ஏற்படுத்திவிடுகிற அபிலாஷைகளும், அந்தரங்கத்தில் ஏற்படுத்துகிற தாக்கங்களும் யதார்த்த வாழ்வை மீறிய சஞ்சரிப்புகளில் மூழ்க வைக்கின்றனவா? ரகசியம், விவஸ்தை எல்லாம் உடைத்து மனிதர்களை உள் இழுக்கின்றனவா? இந்தக் காலம் அதை நோக்கித்தான் நகர்கிறதா? இப்படியான ரசனைகளை ஒளித்து வைத்துக்கொண்டுதான் மனிதர்கள் நடமாடிக்கொண்டு இருக்கிறார்களா? குழப்பங்களோடு இருந்தபோதுதான் எனக்கு கௌதலைமுத்துவின் ஞாபகம் வந்தது.

முப்பது வருடங்களுக்கு முன்னர் எங்கள் ஊர் மைனர்தான் கௌதலைமுத்து. ஐந்தோ, ஆறோ படித்துவிட்டு விவசாயம் செய்துகொண்டு இருந்தாலும் சாயங்காலம் பேண்ட் சட்டை போட்டுக்கொண்டு கடைப்பக்கம் வந்து நிற்பான். கூலிங்கிளாஸ் வேற. “லூஸு”, “பைத்தியம்”, “மெண்டல்” என ஒரே அர்த்தத்தோடு கூடிய வார்த்தைகளை அவரவர்கள் வைத்திருந்தார்கள் அவனைப்பற்றி. ஊரேக் கிடந்து சிரித்தாலும் கவலைப்படாமல், சொடக்கு விட்டு எல்லோரிடமும் பேசிக்கொண்டு இருப்பான். தாவணிகளைப் பார்த்தவுடன் கண்களில் செயற்கையாய் ஒரு காந்தம் வரும்.

பத்ரகாளியம்மன் கோயில் திருவிழா வந்துவிட்டால் கௌதலைமுத்துவுக்கு களைகட்டிவிடும். ஊருக்குள் வசூல் செய்து, மீதப் பணத்தை அவனேப் போட்டு நாடகம் போடுவான். ‘நவரசத் திலகம்’ கௌதம் நடிக்கும் ‘காலங்களில் அவள் வசந்தம்’என்ற நாடகம் திரையிடப்படும் என போஸ்டர்கள் பக்கத்து ஊரெல்லாம் ஒட்டப்படும்.

திருச்செந்தூர், திருநெல்வேலியிலிருந்து நாடக நடிகைகளைக் கொண்டு வருவான். என்ன கதை, என்ன வசனம் என்றெல்லாம் யாருக்கும் தெரியாது. அந்த நடிகைகளோடு கனவு, நனவு என பல சந்தர்ப்பங்களாக “அழகிய தமிழ் மகன் இவன்”, “இன்பமே உந்தன் பேர் வள்ளலோ” என ஏழெட்டுப் பாடல்கள் சிவப்பு, மஞ்சள், பச்சை, ஊதா என நிற வெளிச்சங்கள் வெட்ட ஆடி மகிழ்வான். அந்தப் பெண்கள் இந்தக் கோமாளித்தனங்களை எல்லாம் பார்த்துச் சிரித்துக்கொண்டே ஆடுவார்கள். சட்டை

மேல் சட்டை போட்டுக்கொண்டு, இடையிடையே திரைக்குப் பின்னால் சென்று ஒவ்வொன்றாய் கழற்றி வந்து ஆட, விசில் சத்தம் பறக்கும். எம்.ஜி.ஆர் போல பிரத்யேகமானப் பிடிகள் பெரும் ஆரவாரத்தை எழுப்பும். ஒருதடவை ஏடாகூடமாய் எங்கோ கைவைக்க, அந்த நடிகை அவனைப் பிடித்து தள்ளிவிட்டு ஆடமாட்டேன் என்று சொல்லிவிட்டாள். அதுவும் நடந்தது.

ஊரில் பல இளவட்டங்களுக்கு தாங்களும் அதுபோல ஆடமுடியவில்லையே என வருத்தங்கள் உண்டு என்பது தெரியும். வெளியே கௌதலைமுத்துவைக் கிண்டல் செய்து கொண்டாலும் அந்த நடிகைகளோடு அவன் ஆடும்போது அவர்கள் கண்களில் ஏக்கங்களும் இருக்கத்தான் செய்தன.

ரொம்ப காலம் கழித்து கௌதலைமுத்துவைப் பார்த்தேன். நரைவிழுந்து, தொப்பையோடு ஒரு பனியன் போட்டுக்கொண்டு வீட்டின் முன்னே திண்ணையில் உட்கார்ந்திருந்தார். ஒரு பெண்ணைக் கட்டிக் கொடுத்துவிட்டார். இரண்டு பையன்கள் சென்னையில் எதோ கடைகள் வைத்திருக்கிறார்களாம். பேசிக்கொண்டு இருக்கும்போது பழைய கதைகளை, நாடகங்களை பேச ஆரம்பித்தேன். “அட.... நீ ஒண்ணு... சும்மாயிருப்பா.. அதப் போயி ஞாபகப்படுத்துற” என்று வெட்கப்பட்டார்.

“அடேயப்பா, அன்னிக்கு இந்த வெக்கம் எங்க போச்சு” என்றேன்.

“அதெல்லாம் ஒரு வயசு. அவ்ளோதான். அதுவேவா வாழ்க்கை?” என்றார்.

கம்ப்யூட்டர் திரையை பார்த்து குழப்பமில்லாமல் மெல்ல புன்னகைக்க ஆரம்பித்தேன்.

“என்ன சார் சிரிக்கிறீங்க?” முனிஷ் கேட்டான்.

❑

22

எங்கே தவற விட்டோம்

'இன்றோடு 2010 முடிகிறது' என்பது முன்வந்து நிற்க வங்கிப்பணியில் ஈடுபட்டிருந்தபோதுதான் 'பாலு சார் காலிங்' என்று மொபைல் சொன்னது. பேரைப் பார்த்ததும் உற்சாகத்தோடு காதில் வைத்தேன். "தலைவா..!" என்று கொப்பளிக்கும் அந்த வழக்கமான உற்சாகம் இல்லை. "நான் பாலு பேசுறேன்..." என இற்றுப்போன குரல் கேட்டது. "என்ன சார்..." என்றேன். "தலைவா, நா சிவகாசியில மதி ஆஸ்பத்தியில அட்மிட் ஆகியிருக்கேன்." என்று சொல்லி வைத்து விட்டார்.

பதறிப்போய், சிவகாசி அருகில் இருந்த திருத்தங்கல் கிளைக்கு போன் செய்து கணேசனிடம் விஷயத்தைச் சொல்லி, உடனே ஆஸ்பத்திரிக்குப் போய் விசாரித்து தகவல் தரச் சொன்னேன். காமராஜ், சங்கருக்கெல்லாம் தெரியப்படுத்தயபடி, பாதியில் நின்றிருந்த ஒரு வேலையை அவசரமாய் முடித்துக்கொண்டு இருந்தேன். கொஞ்ச நேரத்தில் கணேசன் போன் செய்தார். "அண்ணே, பேங்குக்கு பைக்ல போகும்போது தலைசுத்திட்டு வந்திருக்கு. உடனே பைக்க நிறுத்திட்டு, ஆட்டோவப் பிடிச்சு அவரே ஆஸ்பத்திரியில வந்து அட்மிட் ஆகியிருக்கார். வீட்டுக்கும் பேசியிருக்கார். வீட்டுக்காரம்மாவும், பையனும் இப்ப வந்துட்டாங்க. ஐ.சியில வைச்சிருக்காங்க. பிரஷர் கொறைஞ்சிருக்கு. ஆனா வயிறு வலிக்குன்னு சொல்றாரு." என்று வேகமாய்ச் சொன்னவர், கொஞ்சம் நிறுத்தி, "சொன்னா கேக்குறாரா, ரொம்பத் தண்ணிண்ணே" என்றார்.

சிவகாசிக்குக் கிளம்பினேன். மதியம் பனிரெண்டரை மணிக்குப் போல போய்ச் சேர்ந்தேன். அந்தக் கனத்த உடல் எம்பி எம்பி துடித்துக்கொண்டு இருந்தது. மூக்கு வாய், மணிக்கட்டு, வயிறு என பல இடங்களில் இருந்து டியூபு டியூபுகளாய் நீண்டிருந்தன. பாலு சாரின் கண்கள் கலங்கி பரிதாபமாய் இருந்தன. அவரது மனைவியும், ஒன்பதாம் வகுப்பு படிக்கிற மகனும் அவரைத் தடவிக்கொடுத்துக்கொண்டு கட்டிலின் அருகில் நின்றிருந்தனர். "பிரஷர் இப்போது நார்மலா இருக்கு. கணையம் கடுமையா பாதிக்கப்பட்டிருக்கு. ஓவர் டிரிங்க்ஸ். மதுரை வடமலையான்

ஆஸ்பத்திரிக்கு ரெஃபர் செஞ்சிருக்கேன். சாயங்காலம் அஞ்சு மணிக்குள்ள அங்க இருக்கணும். வயித்து வலிக்கு இஞ்செக்ஷன் போட்டு அனுப்பி வைக்கிறோம்" என்றார் டாக்டர். பாலு சாரின் தம்பி, மச்சினன் எல்லோரும் வந்திருந்தார்கள். வேனை அமர்த்தி மதுரைக்குப் புறப்பட்டோம். பாலு சார் வலியடங்கி படுத்திருந்தார்.

கண்கள் சுருங்க, குலுங்கி குலுங்கி சிரிக்கும் பாலு சார்தான் இப்படிக் கிடக்கிறார் என்னும் பிரக்ஞை உறுத்திக்கொண்டே இருந்தது. பார்த்ததும், "தலைவா" என பெருங்குரல் எழுப்பி, கைகளை விரித்து நிற்கிறவர் எப்படி ஒரே நாளில் குன்றிப் போய் விட்டார். தினம் தினம் பார்த்துப் பழகிய பாலுசார் நிற்பது, நடப்பது, உட்கார்ந்திருப்பது எல்லாம் ஒரு ஒழுங்கில்லாமல் வந்து போய்க்கொண்டு இருந்தன.

பாண்டியன் கிராம வங்கியில் அலுவலராக பாலுசார் இருபத்தைந்து வருடங்களுக்கு மேலாக பணிபுரிந்தாலும். 2004ம் வருடத்திற்குப் பிறகுதான் அவரோடு நெருங்கிப் பழக முடிந்தது. காமராஜ், சங்கர், கணேசன் ஆகியோருடன் அதற்கு முன்பே பழக்கமிருந்தது என்றாலும் நான் பட்டும் படாமலேயே இருப்பேன். அம்பேத்கர் எஸ்.சி/எஸ்.டி ஊழியர்கள் நலச்சங்கத்தின் பொதுச்செயலாளர் அவர்.

நான் பணிபுரிந்துகொண்டு இருந்த சங்கரலிங்கபுரம் கிளையில் மேலாளராக வந்து சேர்ந்தபிறகுதான் எனக்கு பாலுசார் ஆனார். மதியத்திற்கு மேல் அரசியல், இலக்கியம் என உரையாடல்களும், விவாதங்களுமாய் இருக்கும். அப்படியொரு சூதுவாது இல்லாத மனிதரை பார்ப்பதே அபூர்வமானது. அவரும் சாத்தூர்தான் என்பதால், காலையில் அவரது பைக்கில் கூடவேச் செல்வேன். நான் கேஷியராய் இருந்தால், கணக்கு முடித்த பிறகு பணத்தை எண்ணிப் பார்க்கவே மாட்டார். "என்ன வழக்கம் இது. எண்ணி உள்ளே வைக்கலாமே" என்றால் "விடுங்க தலைவா. மனுஷங்களைத் தெரியாதா" என அலட்சியமாகச் சொல்வார். நலச்சங்கத்தின் நடவடிக்கைகளை விட, தொழிற்சங்க நடவடிக்கைகளில் அதிகமாய் கலந்துகொள்ள ஆரம்பித்தார். எங்கு சென்றாலும் கூடவே வருவார். என்னைத் தேடி வரும் கட்சித்தோழர்களிடம் பிரியமாய்ப் பேசுவார்.

ஆரம்பத்திலிருந்தே என்னை தலைவா என்றுதான் அழைப்பார். சங்கடமாயிருக்கும். "சார், மாதுன்னே கூப்பிடலாமே" என்பேன். கண்டுகொள்ளவே மாட்டார். பிடிக்காத அந்த வார்த்தையும்,

அவரது பிரியத்தில் பிடித்துப் போனது. எங்கள் சங்கத்திலிருந்து முன்னணித் தோழர்கள் அகில இந்திய மாநாட்டுக்கு புத்தகயா சென்றபோது, அவரும் வந்தார். உற்சாகமான அந்த பயணத்தில் எல்லோருக்கும் நெருக்கமானார். எதோ ஒரு விஷயத்தில் அவர் பேசியது பிடிக்காமல் போக, எனக்கு கோபம் வந்தது. சட்டென்று தெறித்த முன்கோபத்தில், கடுமையான வார்த்தைகளோடு சத்தம் போட்டேன். சுற்றியிருந்தவர்கள் குறுக்கிட்டார்கள். அவர் அமைதியாகிப் போனார். கஷ்டமாயிருந்தது. கொஞ்ச நேரம் கழித்து, பாலுசாரே "இதுல என்ன இருக்கு. நம்ம மாதுதானே பேசினார்" என்றார். அவர் 'மாது' என அழைத்து கேட்டது அப்போதுதான். கலங்கிப் போனேன். அவர் முன்னால் ரொம்ப சாதாரணமாகி விட்டிருந்தேன். "ஸாரி.." என்றேன். "விடுங்க தலைவா" எனக் கட்டிப் பிடித்துக் கொண்டார். குரல் வெடிக்க சுதியோடு அவர் பாடிய பட்டுக்கோட்டையின் பாடல்கள் அந்த ரெயில் பயணத்திற்கு பின்னரும் எங்களோடு கூடவே வந்தது.

பக்கத்தில் ஒருஊர்ப் பஞ்சாயத்துக் கணக்கு எங்கள் கிளையில் இருந்தது. அதன் தலைவராக ஒரு தலித் இருந்தார். ஆனால் வரவு செலவு எல்லாம் பார்ப்பது அந்த பஞ்சாயத்து கிளர்க்குத்தான். அந்த கிளர்க் கிளைக்கு வந்து மேனேஜர் முன்னால் வந்து அமர்ந்து செக்குகளை கொடுக்கவும், பணம் போடவுமாக இருப்பான். பஞ்சாயத்துத் தலைவரோ வங்கிக்கிளைக்கு எதிரே வேப்ப மரத்தடியில் உட்கார்ந்திருப்பார். பாலுசாருக்குத்தான் இந்த விவகாரம் முதலில் தெரிந்தது. "பஞ்சாயத்து ஆபிஸிலும் இப்படித்தானாம். பஞ்சாயத்துத் தலைவர் தரையிலத்தான் உக்காரணுமாம்" என்று ஆத்திரத்துடன் சொன்னார்.

இன்னொரு நாள் அந்த கிளர்க் வந்தான். "உங்க தலைவரக் கூப்பிடுங்க" என்றார் பாலுசார். "எதுக்கு?' என்றான் அந்த கிளர்க் அவர் முன்னால் உட்கார்ந்தபடியே. "கூப்பிடுங்களேன்" என்றார் "ஏ.." என்று விளிப்போடு ஒருமையில் அழைத்தான். செருப்பைக் கழற்றிப் போட்டுவிட்டு அந்த வயதான மனிதர் உள்ளே நுழைந்தார்.

"பெரியவரே, செருப்பை போட்டுட்டு உள்ள வாங்க. இது ஒண்ணும் கோயில் இல்ல.." என்றார் பாலு சார். அவர் தயங்கினார். "அட வாங்கன்னு சொல்றேன்ல.." என அவர் அதட்டவும், அந்த மனிதர் செருப்பணிந்து உள்ளே வந்தார். தன் முன்னால் இருந்த இன்னொரு நாற்காலியில் "உக்காருங்க" என கைகாட்டினார். அவர் நின்றுகொண்டே இருந்தார். "சும்மா உக்காருங்க. இது

ஒண்ணும் ஒங்க பஞ்சாயத்து ஆபிஸ் இல்ல" என்றார். அவர் பயந்துகொண்டே, இருக்கையின் ஒரு ஓரத்தில் உட்கார்ந்தார். அந்த பஞ்சாயத்துக் கிளர்க் இறுகிப் போய் உட்கார்ந்திருந்தான். "அப்ரைசர், நம்ம டீக்கடையில ரெண்டு டீ கொண்டு வரச் சொல்லுங்க" என்றார். எனக்கு பாலுசாரைப் போய் அப்படியேக் கட்டிப் பிடித்துக்கொள்ளத் தோன்றியது.

அவரோடு ஒன்றாகப் பணி புரிந்த இரண்டு வருடத்தில் இப்படி எத்தனை எத்தனையோ சம்பவங்கள். எதையும் முகத்துக்கு நேரில் பேசுகிற அவருக்கு புறம் பேசுவது என்பது தெரியாத ஒன்றாகவே இருந்தது. சனிக்கிழமைகளில் "என்ன தலைவா, சாப்பிடுவோமா" என சிரிப்பார். "இல்ல சார்" என மறுத்து வந்த நான், பின்னாட்களில் எப்போதாவது அவரோடு மதுவருந்தி இருக்கிறேன். இரண்டு அல்லது மூன்று சுற்றோடு நிறுத்த அவருக்கு மனம் வராது. "என்ன சார் இது.." என்றால் அடங்க மாட்டார். அடிக்கடியும் சாப்பிடுவார். எங்காவது கூட்டங்களில், முக்கியமான வேலைகளில் நான் இருக்கும்போதும், "தலைவா ஃபிரியா?" என போன் செய்வார். எரிச்சலாய் இருக்கும் அந்த நேரங்களில். "சார், குறைத்துக்கொள்ளுங்கள். சனி, ஞாயிறுகளில் மட்டும் வைத்துக் கொள்ளுங்கள்." என்ற என் புத்திமதிகளை "சரி, தலைவா, சரி தலைவா" என்று கேட்டு மட்டும் கொள்வார்.

சங்கரலிங்கபுரத்திலிருந்து நான் மாற்றலாகிச் சென்ற பிறகும் சாத்தூரில் அவரை தினமும் பார்த்துக்கொண்டுதான் இருந்தேன். காலையில் நான் என் மகனை பள்ளிக்கு அழைத்துச்செல்லும் போது எதிரே, "தலைவா" என்று கை காட்டி அவர் தன் மகளை பள்ளிக்கு பைக்கில் அழைத்துச் செல்வார். சனி அல்லது ஞாயிறு ஊரில் இருந்தால் அவரோடு 'சாப்பிடவும்' செய்வேன். தொழிற்சங்கக் கூட்டங்களில் மட்டுமில்லாமல் இலக்கியக் கூட்டங்களுக்கும் ஆர்வமாய் வருவார் என்னோடு. கூட்டங்களில் பேசுவதற்கு ஆர்வம் கொள்வார். ஒரு பட்டி மன்றத்தில் கூட காமராஜும் அவரும் எதிரெதிர் அணியில் பேசினார்கள். நல்ல குரலில், தெளிவாகப் பேசினார்.

வலைப்பக்கம் ஆரம்பித்து, இணையத்தில் நாட்கள் கடந்தபோது அவருடனான சந்திப்புகள் குறைய ஆரம்பித்தன. அவருக்கு கம்பெனி கொடுத்துக்கொண்டு, மிகவும் நெருக்கமாயிருந்த கணேசன் அண்ணனும் தண்ணி அடிப்பதை சுருக்கிக்கொள்ள, பாலுசார் தினமும் 'சாப்பிட' ஆரம்பித்தார். சில மாதங்களுக்கு முன்பு நானும் அவரும் மட்டுமே இருந்த சந்தர்ப்பம் ஒன்றில் "சார்,

உங்களுக்கு ரெண்டு குழந்தைகள் இருக்கிறார்கள். குடிப்பதைக் குறைத்துக் கொள்ளுங்கள். வீடுன்னு ஒண்ணு இருக்கு.'' என்றேன்.

“தலைவா… நீங்க எழுதுறீங்க…. படிக்கிறிங்க… எனக்கு வேற டைம் பாஸ் என்ன இருக்கு?'' என்று குரல் தழுதழுத்துச் சொன்னார். ''சாயங்காலமானா எங்க வீட்டுக்கு வந்துருங்க. மாடியில யாருமில்ல. பேசிக்கிட்டு இருப்போம். நிறைய புத்தகங்கள் இருக்கு. படிக்கலாம்.'' என்றேன். “ம்.. வரணும்'' என்று நிறுத்தியவர், “ஓங்க கூட எனக்கு முன்னாலேயே பழக்கம் ஏற்பட்டு இருந்துச்சுன்னா நா எப்படியோ இருந்துருப்பேன். ஆமா, தலைவா, நானும் ஓங்கள மாதிரி ஒரு தலைவராயிருப்பேன். பெரிய பேச்சாளராயிருப்பேன். எல்லாம் எப்படி எப்படியோ மாறிப் போச்சு'' என்று சொல்லும்போது அழத் துவங்கியிருந்தார். சங்கடமாயிருந்தது. நிறைய சமாதானங்கள் சொல்லி, “ஒண்ணும் கெட்டுப் போகல… நாளைக்கு வீட்டுக்கு வாங்க..'' சொல்லி வந்தேன்.

அடுத்தநாள் சொன்ன மாதிரி வீட்டுக்கு வந்தார். பேசிக்கொண்டு இருந்தோம். சில புத்தகங்களை எடுத்துச் சென்றார். காலையில் போன் செய்து ஒரு புத்தகத்தை படித்து முடித்துவிட்டதாகச் சொன்னார். சந்தோஷமாக இருந்தது. இரண்டு முறை இப்படி நிகழ்ந்தது. நான் வெளியூருக்குச் சென்ற ஒரு சந்தர்ப்பத்தில், அந்த வழக்கமும் விட்டுப் போனது. நானும் எனக்கான வேலைகளில் மூழ்கி இருந்தேன். கணேசன், “அண்ணா, இப்பல்லாம் பிராஞ்ச்ச விட்டு வீட்டுக்கு வரும்போதே பாலு குடிக்கிறார்'' என்றார். நான், சங்கர், கணேசன் எல்லோரும் அவர் வீட்டுக்குச் சென்று பேசுவது என முடிவெடுத்தோம். அதுவும் தள்ளிப்போனது. பிறகு ஒருமுறை அவரை சந்தித்தபோது, “தலைவா எனக்கு ஒரு கம்ப்யூட்டர் வாங்கணும். ஏற்பாடு செய்யுங்க. நானும் ஓங்கள மாதிரி பிளாக் ஆரம்பிக்கணும். எழுதணும். சொல்லித்தாங்க.'' என்றார். “எப்போ வாங்கலாம்?'' என்றேன். “2011 பிறந்ததும் ‘ஃபெஸ்டிவல் அட்வான்ஸ்' போட்டு முதல் வேல அதுதான்'' எனச் சொல்லி இருந்தார்.

இதோ நாளைக்கு 2011. அவர் முடியாமல் படுத்திருந்தார். ஏற்கனவே மதுரையில் உள்ள சங்கத் தோழர்களுக்கு போன் செய்திருந்தேன். வடமலையான் ஆஸ்பத்திரிக்கு வந்திருந்தார்கள். ஆஸ்பத்திரியிலிருந்து வீல் சேர் கொண்டு வந்தார்கள். வேனிலிருந்து பாலுசார் அவரே இறங்க ஆரம்பித்தார். பதறினோம். “ஒண்ணும் இல்ல… தலைவா… எல்லம் சரியாய்ட்டு. இப்ப நல்லாயிருக்கேன்''

என்றார். வீல்சேரில் உட்கார வைத்து அழைத்துச் சென்றார்கள். டாக்டரிடம் பாலுசாரின் மனைவி தன் கணவரைப் பற்றிச் சொல்லி அழ ஆரம்பிக்க, “அம்மா, அழக்கூடாது. இதுக்கு முன்னாலக் கோபப்பட்டிருக்கணும். இதுக்கு அப்புறம் கூட கோபப்படுங்க. இப்ப அவர் பேஷண்ட். அமைதியாயிருங்க” என்று பரிசோதித்தார். அட்மிட் செய்ய அனுமதித்துவிட்டு, “இன்றைக்கு அப்சர்வேஷனில் இருக்கட்டும். நாளைக்கு டெஸ்ட் செய்து ட்ரிட்மெண்ட் ஆரம்பிப்போம்” என்றார்.

தோழர்கள் எல்லோரும் அவரோடு இருந்தோம். பாலுசார் எங்களோடு சிரித்துப் பேச ஆரம்பித்தார். “சார், இரண்டு பேருக்கு மேல பேஷண்ட் ரூம்ல இருக்கக் கூடாது.” என்று ஆஸ்பத்திரியில் கறாராக சொல்ல ஆரம்பித்தார்கள். கூட இருப்பதாக அவரது மனைவியும், அவரது மகனும் சொன்னார்கள். அவரது மனைவியிடம், மதுரைத் தோழர்கள் போன் நமபர்களைக் கொடுத்து “எப்போது வேண்டுமானாலும் தொடர்பு கொள்ளுங்கள்” எனச் சொல்லி, இரவு எட்டு மணிக்கு மேல் சாத்துருக்குப் புறப்பட்டோம். “தலைவா, நியு இயரைக் கொண்டாடுங்கள்.” என்றார் பாலுசார் கைகொடுத்தபடி. வழியெல்லாம் 2011க்கான பரபரப்புகளையும், கொண்டாட்டங்களையும் காண முடிந்தது.

தொலைக்காட்சியில் வினாடிகள் ஓட ஆரம்பித்து, பனிரெண்டு மணியானதும், குழந்தைகளும், மனைவியும் “ஹேப்பி நியு இயர்” என உற்சாகமடைந்தனர். நானும் லேசாய் புன்னகைத்தேன். செல்போன் அழைக்க ஆரம்பித்தது. “பாலு சார் காலிங்” என்றிருந்தது. சாத்தூருக்குத் திரும்பி ஒன்றரை மணி நேரம்தான் ஆகியிருந்தது. மறுமுனையில் பாலுசாரின் மனைவி பேசினார்கள். “சார், அவங்களுக்கு திடீர்னு நாக்கு இழுத்துக்கிட்டு. உள்ள கூட்டிட்டு போயிருக்காங்க. எனக்கு பயமாயிருக்கு சார்..” என்றார்கள் நடுங்கியபடி. “ஒன்றும் ஆகாது... ஒன்றும் ஆகாது.. பயப்படாதீங்க.” என்று எனக்கும் சேர்த்துச் சொல்லி விட்டு, மதுரைத் தோழர்களுக்குப் போன் செய்தேன். “ஆமா, கேள்விப்பட்டோம். அங்கதான் போய்ட்டு இருக்கோம்” என்றனர்.

பத்து நிமிடங்கள் இருக்கும். திரும்பவும் ‘பாலு சார் காலிங்’. எடுத்தேன். “சார், அவங்க இறந்துட்டாங்க..” என்று விம்மி அழும் சத்தம் கேட்டது. வெளியே பட்டாசுகள் வெடித்துக்கொண்டு இருந்தன. சில இளைஞர்கள் தெருவில் பைக்கில் பெரும் ஆர்ப்பரிப்போடு “ஹேப்பி நியூ இயர்” எனக் கத்திச் சென்றனர். நான் காமராஜ் வீட்டுக்கு விஷயத்தைச் சொல்லச் சென்றேன்.

தொண்டை அடைத்து நாக்கு வராமல் தவித்தேன். சட்டென உடைந்து "தோழா.. தோழா" எனச் சத்தம் போட்டேன். காமராஜ் தூக்கத்திலிருந்து எழுந்து வந்து, "என்ன மாது" என்றான். "நம்ம பாலு சார் இறந்துட்டார்" என்றேன். "அய்யோ.." என்றான்.

மதுரைத் தோழர்கள் இரவு இரண்டு மணிக்கு போன் செய்தார்கள். "கிளம்பிட்டாங்க. நாலு மணிக்குப் போல பாடி சாத்தூருக்கு வந்துரும்..." என்றார்கள். "பாடி".

நான், கணேசன், காமராஜ், பிரியா கார்த்தி நான்கு பேரும் அந்த இரவில் மௌனமாய் உட்கார்ந்திருந்தோம். பாலுசாரை எந்த இடத்தில் தவறவிட்டோம்? அன்று முழுவதும், பாலுசாரின் வீட்டிலிருந்தோம். சாயங்காலம் பூக்களை சிந்தியபடி முன்னால் சென்று கொண்டிருந்தார் கல்லறைக்கு. வெறுமையோடு, அலைக்கழிக்கிற நினைவுகளோடும் இரவு வந்தது.

அடுத்த நாள் காலை பஜாருக்குச் சென்ற போது, கணேசன் அண்ணன் வீட்டு வாசல், அரட்டை அடித்த டீக்கடை, தினமும் வரும் தெரு, பஸ் ஸ்டாண்ட் என ஒவ்வொன்றாய் பாலு சார் இல்லாமல் எதிரே வந்துகொண்டு இருந்தன.

❑

23

தப்பா நெனைச்சுக்காதீங்க சார்

"இவர்தான் குருசாமி. உங்களுக்கு நிச்சயம் பிடிக்கும்" என்று பாலு சார்தான் அவரை எனக்கு அறிமுகப்படுத்தி வைத்தார். கிளாஸும், தண்ணீர் பாட்டிலும் கொண்டு வந்த அந்த மனிதர் ஒப்புக்கு இல்லாமல் கொஞ்சம் கூச்சத்துடனும் சந்தோஷத்துடனும் பார்த்து சிரித்தார். லேசாய் புன்னகைத்தேன். "குருசாமி, தலைவருக்கு ஒரு சேர் கொண்டு வரணுமே" என்றார். அவர் "இதோ" என வேகமாய் எடுத்துவரச் சென்றார். ஓட்டலின் பின்பகுதியில் பாலுசாருக்கு ஓட்டல் ஓனர் அப்படி ஒரு இடத்தை அனுமதித்து இருந்தார். வாழையிலை, காய்கறிகள் ஒரு பக்கம் அடுக்கு வைக்கப்பட்டு இருந்தன. மாவு அரைக்க, பாத்திரம் கழுவ என தனித்தனியாய் அந்தப் பகுதி விசாலமாக இருந்தது. பக்கத்தில் இரண்டு பெரிய அடுப்புகள். அதைத்தாண்டி, ஓட்டலில் பணிபுரிவர்கள் தங்குவதற்கென்று கூரை வேய்ந்திருந்தது. நாற்பது வாட்ஸ் பல்பாய் இருக்க வேண்டும். வெளிச்சம் மங்கலாய் இருந்தது.

சேர் கொண்டு வரவும், "குருசாமி, தலைவர் தெரிமா?" என்றார். "சாரை நல்லாத் தெரியும்." என்றார். "நாலைஞ்சு வருசத்துக்கு முந்தி கே.வி.எஸ்.காம்பவுண்டுல கலை இலக்கிய இரவு நடந்துச்சுல. அப்ப நீங்க பேசுனீங்க. சுடுகாடு பத்தி ஒரு கதை கூடச் சொன்னீங்க.." என்றார். ஒருமாதிரி இருந்தது. என்னை அவருக்கு அப்படித் தெரிந்திருந்தது சகஜமிழக்க வைத்தது.

பாலு சாருக்கு அது பற்றியெல்லாம் எந்தக் கவலையுமில்லை. "தலைவா, கழுத்து சொல்வமா, விங்ஸ் சொல்வமா?" என்றார். "எதாவது" என்றேன். "ம்.... கழுத்து, நல்லா துண்டு துண்டா வெட்டி, எண்ண அவ்வளவா இல்லாம..... பக்கோடா மாரி இருக்கணும்." என்றார். தலையாட்டி போய்க்கொண்டு இருந்த குருசாமியைப் பார்த்தேன். வயது நாற்பத்தைந்து மேலிருக்கும் எனத் தோன்றியது. சராசரி உயரம். தாடியுடன் அக்கறையற்ற முகம். கிண்ணென்ற உடம்பில் உழைப்பு வற்றாமல் இருந்தது. அன்றைக்கு இடையிடையே இரண்டு மூன்று தடவை குருசாமி வந்து போனார். நாங்கள் வேறு விஷயங்கள் பேசிக்கொண்டு இருந்தோம். கிளம்பும்போது, பாலு சார் இருபது ருபாயை

குருசாமிக்குக் கொடுத்ததைப் பார்த்தேன். வெளியே ஒட்டல் வெளிச்சமாகவும், ஜனசந்தடியாகவும், பரபரப்பாகவும் இருந்தது.

சில வாரங்கள் கழித்துத்தான் அங்கு போனேன். பாலுசார் தினசரி கஸ்டமர். அவரோடு வேறு ஒரு நண்பரும் அன்று வந்திருந்தார். "தலைவா! உங்கள குருசாமி அடிக்கடி கேப்பார்" என்றார் பாலுசார். "என்ன குருசாமி... அப்படியா" என்றேன். "இல்ல சார்...." என்றாலும் முகம் சிரித்துக் கொண்டு இருந்தது. பாலு சார் தேவையானவைகளை குருசாமியிடம் அடுக்கிக்கொண்டு இருந்தார். பெரிய அடுப்பில் தணல் தெரிந்தது. சால்னா வாசம் அடித்தது. பாலுசார், "வண்ணத் தமிழ் பெண்ணொருத்தி என்னருகில் வந்தாள்" என உற்சாகமாய் பாடிக்கொண்டு இருந்தார்.

அன்று கொஞ்சம் அதிகமாகவே குருசாமி எங்களோடு இருந்தார். "என்ன வெளியே கூட்டமில்லையா?" என்று பாலுசார் குருசாமிக்கும் ஒரு ரவுண்டு கொடுத்தார். இருட்டுக்குள் தள்ளிப் போனவர், சிறிது நேரத்தில் வாயைத் துடைத்துக்கொண்டு வந்தார். "என்ன குருசாமி, தலைவரைப் பாத்து வெக்கமா?" என்று சிரித்தார் பாலுசார். நாங்கள் பேசிக்கொண்டு இருந்ததை குருசாமி ஆர்வத்துடன் கவனித்து ரசித்துக்கொண்டதையும் கவனித்தேன். கிளம்பும்போது, "சார், தப்பா நெனச்சுக்காதீங்க.... நீங்க எழுதுன புஸ்த்தகம் இருந்தா தரலாமா?" என்றார். அவரது கையைப் பிடித்துக்கொண்டு, "கண்டிப்பா.." என்றேன். திரும்பவும், "சார், தப்பா, நெனச்சுக்காதீங்க" என்றார். "அய்யோ, இதுல என்ன தப்பா இருக்கு.... தர்றேன் குருசாமி" என்றேன்.

பிறகு சந்தித்த போது புத்தகம் கொண்டு போகவில்லை. குருசாமியைப் பார்த்ததும்தான் ஞாபகம் வந்தது. "மறந்துட்டேன். குருசாமி....", "அடுத்த தடவக் கொண்டு வந்துர்றேன்.." என்று சொல்லத்தான் முடிந்தது. அப்புறம் ஒருநாள் காலையில் ஞாபகம் வரவும், 'குருவிகள் பறந்துவிட்டன' சொற்சித்திரத் தொகுப்பை குருசாமியிடம் சேர்க்கச் சொல்லி பாலுசாரிடம் கொடுத்தேன்.

அடுத்த தடவை பார்த்தபோது, குருசாமி நினைவில் வைத்திருந்து அந்த புத்தகம் பற்றியே பேசிக்கொண்டு இருந்தார். ரசித்தவைகளைச் சொல்லிச் சொல்லி மாய்ந்தார். "தலைவா நா சொன்னேன்ல.." என்றார் பாலுசார். குருசாமி ரொம்ப நெருக்கமாய்த் தெரிந்தார். ஒட்டலில் கூட்டம் அதிகமாய் இருந்திருக்க வேண்டும். "சார் இருங்க, வந்துர்றேன்" என்று சொல்லி ஒடுவார். திரும்ப வருவார். புத்தகத்தைப் பற்றிப் பேச ஆரம்பிப்பார்.

"என்ன படிச்சிருக்கீங்க.. குருசாமி?" எனக் கேட்டேன். "மெக்கானிக்கலில் டிப்ளமா...." என்றவர் அமைதியானார். போய்விட்டார். நாங்கள் விடைபெறும்போது "பாடம் படிக்கிறதுக்கும், புத்தகம் படிக்கிறதுக்கும் சம்பந்தம் இருக்கா?" என்றார். எதிர்பார்க்கவில்லை இதை. "என்ன கேட்டீங்க...?" என்றேன். காதில் விழுந்தாலும், சட்டென்று பதில் சொல்ல முடியாவிட்டால் இப்படித் திரும்பவும் அதைக் கேட்பது போல யோசிக்க வேண்டியதாகிவிடுகிறது. "சார் பரவாயில்ல... கேட்டதுக்கு தப்பா நெனச்சுக்காதீங்க.." என்று நிறுத்துவது போல கையைக் காட்டிவிட்டு அங்கிருந்து சென்று விட்டார் குருசாமி.

அவரை எப்படி புரிந்துகொள்வது எனத் தெரியவில்லை. "விடுங்க தலைவா.... அவர் அப்படித்தான்" என்றார் பாலுசார். வெளியேறி முன்பகுதிக்கு வந்தபோது, யாருக்கோ தோசைகளை எடுத்துக்கொண்டு குருசாமி ஓடிக்கொண்டு இருந்தார். ஓட்டலின் முன்பகுதி ஒரு பெரும் நாடகத்தின் மேடை போலத் தெரிந்தது.

"தப்பா நெனச்சுக்காதீங்க சார். அன்னைக்கு அப்படிக் கேட்டுட்டேன்.." என்றுதான் அடுத்த முறை பார்க்கும்போது பேசவே ஆரம்பித்தார். அதையே இத்தனை நாளுமா நினைத்துக் கொண்டிருந்தார் எனத் தோன்றியது. அவரைப் பற்றி கேட்பதை நிறுத்திக்கொண்டேன். அவராகவும் எதையும் சொல்ல மாட்டார். ஆனாலும் என்னைப் பார்த்ததும் அவருக்கு ஒரு சந்தோஷமும், உற்சாகமும் வருவதை அறிந்துகொண்டேன்.. அந்த சமயத்தில்தான் ஒருநாள் பாலு சார் இறந்துபோனார்.

ரொம்பநாள் கழித்து நானும் இன்னொரு நண்பரும் ஓட்டலுக்குச் சென்றோம். எங்களைப் பார்த்ததும், "எப்படிப்பட்ட மனுஷன்...." என ஓட்டல் ஓனரும் துக்கம் விசாரித்தார். பின்பகுதிக்குச் சென்றோம். இருட்டாயிருந்தது. குருசாமி வந்து லைட் போட்டுவிட்டு, "இனும நீங்க வர மாட்டீங்கன்னு நெனைச்சேன்" என்றார். "என்ன.." என்று அவரைப் பார்த்தேன். "தப்பா நெனைச்சுக்காதீங்க சார்" என்று சொல்லி "என்ன வேணும்?' எனக் கேட்க ஆரம்பித்தார். நாங்கள் பாலு சார் பற்றியே பேசிக்கொண்டு இருந்தோம். "நீங்க எப்பவாதுதான் வருவீங்க. நான் அவர தெனமும் பாப்பேனா..." என சொல்லும்போதே குருசாமி கண்கள் கலங்கின. குரல் ஏதோ ஓலம் போலக் கேட்டது. "தப்பா நெனைச்சுக்காதீங்க, சார்.." என அங்கிருந்து போய்விட்டார்.

பிறகு ஒருமுறை போயிருந்தபோது குருசாமி இல்லை. "எங்கே?" என்றோம். "பின்னாலத்தான் கெடக்கான். இப்போல்லாம்

ஓவர் தண்ணி. வீட்டுக்குக் காசு குடுக்குறது இல்ல. போன வாரம் அவம் பொண்டாட்டி வந்து ஒரே அழுகை…” என்று சொல்லி வேறு ஒரு பையனை சப்ளை செய்ய அனுப்பினார் ஓனர். எங்கள் அருகேதான் பாயில் சுயநினைவற்றுக் கிடந்தார் குருசாமி. ஒரு போதும் இதுபற்றி பேசக் கூடாது என்று மட்டும் நினைத்துக்கொண்டேன்.

ஒருநாள் காலையில் எங்கள் வீட்டு வாசலில் வந்து “சார்..” என கூப்பிட்டார். ஆச்சரியமாய் இருந்தது. அவரிடம் ஒரு அவஸ்தை தெரிந்தது. “என்ன குருசாமி…” என்றேன். “தப்பா நெனச்சுக்காதீங்க…. ஒரு நோட்டுல கொஞ்சம் கிறுக்கி வச்சிருக்கேன். நீங்க பாக்கணும்” என்றார். கையில் நாற்பது பக்க நோட்டு வைத்திருந்தார். வாங்கிப் பார்த்தேன். அடித்து அடித்து எழுதி வைத்திருந்தார். மனதில் பதியவில்லை. கவிதை என்றால் என்ன, எப்படி இருக்க வேண்டும் என சில விஷயங்களை பொதுவாகச் சொல்லிவிட்டு, “தொடர்ந்து எழுதுங்க.” என்று நோட்டைத் திருப்பிக் கொடுத்தேன். போய் விட்டார்.

அடுத்த முறை சந்தித்தபோது நோட்டைக் கொண்டு வந்தார். அடித்தல், திருத்தல் அவ்வளவாக இல்லை. நிறைய எழுதியிருந்தார். அங்கங்கு சில வரிகள் கவிதைகளாக இருந்தன. அழுத்தமும், வலியும் அதில் இருந்தன.

மரத்தின் கீழ் நிற்கையில்
உன் நிழல்கூட
மண்ணில் விழுவதில்லை

★

சீழ் கட்டிய புண்ணைச்
சுற்றி சொறிவது போல
புணர்ச்சியும்
சுகமாயிருக்கிறது

★

மண்ணில் காலூன்ற
விதைகள்
தொங்கிக்கொண்டு இருக்கின்றன

வாந்தி துடைத்த
கைக்குட்டையாய்
என் கவிதைகள்

★

குறிவைத்த பழமும்
எறிந்த கல்லும்
தரைக்கே வருகின்றன

★

இன்னொருவர் இமை மூட
நான் கண் திறந்திருக்கிறேன்

★

பள்ளத்தில்
விழுந்தவன் குரல்
விளிம்பு மட்டுமே

★

ஆணி சொல்கிறது:
“சிலுவையில்
நாங்களும்தான்
அடி வாங்கினோம்”

★

“அடேயப்பா...” என்று அவரது கைகளைப் பற்றினேன். “இந்த செக்கண்ட் போதும் சார்” என்று அவரது நெஞ்சில் கைவைத்து தழுதழுத்தார். வெளியே ஓட்டல் ஓனர், “குருசாமி” என கத்தியது கேட்கவும் ஓடினார். கொஞ்ச நேரம் கழித்து கடும் வேகமாய் வந்தார். “எல்லாம் வேஸ்ட்” என என் கையில் இருந்த நோட்டை வாங்கி தூக்கி எறிந்தார்.

திரும்பிப் பார்க்காமல் வேகமாய் சென்றவர் நின்று “தப்பா நெனச்சுக்காதீங்க சார்..” என வெளியேறினார். அருகில் இருந்த நண்பர் “என்ன ஆச்சு இவனுக்கு” என்று முணுமுணுத்தார்.

மண்ணில் கிடந்த கவிதைகளை எடுத்து வைத்துக்கொண்டு திரும்பவும் வாசிக்க ஆரம்பித்தேன்.

❑

24

அங்காடித் தெருவும், எந்திரனும்

'படம் பிடிச்சிருக்கா' என்று அங்காடித் தெரு பார்த்துவிட்டு வந்த இரவில் மகனிடம் கேட்டேன். அவனுக்கு எட்டு வயது. அப்போது மூன்றாம் வகுப்பு படித்தான். எல்லோரிடமும் இருந்த கனத்த மௌனம் அவனிடமும் இருந்தது. திரும்பவும் கேட்டேன். எங்கேயோ பார்த்தபடி தலையை 'இல்லை' என்பதாய் அசைத்தான்.

"ஏண்டா...?" என்றேன்.

"அவனை எல்லோரும் அடிச்சாங்க. அவன் திருப்பியே அடிக்கல"

"அவனும் கடைசியில அடிச்சானே"

"இல்லப்பா. அவங் கொஞ்சம்தான் அடிச்சான். அதுக்குள்ள எல்லாரும் சேர்ந்து அடிச்சாங்க."

"அவன் தனியா என்னடா செய்வான்?"

"இல்லப்பா. விஜய், அஜித், விஷால்னா தனியாவே எல்லாரையும் அடிச்சிருவாங்க. இவனால முடியல."

"ஒருத்தனா இருந்து எல்லாரையும் அடிக்கிறது எல்லாம் பொய்டா. அப்படில்லாம் அடிக்க முடியாது. நாமும் நிறைய பேரைச் சேர்த்துக்கிட்டுத்தான் திருப்பி அடிக்க முடியும்"

"என்னால முடியும். நானும் தனியாவே எல்லாரையும் அடிச்சிருவேன்."

"போடா, போயி நீயும் அந்தக் கடையிலப் போயி வேலை பாரு. எல்லாரையும் போயி அடி பாப்போம்" என்றாள் பொறுக்க முடியாமல் அவளது அக்கா, எனது மூத்த மகள்.

"அய்யோ, நா மாட்டேம்பா, நா மாட்டேம்பா, அந்தக் கடையில எல்லாம் நா வேலைக்குப் போக மாட்டேம்பா.." என்று கைவிரல்களை பதைத்து அசைத்தான்.

"இல்லயில்ல... ஒன்ன அங்கதா வேலைக்கு அனுப்பப் போறோம். அப்படித்தான அப்பா" என்று அக்கா சீண்டினாள்.

சட்டென்று உடலெல்லாம் அதிர்ந்து போனவனாய், கைகால்களை உதறியபடி "அப்பா, இவளப் பாருங்க.... என்னயப் போயி அந்தக் கடையில வேல செய்யச் சொல்றா.." என்று லேசாய் மூச்சிரைத்தான்.

“நீ நல்லாப் படிக்கலன்னா, அந்தக் கடைக்குத்தான் போகணும்” அவள் விடவில்லை.

“அப்பா, இவளப் பாருங்க.....” என்று சத்தம் போட்டுக் கத்தியவன், ஓவென்று அழ ஆரம்பித்தான். முகமெல்லாம் சுருங்கி, கண்ணீர் வழிய ஆரம்பித்தது.

மகளை, “சும்மா இருக்க மாட்டியா நீ...” என அதட்டிவிட்டு, அவனைத் தேற்றினேன். கண்ணீரைத் துடைத்து அவனை மடியில் தூக்கி வைத்துக்கொண்டேன். மெல்லத் தட்டிக்கொடுத்தேன். தேம்பிக்கொண்டே இருந்தான்.

“நா, நல்லாப் படிப்பேம்பா, நல்லாப் படிச்சிருவேம்பா...” என்று சொல்லிக்கொண்டே தூங்கிப் போனான்.

அடுத்த நாள், டி.வியில் ‘அங்காடித் தெரு’ விமர்சனமும், சில காட்சிகளும் ஒளி பரப்பிக்கொண்டு இருந்தார்கள். மனதைப் பிசையும் அதிர்வுகள் நிரம்பிய பின்னணி இசை ஒலிக்க, விளக்கு வெளிச்சங்கள் வெட்டிப்பறிக்கும் ரெங்கநாதன் தெரு வந்தது. கொஞ்சம் தள்ளி இருந்த மகன் என்னருகே வந்து ஒட்டி உட்கார்ந்து கொண்டான். என் இடது கைக்குள் தனது வலது கையை விட்டு கெட்டியாய்ப் பிடித்துக் கொண்டான்.

★★★

கடைசியில் நானும் எந்திரனைப் பார்க்க வேண்டியதாயிற்று. ஒன்பது வயது மகன் ரொம்பவும்தான் துடித்துப் போயிருந்தான். அவன் கூட படித்தவர்கள் பலரும் பார்த்திருக்க, அவர்களின் கதையாடல்களில் ஏங்கிப் போயிருக்க வேண்டும். நண்பர்கள் யாருடனாவது அனுப்பிவிடலாம் என நினைத்திருந்தேன். அதற்கும் நேரம் அமையவில்லை. “தீபாவளிக்கு வேற படம் மாத்திருவாங்களாம். எந்திரனைப் பார்க்க முடியாதா?” என ஒரு நாள் இரவு அவன் தழுதழுத்துக் கேட்ட தொனியில் எல்லாவற்றையும் உதறி, அழைத்துச் செல்வதாய்ச் சொல்லியிருந்தேன். ஒரே சந்தோஷம் அவனுக்கு.

நேற்று காலையில் கண் விழித்ததும் “ராத்திரி எத்தனை மணிக்குப்பா ஷோ” என கேட்க ஆரம்பித்தான். திடுமென அருகில் வந்து ‘எங்க அப்பா..” என முத்தம் கொடுத்தான். பள்ளிக்கூடம் விட்டு வந்ததும், “யார்லாம் போறோம்பா” என கேட்டான். கொஞ்சம் இடைவெளிவிட்டு “எப்பப்பா புறப்படணும்” என அடுத்த கேள்வி. இதுதான் சமயம் என அம்மு “ஹோம் வொர்க்கை எல்லாம் சீக்கிரம் முடி” என்றதும், உடனடியாக உட்கார்ந்து எழுத

ஆரம்பித்தான். வெளியே சென்று நண்பர்களுடன் பேசிக்கொண்டு இருந்த எனக்கு போன் செய்து “எப்ப வர்றீங்கப்பா” என சிறு பதற்றத்தோடு கேட்டான். வீட்டுக்கு வந்தபோது உடைமாற்றித் தயாராக இருந்தான். அவனைப் பார்த்ததும் கலங்கினேன். தியேட்டருக்கு புறப்படவும் என் கைகளை விடாமல் பிடித்துக் கொண்டான். இவ்வளவையும் இத்தனை நாள் அடக்கியா வைத்திருந்தான்? குற்ற மனப்பான்மையில் அவனை இறுக அணைத்து அருகில் வைத்துக்கொண்டேன்.

அம்மு என்னைப் பார்த்து சிரித்தாள். புரிந்தது. என்ன செய்ய? சினிமாவை வைத்து மோசடி செய்யும் ஒரு கும்பல், எவ்வளவு எளிதாக குழந்தைகளை முதலில் வசியம் செய்து விடுகிறது. ஒன்றையே திரும்பத் திரும்பச் சொல்லி, பேச வைத்து, அதன் சுழலுக்குள் இழுத்துக்கொள்ள முடிகிறது. எதையும் விற்றுவிடுகிற மூர்க்கத்தனத்தை குழந்தைகள் எப்படி அறிவார்கள். குழந்தை ஏங்கிப் போவதை சகிக்க முடியாமல் படம் பார்க்கப் போக வேண்டியிருக்கிறது. குழந்தைகளுக்கு நல்ல சினிமாவை அடையாளம் காட்டுவதன் மூலமே அவர்கள் அறிவில் எதிர்ப்பு சக்தியை வளர்க்க முடியும். இதுபோன்ற சினிமாக்களையும், அருவருப்புகளையும் அவன் ஒதுக்கிவிடும் காலம் ஒருநாள் வரும்.

தியேட்டரில் மொத்தமே நாற்பது அல்லது ஐம்பது பேரே இருந்தார்கள். காதைக் கிழிக்கும் டிஜிட்டல் சத்தங்களோடு படம் ஆரம்பமானது. சயின்ஸ், டெக்னாலஜி, பிரம்மாண்டம் என் ஊதிப் பெருக்க வைத்தவையும், பீற்றியவையும் திரையில் பெரும் அபத்தங்களாக தோன்ற ஆரம்பித்தன. ஒரு காமிக்ஸ் புத்தகத்தில் இருக்கும் லாஜிக்கும், ஒழுங்கும் கூட படத்தில் இல்லை. பெரும் கண்றாவி. எந்திரனை உடைத்து நொறுக்கி, பெரும் குப்பை மேட்டில் தூக்கி எறிவது போல ஒரு காட்சி வந்தது. படத்திலேயே எனக்குப் பிடித்த காட்சி அது ஒன்றுதான்.

“என்னங்க இது படம்..” என முணுமுணுத்துவிட்டு கடைசியில் அம்மு தூங்கிப் போனாள். நான் என் மகனையே பார்த்துக் கொண்டு இருந்தேன். கொட்டக் கொட்ட அவன் கண்கள் இருட்டில் தெரிந்தன. படம் முடிந்து வெளியே வரும் போது, “தாங்ஸ்பா” என்றான்.

“பிடிச்சிருக்கா” எனக் கேட்டேன்.

“ஆமாம்பா, ஒங்களுக்கு?” என்றான். நான் பதில் சொல்லாமல் இருந்தேன்.

“ஒங்களுக்கு எந்தப் படம் பிடிக்கும்ப்பா?” கேட்டான்.

❑

25

டார்க் ரூம்

கார்த்தியைப் பார்க்கச் சென்ற பல சமயங்களில், ஸ்டூடியோவில் இருக்கும் தம்பிகள் "அண்ணன் டார்க் ரூமில் இருக்காங்க. கொஞ்சம் இருங்க. இப்ப வந்துருவாங்க" எனச் சொல்வார்கள். நான் காத்திருப்பேன். கைகளைத் துடைத்துக்கொண்டு, லேசாய் வியர்த்த முகத்தோடு கதவு திறந்து, முகம் கண்டு சிரித்தபடியே கார்த்தி வருவான். முன்னறையின் தெற்குப்பக்கம் மரத்தடுப்பு வைத்து, வர்ணம் பூசப்பட்டு இருந்தது அந்த சின்ன அறை.

"உள்ளே வந்து, என்ன செய்கிறாய் என பார்க்க வேண்டுமே" என ஒருநாள் கேட்டேன். "அதென்ன பெரிய வித்தையா" என்று நிறுத்தி, "அதில் ஒரு திரில் இருக்கத்தான் செய்கிறது" என்பான். "நாம் ரசித்துப் பார்த்த காட்சிகள், முகங்கள், கண்கள் எல்லாம் திரவங்களின் அசைவுகளிலிருந்து மெல்ல மெல்ல புலப்படுவது ஒரு அனுபவம்தான். நம் நினைவுகளிலிருந்து மீட்டெடுப்பது போல இருக்கும்" என கவிதை போலச் சொன்னான்.

தொழில்தான் என்றாலும், தினசரி செய்கிற காரியங்கள்தான் என்றாலும், குறையாத ரசனையோடு அவைகளைச் செய்வான். "இதற்கு டார்க் ரூம் என்ற பெயர் ஒன்றும் சும்மா இல்லண்ணா. தாயின் கருவறை போல" என அவன் விளக்கம் கொடுத்த போது, தொங்க விட்டிருந்த பிலிம்களின் உள்ளே பிம்பங்கள் கைகால்களை அசைத்துக் கொண்டு இருப்பதாய்ப் பட்டது.

"அண்ணா, நமக்கு மட்டுமல்ல, அந்த போட்டோக்களை வாங்க வருகிறவர்களுக்கும் ஒரு திரில் இருக்கும்." என தொடருவான். "கழுவி, நகலெடுத்து, பாஸ்போர்ட் சைசில் வெட்டி சின்னக் கவர்களில் போட்டு வைத்திருப்போம். ஒருநாளோ, இரண்டு நாளோ கழித்துத்தான் வரச் சொல்லியிருப்போம். வந்தவுடன் பெயரையும், பில் நமபரையும் கேட்டு, கவர்களில் தேடிக் கொடுப்போம். வாங்கின உடனே வேகமாய் கவரைத் திறந்து அவர்கள் போட்டோவைப் பார்ப்பார்கள். வேறெதிலும் அப்போது அவர்களுக்கு கவனம் இருக்காது. கடையை விட்டு வெளியேறி, கொஞ்ச தூரம் போனதும் நின்று திரும்பவும் போட்டோவை எடுத்துப் பார்ப்பார்கள்" எனச் சொல்லி சிரிப்பான்.

"இப்போது அதெல்லாம் இல்லைண்ணா. எடுத்தவுடன் காமிராவின் மானிட்டரில் பார்க்கிறார்கள். திருத்தங்கள் சொல்கிறார்கள். சில நிமிடங்களில் வாங்கிக்கொண்டு போகிறார்கள்." என்று சொல்லிவிட்டு "காத்திருக்கும் வலியும், சுகமும் இன்ஸ்டண்ட்களில் கிடைக்குமா" என ஒரு தத்துவக் கேள்வியோடு முடிப்பான்.

டிஜிட்டல் தொழில்நுட்பம் அறிமுகமான பிறகு கொஞ்சம் கொஞ்சமாய் அந்தக் கதவு மூடப்படுவதும், பிறகு திறக்கப்படுவதும் குறைந்து போனது. பெரும்பாலும் மூடப்பட்டே இருந்தது. ஸ்டூடியோவை ஒவ்வொரு முறை சுத்தப்படுத்தும் போதும், ஒதுங்க வைக்கும் போதும், பழைய பொருட்களால் நிரப்பப்பட்ட கோடவுன் போலானது. அந்த அறையைப் பார்க்கும் போதெல்லாம் கார்த்தியின் கண்களில் ஏக்கமும், பெருமூச்சு படருவதையும் நான் பார்த்திருக்கிறேன்.

அந்த அறையின் ஒரு மூலையில் நிறைய சிறு கவர்கள் வரிசை வரிசையாய் அடுக்கிக் கட்டி வைக்கப்பட்டு இருந்தன. கார்த்தியை அழைத்து விசாரித்தேன். "எல்லாம் மக்கள் எடுத்த போட்டோக்கள்தான். வாங்காமல் போனவை" என்றான். விசித்திரமாய்ப் பட்டது.

"ஆமாண்ணா, எல்லாரும் வந்து தாங்கள் எடுத்த போட்டோக்களை வாங்கிச் செல்வதில்லை. பாதி பேர் சொன்ன நாளில் பெரும்பாலும் சரியாய் வந்து போட்டோக்களை வாங்கிச் செல்வார்கள். கொஞ்சம் பேர், அங்க போயிருந்தேன், இங்க போயிருந்தேன்னுச் சொல்லி சில நாட்கள் கழித்து வாங்கிச் செல்வார்கள். சிலர் எங்கே போனார்கள் என்று கடைசி வரை தெரியாது. அவர்களுடைய போட்டோக்கள் இவை" என்றான்.

"இந்த போட்டோக்களை எல்லாம் இங்க வைத்துத்தான் கழுவினேன்."என்று சொல்லி விட்டு "டார்க் ரூமை விட்டு இவர்கள் வெளியே வராமலேயே இருக்கிறார்கள்" என்று சிரித்தும் கொண்டான்.

ஏன் வராமல் போயிருப்பார்கள், எங்கே போயிருப்பார்கள் என யோசிக்கும் போது ஒவ்வொரு போட்டோவும் ஒரு கதையாய்ச் சிதற ஆரம்பித்தன. டார்க் ரூம் எவ்வளவோ ரகசியங்களை, கதைகளை தனக்குள் வைத்துக்கொண்டு இருப்பதாய்த் தோன்றியது.

ஒருநாள் அந்த அறைக்குள் சென்று உள்ளே பூட்டிக்கொண்டு கொஞ்ச நேரம் இருந்து பார்த்தேன். கார்த்தியின் கடந்த காலம் அங்கே உறைந்து கிடந்தது. "பத்தாம் வகுப்பு வரை

படித்து விட்டு, மேலே என்ன செய்வது என்று அறியாமல் இருந்தேன். நகை செய்யும் தொழிலுக்கு அனுப்பினார்கள். நமக்கு அந்த கோல்டு பிடிக்கவில்லை. கோல்டன் ஸ்டூடியோதான் பிடித்திருந்தது. ஆரம்பத்தில் ஸ்டூடியோவை நடத்தி வந்தவருக்கு கூடமாட ஒத்தாசை செய்யவும், டீ வாங்கித் தரவுமாகத்தான் இருந்தேன். போட்டோ எடுப்பது, டார்க் ரூமிற்குள் போய் வருவது எல்லாம் அவர்தான். கொஞ்சம் கொஞ்சமாய் சொல்லித் தந்தார். போட்டோவுக்கு வெளிச்சம் எவ்வளவு முக்கியமோ, அவ்வளவு நிழலும் முக்கியம். அந்த நிழல்தான் டார்க். அதுதான் கருப்பு வெள்ளை." கார்த்தியின் குரல் உள்ளிருந்து ஒலித்துக் கொண்டிருந்தது.

ஸ்டூடியோவின் இரண்டாவது கம்ப்யூட்டர் டார்க் ரூமில் கொண்டு வைக்கப்பட்டது. அந்தக் கதவு பிறகு மூடப்படவே இல்லை. வாங்கிச் செல்லாமல் உள்ளேயே கிடந்த போட்டோக்களை குவியலாக அள்ளி வெளியில் கொட்டுவதற்கு கொண்டு சென்றான் கடையில் வேலை செய்து வந்த தம்பி ஒருவன்.

அத்தோடு டார்க் ரூம் காணாமலேயே போய்விட்டது.

❑

26

எழுத அவரிடம் நிறைய இருந்தன

பெட்ரோமாக்ஸ் விளக்கு வெளிச்சத்திற்கு வெளி பூராவும் ஈசல்கள் அங்குமிங்கும் அலைக்கழிந்து பறந்து கிடந்த 2005 டிசம்பர் மாதத்தின் ஒரு அந்தி நேரம். மௌனமாக சாத்தூர் வீதியில் வந்து தெருக்களில் நுழைந்து ஆற்றங்கரையோரமாய் நடந்து மயானக்கரையில் திரளாய் நின்றிருந்த மக்கள் தங்கள் மீது மோதி விழுந்து கொண்டிருந்த அந்த பூச்சிகளை பொருட்படுத்தாமல் கடந்தகால நினைவுப்பரப்பிற்குள் உறைந்தும், உருகியும் போயிருந்தார்கள். எழுத்தாளர்கள் பொன்னீலன், தமிழ்ச்செல்வன், சிவசுப்பிரமணியன், கோணங்கி, சோ.தருமன், ஷாஜஹான், லட்சுமணப்பெருமாள், உதயசங்கர், காமராஜ் ஆகியோர், கலை இலக்கியப் பெருமன்றம் மற்றும் முற்போக்கு எழுத்தாளர் சங்கத் தோழர்கள், இரண்டு கம்யூனிஸ்ட் கட்சியைச்சேர்ந்த தோழர்கள், பழகிய ஆசிரியர்கள், அவரிடம் படித்த மாணவர்கள், மருத்துவர்கள் என பலரும் நிறைந்திருந்தனர். கசிந்து கொண்டிருந்த மெல்லிய முணுமுணுப்புகளில் உச்சரிக்கப்பட்ட தனுஷ்கோடி ராமசாமி என்னும் மனிதர் அங்கே சிதையில் இருந்தார். இறுதிச் சடங்குகள் முடிந்து, டாக்டர் அறம் தனது அருமைத் தந்தைக்கு கொள்ளி வைக்க, தீப்பற்றிய கணத்தில் கண்கள் கலங்கின. 'வாருங்கள், வாருங்கள் எங்கள் இளைஞரே' வரவேற்கும் தனுஷ்கோடி ராமசாமியின் பெருங்குரல் கேட்கிறது. தோற்றத்துக்கு சம்பந்தமில்லாமல் அவரின் கைவிரல்கள் சின்னச்சின்னதாகவும், மென்மையாகவும் இருக்கும். கண்களை அகல விரித்து பாவனையோடு பார்க்கின்ற, "ஏ..மனுஷா.." என்று நகைச்சுவைக்கு குலுங்கி குலுங்கி சிரிக்கிற அந்த முகம் அப்படியே கண்ணுக்குள் நிற்கிறது.

ஒரு ஓரமாய் நின்று கலை இலக்கிய பெருமன்றத் தலைவர் பொன்னீலன் இரங்கல் கூட்டத்தில் தழுதழுத்தார். தமிழ்நாடு முற்போக்கு எழுத்தாளர் சங்கப் பொதுச்செயலாளர் தமிழ்ச்செல்வன் பேசும் போதும் வார்த்தைகள் உடைந்து உடைந்து வந்தன. தோழர் நாவலில் இறுதியில் விடைபெறும்போது 'காம்ரேட்" என்று துடித்துக்கூவிய ஷபின்னாவின் குரலே எல்லோருக்குள்ளும் படிந்து விட்டிருந்தது. "மாதவராஜ்...பேச வாங்க" யாரோ அழைத்தார்கள்.

போகவில்லை. கதறி அழுவதைத் தவிர வேறு எதையும் செய்திருக்க முடியாது. அப்படி ஒரு உணர்வு பூர்வமான உறவோடு கைகளை அகல விரித்து எல்லோரையும் வாசலில் நின்று அழைத்த மனிதராயிருந்தார் தனுஷ்கோடி ராமசாமி. இருபது வருடங்களாக மிக நெருக்கமாக பழகிக் கலந்த சொந்தம் ஒன்று, புகைந்த நெருப்பில் கரைந்து கொண்டிருந்தது.

அந்த நாள் இன்னும் கலையாமல் இருக்கிறது. 1985ம் ஆண்டில் ஒரு மத்தியான வெயில் நேரம். பாண்டியன் கிராம வங்கி நிர்வாகத்தை எதிர்த்து சங்கம் தர்ணா நடத்திக்கொண்டிருந்தது. அமர்ந்திருந்த வங்கித்தோழர் ஒருவர் கையில் சிறுகதைப் புத்தகம் இருந்தது. வாங்கிப் படிக்க ஆரம்பித்தேன். இந்தியக் கிராமங்களில் சோகத்தை உரக்கச் சொல்லிய தொகுப்பின் முதல் கதை 'நாரணம்மா'வின் அலறல் உலுக்கியது. கதை எழுதியவரின் இதயம் எழுத்துக்களில் துடித்துக் கொண்டிருந்தது. சிறிது நேரத்தில் "நாரணம்மா கதை எழுதியவரும், உயர்நிலைப்பள்ளி ஆசிரியருமான தோழர்.தனுஷ்கோடி ராமசாமி அவர்கள் நம்மிடையே இப்போது பேசுவார்கள் என்று சங்கத்தின் பொதுச்செயலாளர் கிருஷ்ணகுமார் அறிவித்த போது பிரமிப்பாய் இருந்தது. புத்தகங்களிலிருக்கும் வாசனை போல எழுத்தாளர்களிடம் ஒரு வசீகரம் இருப்பதாகவே எப்போதும் படுகிறது. கம்பீரமான பார்வையும், கிருதாவும், மீசையுமாக, பேண்ட் சட்டை போட்ட கிராமத்து மனிதராய் அவர் இருந்தார். அவரையே பார்த்துக் கொண்டிருந்தேன். நாரணம்மாவின் அழுகையை பத்திரமாக வைத்திருக்கும் அந்த மனிதர் மீது அன்பு பெருகியபடி இருந்தது. கிருஷ்ணகுமாரிடம் கொஞ்ச நேரம் பேசியிருந்துவிட்டுச் சென்றார்

இன்னொருமுறை அதேபோல் நிர்வாகத்தை எதிர்த்து போராட்டம். சங்கத்தின் முடிவின்படி நானும் இன்னும் நான்கு தோழர்களும் சாகும் வரை உண்ணாவிரதம் இருந்தோம். இரண்டாம் நாள் சாயங்காலம். தனுஷ்கோடி ராமசாமி வாழ்த்திப் பேசினார். சிறிது நேரம் கழித்து என்னருகில் வந்து "நீங்க எழுத்தாளர் ஜெயகாந்தன் மகளை காதலிக்கிறீர்களாமே?" என்று வியப்போடு கேட்டார். கிருஷ்ணகுமார் சொல்லியிருக்க வேண்டும். சங்கடத்தில் நெளிந்தபடி புன்னகைத்தேன். என் கைகளைப் பிடித்துக் கொண்டு மௌனமாய் இருந்தார்.

ஒருநாள் வக்கீல் மாரிமுத்து என்னை அவர் வீட்டுக்கு அழைத்துச்சென்றார். ஆற்றங்கரையொட்டிச் செல்லும் கிணற்றுக்கடவுத் தெருவில் ஒரு காம்பவுண்டு வீடு. வக்கீல்

மாரிமுத்துவை உரக்க வரவேற்றவர் கூடவே என்னைப் பார்த்து அடையாளம் கண்டு, "வரணும்..வரணும்" என்று நாற்காலியை காட்டி அமரச் செய்தார். உள்பக்கம் தலை திருப்பி "சரஸ்வதி...! டீ கிடைக்குமா.." என்று கேட்டுக் கொண்டார். ஐந்தாம் வகுப்போ ஆறாம் வகுப்போதான் அவரது மகன் அறம் படித்துக் கொண்டிருந்தான். 'தோழர்' நாவலை எழுதிக் கொண்டிருந்த நேரம். பேச்சு அதிலிருந்து ஆரம்பித்து, கிறிஸ்டியன் மிஷனரிகளை மையமிட்டு, அப்படியே ராஜீவ் காந்தி, எம்.ஜி.ஆரையெல்லாம் சுற்றி வந்து, பாரதியைத் தாண்டி, டால்ஸ்டாயின் புத்துயிர்ப்பில் லயித்து, சிங்கிஸ் ஐத்மாத்தாவோடு உலவியபடி இரண்டு மூன்று மணி நேரத்துக்கும் மேல் நீண்டது. அப்போதுதான் சோவியத் இலக்கியங்களை படிக்க ஆரம்பித்திருந்ததால் அந்த உரையாடல்கள் பெரும் சுவராஸ்யத்தோடு இருந்தன. 'தீபம்', 'கணையாழி' பத்திரிக்கைகளில் ஒன்றிரண்டு கவிதைகள் எழுதியிருந்த எனக்கு இலக்கியத்தின் மீது மேலும் பைத்தியம் பிடித்துக் கொண்டிருந்தது.

அதுதான் விடாமல் அவரைத் தேடிச் செல்ல வைத்திருக்க வேண்டும். அப்போது கிணற்றுக்கடவுத் தெருவில் இருந்த அந்த காம்பவுண்டு வீட்டுக்கு சாயங்கால வேளைகளில் நானும் காமராஜும் அடிக்கடி செல்ல ஆரம்பித்தோம். சேவு, பொரிகடலை, சிகரெட்டுகள் வாங்கிக்கொண்டு பைபாஸ் கடந்து வைப்பாற்றுக்குள் இறங்கி எதாவது ஒரு மணல் திட்டில் உட்கார்ந்து அவரோடு பேசிய நாட்கள் வாழ்வின் இனிமையான தருணங்களாக இப்போதும் வற்றாமல் இருக்கின்றன. மணலை நோக்கமற்றுக் கீறியபடி எத்தனை எத்தனையோ கணங்கள் அவரை உள்வாங்கியிருக்கிறேன். பேச்சின் நடுவே குறுக்கிட மாட்டார். முழுவதுமாய் கவனித்த பிறகு பொறுப்போடும், ஆழத்தோடும் பேச ஆரம்பிப்பார். எல்லாம் தனக்குத் தெரிந்ததாய் ஒருபோதும் காட்டிக் கொண்டதில்லை. எல்லோரிடமும் தெரிந்து கொள்வதற்கு விஷயங்கள் இருக்கிறது என்பதே அவரது மனநிலையாக இருந்தது. சிறுபிள்ளைத்தனமாகப் பேசினால்கூட புறக்கணிக்காமல் நோகாத விமர்சனத்தோடு அதை புரிய வைப்பார். நகைச்சுவையை அவர் ரசிப்பதே அழகாகவும் உயிர்ப்போடும் இருக்கும். பேச்சின் இடையிடையே சிலசமயங்கள் தூரத்துப் பாலத்தின் மீது எதிரும் புதிருமாய் வெளிச்சத்தை இறைத்தபடி ஓடிக்கொண்டிருக்கும் வாகனங்களை பார்த்தபடி மௌனங்களாய்க் கழியும். அசைபோட்டுக்கொண்டும், சிந்தனை வயப்பட்டும் இருந்துவிட்டு மீண்டும் பேச ஆரம்பிப்போம். குரல்களே

உடலாகவும், உள்ளமாகவும் வெளிப்படுகிற இருள் சூழ்ந்து பத்துப் பதினோரு மணியைத் தாண்டிவிடும். ஒவ்வொரு முறையும் இன்னும் நிறைய பேச வேண்டியிருப்பதாகவே பிரிய நேரிடும்.

ஆனந்த விகடனில் "அன்புள்ள.." சிறுகதையைப் படித்தபோது மிக முக்கியமான விஷயம் ஒன்றை அவரது எழுத்து தொட்டுவிட்டதாய் பட்டது. கிராமத்தின் எளிய பெண் ஒருத்தி தனது மனதுக்குப் பிடித்தவனுக்கு கடிதம் எழுத ஆரம்பித்து கடைசி வரை வெளிப்படுத்த முடியாமல் போவதாய் அந்தக்கதை முடியும். எத்தனையோ நூற்றாண்டுகளுக்கு முன் ஆண்டாளுக்கு 'திருப்பாவையாக' வந்திருந்த தைரியம் இன்னமும் நமது பெண்களுக்கு இல்லையே என்றும், ஒரு பெண் தன்னை முதலில் வெளிப்படுத்துவதை அருவருப்பாகவும், நாகரீகமற்றும் இந்தச் சமூகம் கருதுகிறது என்றும் தெரிவித்தேன். தான் எழுதிய கதையைக் காட்டிலும் இந்த விமர்சனம் அடர்த்தியாக இருப்பதாக என்னை உற்றுப் பார்த்துக்கொண்டு சொன்னார். பாராட்டுவதில் தயக்கம் கொஞ்சமும் இருக்காது. இதைச் சொல்லி அவரை விமர்சிப்பவர்களை நிறைய பார்த்திருக்கிறேன். எதையும் அதீதமாய் பண்ணுகிறார் என்று சிரிக்கும் கேலிப்பேச்சுக்களை கேட்டிருக்கிறேன். எனக்கென்னவோ அது ஒரு அபூர்வ குணமாகவே தோன்றுகிறது. எது குறித்தும் ஆச்சரியப்படாத, உற்சாகமடையாத, சக மனிதனிடம் இருக்கும் திறமைகளை பாராட்டத் தெரியாத மொண்ணையாகப் போன சமூகத்தில் தனுஷ்கோடி ராமசாமி வித்தியாசமான மனிதர்தான். தோழர் நாவல் படித்துவிட்டு காமராஜ் அவருக்கு எழுதிய போது "ஏ...நம்ம காமராஜ்தானா! கடிதமே இவ்வளவு இலக்கிய நயத்தோடு இருக்கிறதே...நீ கதை எழுதலாமே மனுஷா.." என்று ஆச்சரியப்பட்டுக் கொண்டிருந்தார். காமராஜ் அவரிடம் ஆரிய வைசியப் பள்ளியில் தமிழ் படித்தவன். எனது 'மண்குடம்' கதையையும், ஷாஜஹானின் 'ஈன்ற பொழுது.." கதையையும் படித்துவிட்டு பல நாட்கள் ஓயாமல் பேசியிருக்கிறார். அவரது பல நண்பர்களிடம் சிலாகித்திருக்கிறார். இளைஞர்களிடம் எப்போதும் நம்பிக்கை வைத்திருந்தார். அதனாலேயே இளமையாக இருந்தார்.

தனக்கு முந்தையவர்கள் மீதும் அளப்பரிய மரியாதையும், விமர்சனம் தாண்டிய அன்பும் கொண்டிருந்தார். மகாத்மா காந்தியை, மகாகவி பாரதியை, எழுத்தாளர் ஜெயகாந்தனைப் பற்றி பேசிக்கொண்டே இருப்பதற்கு அவரிடம் நிறைய இருந்தன. சமூகத்தின் மீதிருக்கும் அக்கறையே, அதற்கு

எதாவது ஒரு வகையில் பங்களிப்புச் செய்தவர்களையும் நினைவுகூறச் செய்கிறது. மாறுபட்ட விஷயங்களைப் பற்றிப் பேசுவதைவிட இணக்கமான விஷயங்களோடு மனிதர்களை அடையாளம் காண்பது அவரது தன்மையாகவே இருந்தது. அது பலவீனமா, பலமா என்ற ஆராய்ச்சியை மற்றவர்களே செய்து கொண்டிருந்தார்கள். ஜெயகாந்தனைப்போலவே தன்னை ஆக்கிக் கொள்கிறார் என்றும் கூட பேசியிருக்கிறார்கள். அவரே அதைச்சொல்லிவிட்டு, சொன்னால் சொல்லிக்கொள்ளட்டும் என்பது போல அமைதி காப்பார். புதுமைப்பித்தன், ஜீவா, தொ.மு. சி, கு.அழகிரிசாமி, கி.ரா, கு.ப.ரா, சுந்தரராமசாமி, பொன்னீலன், கந்தர்வன் எழுத்துக்களைப் பற்றி அடிக்கடி பேசுவார். 'ஜே.ஜே சில குறிப்புகள்' மீது அவருக்கு லயிப்பும் கடுமையான விமர்சனங்களும் இருந்தன. வண்ணதாசனின் கதை சொல்லும் அழகில் தன்னை பறிகொடுப்பார். ஆரம்ப காலங்களில் ஜே.கிருஷ்ணமூர்த்தியிடம் ஈடுபாடு கொண்டு, அவரோடு தர்க்கங்கள் செய்து பின்னாளில் மார்க்சீயத்தின் பால் ஈர்க்கப்பட்டு 'அசோகவனம்' கதையோடு தமிழ்ச்செல்வன் அவரது வீட்டுக் கதவைத் தட்டிய இரவை எத்தனையோ தடவைச் சொல்லியிருக்கிறார். வேதனையோடு பகிர்ந்து கொண்டது என்றால் ஜி.நாகராஜனோடு அவருக்கு ஏற்பட்ட அனுபவங்கள்தான். மதுரை வீதிகளில் தாடியோடும், கந்தல் உடையோடும், மிகுந்த உரிமையோடும் வழிமறித்து பணம் கேட்ட நாட்களை நினைவு கூர்ந்து "எப்பேர்ப்பட்ட எழுத்தாளன்' என்று அதற்கு மேல் பேச முடியாமல் கொஞ்ச நேரம் மௌனமாயிருப்பார். எல்லோரையும் நேசிக்கிற ஒரு பரந்த தளத்தில் அவர் சஞ்சரித்துக் கொண்டிருந்தார்.

தான் நம்பிக்கை வைத்திருந்த எழுத்தாளர்கள் பலர் எழுதாமல் நிறுத்திக் கொண்டதை பெருங்குறையாக கருதினார். "சங்க வேலைகளை குறைத்துக் கொண்டு நீங்கள் நிறைய எழுதலாம்" என்று என்னிடம் அடிக்கடிச் சொல்வார். தமிழ்ச்செல்வனிடமும் இதேபோல் சொல்லியிருக்கிறார். இலக்கியத்தின் மீது அவருக்கு இருந்த அக்கறையே "தொழிற்சங்க வேலைகள் பார்ப்பதற்கு உங்களைப் போன்றவர்கள் தேவையில்லை" என்று சொல்ல வைத்தது. குறிப்பிட்ட ஒரு வட்டத்துக்குள் இருந்து செயல்படுவதைத் தாண்டி பரந்த மக்களிடம் செல்ல வேண்டியவர்கள் இலக்கியவாதிகள் என உறுதியாக நம்பினார். வாழ்ந்தும் காட்டியிருக்கிறார். கலை இலக்கியப் பெருமன்றத்தின் முக்கிய தலைவர்களில் ஒருவராய் இருந்த போதும், சாத்தூரில்

அவருக்கு நெருக்கமாக இருந்தவர்களில் பலர் எழுத்தாளர் சங்கத்தைச் சார்ந்தவர்களாகவே இருந்தோம். அதில் பலர் அவரது மாணவர்களாக இருந்தனர். இன்று எங்கெங்கோ இருக்கும் சாத்தூரின் இளைஞர்கள் பலரிடம் ஒரு இடதுசாரி சிந்தனையும், தொடர்பும் இருப்பதை கவனித்திருக்கிறேன். விசாரித்துப் பார்த்தால் அவர்கள் தனுஷ்கோடி ராமசாமியிடம் படித்தவர்களாக இருப்பார்கள். ஆசிரியரைப் பிடிக்காமல், அவரிடம் ஈர்ப்பு இல்லாமல், அவரது தன்மைகள் மாணவனிடம் படிந்து விடாது. அவரது மாணவர்கள் எல்லோரும் 'அண்ணா' என்றுதான் அவரை அழைத்தார்கள். ஆசிரியப் பணியில் அவ்வப்போது ஏற்படும் சோர்வுகளையெல்லாம் இந்த உறவுகளால்தான் அவர் துடைத்தெறிந்திருக்க வேண்டும்.

பாவமாய் இருக்கும். பரீட்சை முடிந்து லீவில்தான் இருப்பார் என்று பார்க்கச் சென்றால் கட்டுக் கட்டாய் விடைத்தாள்கள் மேஜையில் அடுக்கி வைத்து திருத்திக் கொண்டு இருப்பார். 'தொடர்ந்து ஒரே வேலையைச் செய்கிறீர்களே....போரடிக்காதா?' என்றால் சிரிப்பார். "ஒரே கேள்விதான். பதில் விதவிதமாய் இருக்கும்" என்று மாணவர்கள் படிக்கிற அழகைக் காட்டுவார். "ஒரே பாடம்தான் தொடர்ந்து எடுக்கிறேன். ஆனால் ஒவ்வொரு வருடமும் வேறு வேறு மாணவர்கள்" என்று தத்துவம் போலச் சொல்வார். கல்வியமைப்பின் மீதும், ஆசிரியர்கள் மீது கடுமையான விமர்சனம் அவருக்கு இருந்தது. 'தொழில்தர்மத்தைச் சொல்லிக் கொடுக்காமல் உரிமைகளை மட்டும் சங்கங்கள் சொல்லிக் கொடுக்கின்றன" என்று வருத்தப்படுவார். பள்ளிக்கூடங்கள் எப்படி இருக்க வேண்டும் என்று அவர் ஒரு கனவுகொண்டிருந்தார். அதனால் தலைமையாசிரியர் பொறுப்பினை ஏற்று கொஞ்சகாலம் செயல்பட்டும் பார்த்தார். கனவுக்கும் யதார்த்தங்களுக்குமான இடைவெளியில் முட்டிப் பார்த்து, முடியாமல் ஒருநாள் திடுமென தலைமையாசிரியர் பொறுப்பிலிருந்து ராஜினாமா செய்து மீண்டும் தமிழாசிரியராக நிம்மதியடைந்தார். அந்தக் காலக் கட்டங்களில் குழப்பங்களோடும் வேதனையோடும் சங்கடப்பட்டார்.

சோவியத் நொறுங்கிய போது மிகவும் கலங்கிப் போனார். ஆயுத ஒழிப்பு குறித்து ரீகனுக்கும், கோர்பச்சேவுக்கும் நடந்த உரையாடலை மிகுந்த ஆரவாரத்தோடு ஒரு காலத்தில் வாசித்துக் காட்டி, கோர்பச்சேவின் வார்த்தைகளை பெருமிதத்தோடு கூட்டங்களில் முழங்கவும் செய்தார். பெரிஸ்த்ரோய்கா, கிளாஸ்நாத்தையெல்லாம் உயர்த்திப் பிடித்து "யாருக்கு இந்த தைரியம் வரும். யார் தனது

பலவீனங்களை இப்படி போட்டு உலகத்தின் முன் உடைப்பார்கள். யாரால் இந்தப் புதுமைகளை சிந்திக்க முடியும்" என வேகமாகப் பேசியிருந்தார். சட்டென எல்லாம் கலைந்து போன போது தடுமாறி நின்றார். பெருமூச்சோடு மௌனங்கள் சூழ்ந்த அந்த நாட்களில் அடிக்கடி அவரைப் போய் பார்ப்பேன். மீள்வதற்குச் சிரமப்பட்டார். அதுபோல ஜோதிபாசு பிரதமர் பதவிக்கு வாய்ப்பு வந்து, சி.பி.எம் அதை மறுத்தபோதும் ரொம்ப வருத்தப்பட்டார். 'நம்மீது இருக்கும் நம்பிக்கைகளை நாமே தகர்த்து விடுகிறோம்" என்று அடிக்கடிச் சொல்வார். தான் நம்புவதையும் உணர்வதையும் வெளிப்படுத்துவதில் எந்தத் தயக்கமும் இருக்காது. தென்தமிழ் மாவட்டங்களில் ஜாதிக்கலவரங்கள் பற்றி, சாத்தூரிலும் பரவியபோது ஒருநாள் "இந்தக் கலவரமெல்லாம் தேவைதான்" என்று அவர் சொல்லியபோது ஆச்சரியமாக இருந்தது. "திருப்பி அடிக்க மாட்டான் என்று தானே இவ்வளவு காலமா நெனச்சுக்கிட்டு இருந்தாங்க. இப்போ பதிலுக்கு பதில்னு ஆனதால கொஞ்சம் யோசிப்பாங்க." என்றார். எப்போதும் தலித் மாணவர்களையே தனது வகுப்பில் லீடர்களாக முன்னிறுத்துவாராம்.

இசங்கள் குறித்தெல்லாம் அவர் அலட்டிக்கொண்டதேயில்லை. அதற்குள் உட்கார்ந்து விவாதம் செய்ய ஆர்வமும் பெரிதாக இருந்ததில்லை. மேஜிக்கல் ரியலிசம் குறித்து சுற்றிலும் பேசப்பட்டபோது அவர் சிங்கிஸ் ஐத்மாத்தவின் 'அன்னை வயல்' பித்தனாக மாறிப் போயிருந்தார். இராணுவம் செல்லும் புகை வண்டியில் பெற்ற மகனைக் காண மணிக்கணக்காக காத்திருந்தும் கடைசியில் நிற்காமல் செல்லும் வண்டியிலிருந்து வீசியெறியப்பட்ட தன் மகனின் தொப்பியை மார்பில் பொத்தி அந்த அன்னை அழும்போது புத்தகத்தை அதற்குமேல் படிக்க முடியாமல் தரையில் புரண்டு புரண்டு அழுததைச் சொல்லியிருக்கிறார். பல கூட்டங்களில் அந்தக் காட்சியை உணர்ச்சிகரமாக பேசியுமிருக்கிறார். 'எழுத்து என்பது மிக எளிமையாக, இயல்பாக, உண்மையாக இருக்க வேண்டும்' என்பதுதான் அவர் அறிந்து கொண்ட இலக்கணம். 'மதினிமார்களின் கதை', 'கைத்தடி கேட்ட நூறு கேள்விகள்' தவிர கோணங்கியின் எழுத்துக்களின் மீது பிரமிப்பு அவருக்கு இருந்ததில்லை. "யப்பா... ஒங்கதை ஒண்ணும் எனக்குப் புரியல. அதுக்கு நா வெக்கப்பட வேண்டியதுமில்ல" என்று கோணங்கியிடம் சொல்லவும் செய்வார். வாக்குவாதம் நடக்கும். "நீங்க எழுதுறதெல்லாம் எழுத்தா" என்றெல்லாம் கோணங்கி கோபப்படுவார். தனுஷ்கோடி

ராமசாமியின் துணைவியார் சரஸ்வதி, இதெல்லாம் சகஜம் என்பது போல அமைதியாக எல்லோருக்கும் டீ பரிமாறிக்கொண்டு இருப்பார்கள். ஒருதடவை கோணங்கி எழுதிய கடிதமொன்றை சிரித்துக்கொண்டே காண்பித்தார். அதில் "எல்லோரும் மைதானத்தில் பந்து விளையாடிக் கொண்டிருக்கும்போது நீங்கள் காலரியைச் சுற்றி ஓடி கோல், கோல் என கத்திக்கொண்டு இருக்கிறீர்கள்" என்றிருந்தது. பிறகு ஒரு வாரத்துக்குள் கோணங்கி அவர் வீட்டுக்கு வந்து உணவருந்தி, விடிய விடிய பேசிச் சென்றதையும் சிரித்துக்கொண்டே சொன்னார். பிடிபடாத அன்பின் விளையாட்டாய் காட்சியளித்தாலும், கதை எழுதுகிறவர் என்று ஒருவர் பற்றி ஒருவர் வைத்திருந்த பரஸ்பர புரிதலே இத்தனைக்கும் அடியில் நீரோட்டமாய் இருந்திருக்க வேண்டும். முகமெல்லாம் கனத்து, தொண்டை அடைக்க ஒரு மாலையைத் தூக்கிக் கொண்டு வந்து தனுஷ்கோடி ராமசாமியின் உடல் மீது வைத்து, கண்கள் பொங்க நின்ற கோணங்கியை பார்த்தபோது, திரும்பப்பெற முடியாத ஒன்றை இழந்த சோகம் தெரிந்தது.

சங்க இலக்கியங்களை வெறும் பாடமாக பார்க்காமல், வாழ்க்கையாக அர்த்தப்படுத்திக் கொள்ள முடிந்திருந்தது அவரால். மார்க்ஸ், லெனின் எழுதிய கட்டுரைத் தொகுதிகளோடு பெரிது பெரிதாக கம்பராமாயணத் தொகுதிகளையும் வரிசையாக அவரது அலமாரிகளில் பார்க்கலாம். கம்பனின் வரிகளை ஒரு சுதியோடு சொல்லி, விளக்கமளிக்கும் போது கேட்பதற்கு ஆசை ஆசையாய் இருக்கும். அப்படியொரு செறிவுமிக்க இலக்கியப் பார்வையும், ரசனையும் இருந்தது. அகத்திணையில் வீசிக்கொண்டிருக்கும் தமிழரின் காதல் வேட்கையை அவரிடம்தான் சுவாசித்தேன். புறங்காலால் அடித்து கடலையே வற்றச் செய்து விடுவேன் என்று தன் பிரிவுத் துயரை சித்தரிக்கும் தொன்மை காலத்துப் பெண்ணை பார்த்தேன். அழகுத் தமிழின் அற்புதங்களையெல்லாம் தனக்குள் சுமந்து கொண்டிருந்த மனிதர் அவர். "இதையெல்லாம் நீங்கள் பேசுகிற மாதிரியே எழுதினால் போதும். இந்தத் தலைமுறைக்கு நமது பாரம்பரியம் மிக்க இலக்கியத்தை அறிமுகப்படுத்திய மாதிரியும் இருக்கும், தமிழை அவர்களுக்கு நெருக்கமானதாக உணர வைக்கவும் முடியும்" என்றேன். "அப்படியா..." என்று ஆச்சரியத்தோடு, தீவிரமாகவே யோசித்தார். இலக்கியத்தின் நயங்களோடு ஒரு சிறுகதை மட்டும் எழுதினார். வேறு என்னவெல்லாம் செய்ய நினைத்திருந்தாரோ. வெந்தணலில் தமிழ் வெந்து கொண்டிருந்தது.

தேடிப் போகிற சில சமயங்களில் வீட்டில் இருக்க மாட்டார். அவரது துணைவியார் "மானாமதுரை போயிருக்காங்க" என்பார்கள். "திருவண்ணாமலை போயிருக்காங்க" என்பார்கள். வெளியூர் சென்று வந்த பிறகு, தான் சந்தித்த இளைஞர்களை, புதிய இலக்கியவாதிகளைப் பற்றி விடாமல் பேசுவார். அவர் யார், பெயர் என்ன என்பது கூட என் நினைவில் இருந்ததில்லை. சுவராஸ்யமற்றும் இருக்கும். மனிதர்கள் மீது எப்போதும் ஈர்ப்பு இருந்தது. புதுமைகளை ஆராதிக்கிற அபூர்வ குணத்தின் வெளிப்பாடு என எல்லாவற்றையும் பொறுமையாக கேட்டுக் கொண்டிருப்பேன். சில நேரங்களில் "நேற்று ஜே.கேவைப் பார்த்தேன்" என்று சொல்லி பொருள் நிறைந்த பார்வையோடு நிறுத்துவார். புன்னனகையோடு காத்திருப்பேன். எழுத்தாளர் ஜெயகாந்தன் மீது அப்படியொரு காதல் இருந்தது. பேசிக்கொண்டிருக்கும் போதெல்லாம் எப்படியும் எதாவது ஒரு விஷயம் ஜே.கேவைச் சுற்றி வந்துவிடும். அவர் எழுதியது, பேசியது, அவரைப் பற்றி தெரிந்து கொண்டது, அவரைச் சந்தித்தது என ஏராளமான சம்பவங்களை வைத்திருந்தார். 'ஜே.கே வாழும் காலத்தில் நாம் வாழ்ந்திருக்கிறோம்' என்பதை பெருமை பொங்கச் சொல்வார். மெல்ல "மெட்ராஸுக்குப் போயிருந்தீங்களா...அம்முவை பார்த்தீங்களா" என்று கேட்டுக் கொள்வார். பின்னாளில் எங்கள் திருமணம் குறித்து சென்னை சென்று ஜே.கேவிடம் அவர்தான் முதலில் பேசினார். எங்கள் வாழ்வெல்லாம் வந்துகொண்டிருக்கும் மிக முக்கிய மனிதர்.

பொங்கி வந்த அழுகையோடுதான் அம்மு அன்று இருந்தாள். சென்னையிலிருந்து அவரது உடல் கொண்டு வரப்பட்டு தென்வடல் புதுத்தெருவில் அவரது வீட்டின் முன்பு வைக்கப்பட்ட போது, "ஏ...அம்மு! உன் அங்க்கிளப் பாத்தியா" என்று சரஸ்வதி அம்மாள் கதறியபோது அம்மு வெடித்து அழுதாள். பார்த்துக் கொண்டிருந்த எனக்கு தொண்டை அடைத்தது. தொழிற்சங்க வேலைகள் காரணமாக வெறி பிடித்து அலைந்து கொண்டிருந்த 1990களில் நான் அவரைப் பார்க்கச் செல்வது ரொம்ப குறைந்து போனது. அவர் எங்கள் வீட்டுக்கு சாயங்கால வேளைகளில் வருவார். பெரும்பாலும் நான் இருக்க மாட்டேன். அம்முவோடு பேசியிருந்து செல்வார். அவள் முதல் குழந்தை உண்டாகியிருந்த சமயத்தில் கல்கத்தா, டெல்லி, கைதராபாத், சென்னை என ஓடிக்கொண்டு இருந்தேன். அப்போதெல்லாம் தனுஷ்கோடி ராமசாமியும், அவரது துணைவியாரும் வந்து அம்முவைப் பார்த்துக்கொள்ளவும், அவளுக்குப் பிடித்தமானதை செய்து

கொண்டு வரவும் செய்தார்கள். "சங்க வேலைகளை கொஞ்சம் குறைத்துக் கொள்ளலாமே.." என லேசாய் கடிந்து கொள்ளவும் செய்தார். "எங்க அப்பாவப் பாக்குறதப் போல இருக்கு" என அம்மு அடிக்கடிச் சொல்வாள். ஆச்சரியமாக இருக்கும். எங்கள் குழந்தைகளின் பிறந்த நாட்களைக் கூட கவனமாக ஞாபகம் வைத்து, அவரும் அவர் துணைவியாரும் வீட்டுக்கு வந்து வாழ்த்துச் சொல்வார்கள். அன்பைத் தவிர அந்தக் குடும்பத்திற்கு வேறு எதுவும் தெரியாதோ என்றுதான் தோன்றும்.

யோசிப்பதற்கும், சொல்வதற்கும் எவ்வளவோ இருந்து கொண்டே இருக்கின்றன. பழகிப் பேசிய காலங்கள் அடுக்கப்படாத காட்சிகளாக ஓடிக்கொண்டே இருக்கின்றன. கம்மங்கூழும், கேப்பைக்களியும் கிடைத்த சிறுபிராயத்தில் அரிசிச் சோற்றுக்கு ஆசைப்பட்ட காலத்திலிருந்து, தன் மகனை டாக்டராகப் பார்த்து பூரித்த காலம் வரை எவ்வளவோ எவ்வளவோ சொல்லியிருக்கிறார். எதையும் யாரிடமும் எதிர்பார்க்காத மனிதராகவே கடைசிவரை மிடுக்காக வாழ்ந்திருக்கிறார். சாத்தூர் வீதிகளில் கம்பீரமாக நடந்து திரிந்த அந்த மனிதர் தனது கடைசி நாட்களில் புற்றுநோயால் அவதிப்பட்டு வீட்டிலேயே அடைந்து போனது மிகப்பெரிய சோகம். கொடுக்கப்பட்ட வைத்தியம் முழுவதுமாய் எதிர்ப்பு சக்தியை உறிஞ்சிவிட, யாரும் போய்ப் பார்ப்பதே அவருக்கு ஆபத்தானதாய் மாறிவிடும் என்றாகிப் போனச் சூழலில், இரண்டு மூன்று தடவைகள் மட்டுமே போய்ப் பார்க்க முடிந்தது. கடைசியாய் தமிழ்ச்செல்வன், லஷ்மிகாந்தன், காமராஜ் ஆகிய தோழர்களோடு சென்றிருந்தபோது மெலிந்த தேகத்தோடு இருந்தவரிடம் நம்பிக்கை பூத்துக் குலுங்கியதை தரிசிக்க முடிந்தது. அந்த நேரத்திலும் எழுத்தாளர் லட்சுமணப்பெருமாளின் கதையைப் படித்து ரசித்ததைச் சொன்னார். எல்லோரும் மீண்டும் எழுத ஆரம்பித்து இருக்கிறார்கள் என்பதைக் கேள்விப்பட்டு சந்தோஷமடைந்தார். ஜீவாவின் நூற்றாண்டை சிறப்பாகக் கொண்டாட வேண்டும் என ஆசைப்பட்டார். அடுத்த சில நாட்களில் எல்லாம் இரக்கமற்று வெறுமையில் புதைந்து போனது.

ஆசிரியர் பணி, அதில் ஓய்வு பெற்ற பிறகு அருமை மகன் திருமணம் முடிந்து முழுமையாக எழுதுவதற்கு உட்கார்ந்த நேரம் தனுஷ்கோடி ராமசாமி என்னும் எழுத்தாளர் மறைந்து விட்டார். எழுத அவரிடம் இன்னும் நிறைய இருந்தன. வாழ்க்கையே ஒரு புதையலாக அவரிடம் இருந்தது. எல்லாம் சட்டென தொலைந்து போனது போல சோகம் அழுத்துகிறது. உண்மையை நம்ப

மறுத்து, திடுமென 'என்ன மனுஷா..." என்று குரல் எழுப்பியவாறு வீட்டின் முன் வந்து நிற்க மாட்டாரா எனத் தோன்றுகிறது. சந்தோஷப்படும்படி எதாவது நடந்தால், 'இதப் பார்ப்பதற்கு அவர் இல்லையே' என்று ஏங்க வைக்கிறது. அழுத்தமாக பற்றும் முடிகள் அடர்ந்த தனுஷ்கோடி ராமசாமி அவர்களின் கைகளின் ஸ்பரிசத்தை சொரசொரப்பாய் உணர முடிகிறது. அவர் எழுதாத கதைகள் குறித்து சிந்திக்க வைக்கிறது.

❑

27

காற்றின் மொழி ஒலியா, இசையா

விருதுநகரைத் தாண்டி நாங்கள் அப்போது போய்க்கொண்டு இருந்தோம். சுமோவின் முன்னிருக்கையில் கவிஞர் லட்சுமிகாந்தனும், நடுவில் நானும் மேலாண்மை பொன்னுச்சாமியும், பின்னால் கம்மாச்சூரங்குடி பாலுவும் உட்கார்ந்திருந்தோம். மாலை ஆறுமணிக்கு சாத்தூரில் ஆரம்பித்த பயணம் இது. தேவகோட்டையில் தமிழ்நாடு முற்போக்கு எழுத்தாளர் சங்கம் சார்பில் விடிய விடிய கலை இலக்கிய இரவு. சாகித்திய அகாதமி விருது பெற்ற மேலாண்மை பொன்னுச்சாமிக்கு அங்கு பாராட்டும், 'பார்க்கத் தெரிந்தால் பாதை தெரியும்' என நான் பேச வேண்டியதும் இருந்தன.

மேலாண்மை பொன்னுச்சாமியின் சமீபத்திய இரண்டு கதைகளில் பாலுறவு குறித்த விஷயங்கள் தூக்கலாக இருப்பதாக லட்சுமிகாந்தன் சொன்னான். காடுகளில் தன்னந்தனியாக ஆடுகளை மேய்த்துக்கொண்டு அலைகின்ற அந்த மக்களின் வாழ்நிலையும், சூழலுமே இதற்கு காரணமாக இருக்கின்றன என்றார் அவர், ஆடுகளை அதட்டி அதட்டி எழும்புகிற அதே சத்தமான குரலில்தான் மனிதர்களோடும் அவர்கள் பேசுகின்றனர் என சித்தரித்தார்.

மௌனமாக கேட்டுக்கொண்டு வந்த பாலு அந்த செம்மறியாடுகளிடம் இருந்து நாற்றம் கொண்ட ஒரு வெக்கை எப்போதும் வீசிக்கொண்டு இருக்கும் என்றும், அவர்களின் கனவுகளில் கூட ஆடுகளே வரும் என்றும், ஆடுகளை மேய்க்கின்ற அந்த குரல்கள் இரவிலும் அவர்கள் மீது ஆவிகள் போல அலைந்து கொண்டிருப்பதாகவும் தனது அனுபவங்களைச் சொன்னான். ஒற்றைக் கம்பினை கம்மங்கூட்டில் முட்டுக்கொடுத்து தலையை அப்படியே கைகளில் சாய்த்து மணிக்கணக்காக அவர்களில் வெயிலில் நின்றபடி தூங்க முடியும் என்று அவன் தீட்டிய சித்திரங்களுக்குள் நுழைந்து விட்டிருந்தேன். ஆடுகளோடு நின்றிருக்கும் மனிதர்களை எப்போதாவது பார்த்த அத்துவானக் காடுகளில் அலைந்துகொண்டு இருந்தேன்.

சோடியம் விளக்குகளின் மஞ்சள் வெளிச்சத்தில் நனைந்து, பரபரப்பான வாகன நெரிசல்களில் சிக்கி நின்றிருந்த மதுரை பெரியார் நிலையம் முழுவதும் செம்மறியாடுகளின் 'ம்மே'க்களாய் நிறைந்து, புழுதியோடு நாசியை அடைத்தது போலிருந்தது.

கிராமத்து எளிய விவசாயி போல் இருக்கும் மதுரை எம்.எல். ஏவான தோழர் நன்மாறன் அவர்கள் தமுக்கம் அருகே சுமோவில் ஏறிக்கொண்டபோதுதான், நான் நகரத்திற்குள் மீண்டேன். அவர்தான் தேவகோட்டை கலை இலக்கிய இரவில் எழுத்தாளர் மேலாண்மை பொன்னுச்சாமியை பாராட்டப் போகிறவர். பேச்சின் திசைகள் மாறிட பயணம் உரையாடல்கள் மூலம் தொடர்ந்தது.

"இண்டர்நெட்டில் எழுதுகிறீர்களாமே, மாதவராஜ்" என்றவர், வலையுலகம், இணையம் குறித்தெலாம் குழந்தையின் ஆர்வத்தோடு நிறைய கேட்டுத் தெரிந்து கொண்டார். சாகித்யம் என்றால் என்னவென கேட்டார். கோடம்பாக்கம் குறித்து சாருநிவேதிதா எழுதியதை படித்திருந்தார் .கல்குவாரிகளை அரசே ஏற்க வேண்டும் என நாம் கோரிக்கை வைக்க வேண்டும் என்றார். குழந்தைகளின் இலக்கியம், ஈரானிய சினிமாக்கள் என மேலூரையும் திருப்பத்தூரையும் கடந்தோம். அண்ணாவின் நூற்றாண்டில் இடதுசாரிகள் அவரது இலக்கியம் குறித்து முழுமையாக படித்து ஒரு ஆய்வு நடத்த வேண்டியது அவசியம் என்றார். அவரது எளிமையும், எதையும் தெரிந்துகொள்ள வேண்டும் என்னும் ஆவலும் ஏற்கனவே தெரிந்த ஒன்றாக இருந்தாலும், சுவாரசியமாக இருந்தது. ஒரு சட்டமன்ற உறுப்பினருக்கு இது தேவை என்று இங்கு யார் சொன்னார்கள்?

தேவகோட்டையில் இறங்கும்போது இரவு பதினொரு மணி போல இருக்கும். மூவாயிரம் பேருக்கு மேல் மக்கள் கூட்டம் உட்கார்ந்தும், நின்றும் இருந்தார்கள். வெளிச்சத்தில் மேடை மிதந்தபடி இருந்தது. புதுகை பூபாலனின்' கலை நிகழ்ச்சி நடந்து கொண்டிருந்தது. அரசை விமர்சனம் செய்த நையாண்டிகளை மக்கள் ஆரவாரத்தோடு ரசித்துக்கொண்டு இருந்தனர். தொடர்ந்து தப்பாட்டங்கள், கிராமியக் கலைகள் மேடையேறி மக்களை ரசிக்க வைத்தன.

கலை இலக்கிய இரவைப் பார்த்து, பங்கெடுத்து எவ்வளவோ வருடங்களாகி இருந்தன. தொண்ணூறுகளில் திருவண்ணாமலையில் பவாவும், கருணாவும், தோழர்களும் ஏற்றிய தீபம் தமிழ்நாடு முழுவதும் கொண்டு செல்லப்பட்டு வெளிச்சம் ஊட்டிய இரவுகள் எத்தனை எத்தனை. அதற்கென திட்டமிடுவது, தெருத்தெருவாய்

மக்களிடம் நிதி வசூல் செய்வது, நேரம் காலமில்லாமல் அந்தக் காரியத்தில் தோழர்களின் அலைந்து திரிவது, அவர்கள் தங்களுக்குள் பகிர்ந்து கொள்ளும் அனுபவங்கள், நெருக்கமான உறவுகள், மக்களிடம் கிடைத்த அறிமுகங்கள். நிகழ்ச்சி குறித்த அசைபோடல்கள் எனத் தொடர்ந்த ஒரு பத்து ஆண்டுகள் துடிப்பும் அர்த்தங்களும் கொண்டிருந்தன.

கரிசல் குயில் கிருஷ்ணசாமி, வைகறை கோவிந்தன், சுகந்தன், வையம்பட்டி முத்துச்சாமி, கருணாநிதியின் வெடிப்பு மிக்க குரல்களில் இருந்து அந்த இரவுகள் ஆரம்பித்தன. கோவில்பட்டி சிருஷ்டி கலைக்குழு, தாமிரபரணி கலைக்குழுவினரின் தெரு நாடகங்களில் சிரிக்கவும், அழவும், கோப்படவும் வைத்தன. பாரதி கிருஷ்ணகுமார், நந்தலாலா, நன்மாறன், தமிழ்செல்வன், சு.வெங்கடேசன், லட்சுமணப் பெருமாள் பேச்சுக்களில் சமகால அரசியல் சமூகம் குறித்த கருத்துக்கள் பல்லாயிரக்கணக்கில் கூடி இருந்த மக்களிடம் உணர்வு பூர்வமாக கொண்டு செல்லப்பட்டன. சினிமாக் கலைஞர்கள் தரையிறங்கி வந்து மண்ணின் எழுத்தாளர்கள், கலைஞர்களோடு நின்றனர். லியோனி போன்றோரெல்லாம் அது போல ஒரு கலை இலக்கிய இரவில் மக்களிடம் அறிமுகமானவர்தான். ஒவ்வொரு மேடைக்குக் கீழேயும், தள்ளியும் கலைஞர்களுக்கான வெளிகள் அரிதாரமில்லாமலும் வாடாமலும் உதிர்ந்து கிடந்தன.

அடுத்தடுத்து நிகழ்வுகளை தொய்வில்லாமல் கொண்டு செல்வது, பார்வையாளர்களுக்கு சுவாரசியமாக தொகுத்தளிப்பது, சரியான நேரத்தில் நிகழ்ச்சிகளை முடிப்பதெல்லாம் ஒரு கலையாகி இருந்தது. பக்கத்து ஊர்களில், தெரிந்த ஊர்களில் நடக்கும் கலை இரவுகளுக்கு என்று திட்டமிட்டு கூட்டம் கூட்டமாய் செல்வது வழக்கமானது. விடிகாலை ஐந்து மணிக்கு “தோழர்களே, தோழர்களே தூக்கம் நமக்கில்லை தோழர்களே” என பெரும் குரலில் பாடல் ஒலிக்கும் போது களைப்பும், சோர்வும் இல்லாமல் நம்பிக்கை பிறந்தன. சத்தங்கள் அடங்கி, அருகிலிருக்கும் டீக்கடையில் உற்சாகத்தோடு பேசி, முற்றம் தெளிக்கும் தெருக்களில் நடந்து பஸ் பிடித்து நிறைய கனவுகளோடு வீடு போய்ச் சேர்ந்தோம். மக்களிடம் இடதுசாரிகள் நெருங்கிச் செல்ல முடிந்த வழியாக அந்த இரவுகள் இருந்தன. எல்லாம் எங்கே காணாமல் போயின.

விடாமல் மல்லுக்கட்டி தேவகோட்டையில் நடத்திக் கொண்டிருந்தார்கள். சென்னை எஸ்.ஐ.இ.டி கல்லூரி பேராசிரியை

திருமதி. பர்வின் சுல்தானா அவர்கள் 'வியப்பது வீழ்ச்சி' என்னும் தலைப்பில் அன்று பேசினார்கள். எதையும் கண்டு வியக்காதீர்கள், தெரிந்துகொள்ள ஆர்வம் காட்டுங்கள் என்னும் அர்த்தத்தில், அற்புதமான மொழியாற்றலும், கவித்துவமிக்க வார்த்தைக் கோர்வைகளும் பார்வையாளர்களை யோசிக்க வைத்தன. இந்தியாவில் பாட்டி வடை சுட்ட கதையும், சீனாவில் பாட்டி வடை சுட்ட கதையும் வேறு வேறாக இருப்பதைச் சொல்லி விவரித்தது முக்கியமான ஒரு பகிர்வு.

தொடர்ந்து கலை நிகழ்ச்சிகள், பாடல்களுக்குப் பிறகு இரவு ஒன்றரை மணிக்கு மேல் எழுத்தாளர் மேலாண்மை பொன்னுச்சாமிக்கு பாராட்டு விழா. விலைவாசி உயர்வையும், சாதாரண மக்களுக்கு விரோதமான மத்திய அரசின் போக்குகளையும் அவருக்கே உரிய நகைச்சுவையோடு நன்மாறன் பேசினார். தனக்கு கிடைத்த விருது ஒரு கிராமத்தின் எளிய விவசாயின் வாழ்வனுபவத்திற்கு கிடைத்த அங்கீகாரம் என்பதாய் சொல்லி மேலாண்மை முடித்துக்கொண்டார். காரில் கூடவே பேசி வந்தவர்களாய் இல்லாமல் இருவருமே வேறு மனிதர்களாய் தெரிந்தார்கள் அப்போது.

திரும்பவும் தப்பாட்டம். பாடல்கள். என்னை பேச அழைத்த போது விடிகாலை மூன்று மணி. கூட்டம் வெகுவாக கலைந்திருந்தது. அங்கங்கு சிலர் தூங்கிக் கொண்டு இருந்தார்கள். சத்தியத்திற்கு கட்டுப்பட்டவர்களாய் சிலர் விழித்திருந்தார்கள். அந்த சமயம் பேசுவதற்கு ஒரு மனதைரியம் வேண்டியிருந்தது. நான் ஒன்றும் பெரிய மேடைப் பேச்சாளனுமில்லை. 1942 ஆகஸ்ட் 17ம் தேதி வெள்ளையனே வெளியேறு இயக்கத்தில் தேவகோட்டையின் சப்கோர்ட் தீவைத்து கொளுத்தப்பட்டதையும், கிழக்கு இராமநாதபுரம் மூன்று மாதங்களுக்கு மக்கள் கைவசமானதையும் விவரிக்க ஆரம்பித்தேன். சுவராசியம் இல்லாமல் உட்கார்ந்திருந்த மக்களைப் பார்த்து, சில கதைகளைச் சொல்லி வேகமாக பேச்சை முடித்து, அப்பாடா என்று மூச்சு விட்டேன்.

நான்கு மணிக்கு தேவகோட்டையிலிருந்து ஊருக்குத் திரும்ப ஆரம்பித்தோம். நிகழ்ச்சி குறித்து கொஞ்சம் நேரம் பேசி வந்தோம். நான் வெளி பார்த்திருந்தேன். கலை இலக்கிய இரவுகள் மக்களுக்கு என்ன அனுபவங்களைத் தந்தன, நமக்கு என்ன பாடங்களைத் தந்தன என்பது குறித்து ஆய்வுகளும், தெளிவும், ஆவணங்களும் இல்லை. கூட்டம் கூட்டமாய் வந்து ரசித்த மக்களை

தொடர்ந்து நெருங்குவதற்கான என்ன முயற்சிகள் இருந்தன என்பதும் கவனிக்கப்படவில்லை. நம் படைப்பாளிகளும், கலைஞர்களும் கண்விழித்து, எங்கெல்லாமோ பயணம் செய்து, சமூக மாற்றங்களுக்கான வெப்பத்தோடு ஓடியாடிய காலங்கள் நினைவுகளாகவே தேங்கிக் கிடந்தன.

திருப்பத்தூரில் நிறுத்தி பழங்கள், டீக்கள் சாப்பிட்டோம். நன்மாறன் இறங்காமல் காரில் தூங்கிக்கொண்டு இருந்தார். களைப்பிலும் மலர்ச்சியோடு இருந்த அவரது முகம் சில நம்பிக்கைகளைச் சொன்ன மாதிரி இருந்தது. கொஞ்ச நேரத்தில் தூங்கிப் போனோம்.

காலை ஆறு மணிக்கு மதுரையில் நன்மாறனை அவரது இல்லம் அருகே இறக்கி விட்டு பயணம் தொடர்ந்தது. தூக்கம் திரும்ப வரவில்லை. குளிர்ந்த காற்று சிலிர்ப்பூட்டிக்கொண்டு இருந்தது. நினைவுகள் எல்லாம் இனிமையாகத் திரும்பி வந்தன. நேற்றைய இரவில் காரில் பேசிச் சென்றது சுகமாய் இருந்தது. மேடை நிகழ்ச்சிகள் கனவாய் நிழலாடின. நிகழ்ச்சி முடிந்து மேடைவிட்டு இறங்கியதும், “அண்ணா எப்ப வந்தீங்க” என புதுகை பூபாலன் என்னை ஆரத்தழுவிக்கொண்ட கணங்கள் ஞாபகத்தில் பூத்தன. ரொம்ப நாட்களுக்குப் பிறகு இழந்த ஒன்றை பெற்றது போலிருந்தது.

திருமங்கலத்திலிருந்து இராஜபாளையம் செல்கிற பாதையில் சுமோ திரும்பியது. மேற்குத் தொடர்ச்சி மலை முகடுகளோடு கூடவே வந்தது. அன்பையும், அழகையும் சொல்லிக்கொண்டு திசைகள் யாவும் நின்றன. மாபெரும் வெளியாய் நிலம் விரிந்து கிடந்தது. ஆட்டு இடையர்களின் குரல்கள் சிதறிக்கிடக்கும் பூமிதான் அது. இன்னும் அவர்கள் வரவில்லை.

”எதாவது பாட்டு போடுங்களேன்” என்றேன் டிரைவரிடம். சிறிது நேரத்தில் மெல்லிய அந்த இசை விரிந்தது. ‘காற்றின் மொழி ஒலியா இசையா’ சட்டென எல்லாம் புரிந்த மாதிரி இருந்தது. பரவசமாயிருந்தது. மலைகள், வானம், வெளி என காட்சி முழுவதும் இசையில் மிதக்க ஆரம்பித்தது. ராஜபாளையம் போய், மேலாண்மறைநாடு சென்று மேலாண்மை பொன்னுச்சாமியை இறக்கிவிட்டு சாத்தூருக்குச் செல்ல இன்னும் மூன்று மணி நேரங்கள் ஆகலாம். அதற்கென்ன....? இப்படி எல்லாம் கரைந்து போகிற மனநிலையில் எவ்வளவு தூரமானாலும் பயணம் செய்யலாம்.

அதோ... மலையடிவாரத்தில், தொலைதூரத்தில் குடில் போன்ற வீட்டிற்குள்ளிருந்து வெளிப்பட்ட ஒரு சிறுவன் அந்த பெரும் வெளியில் கைகளை விரித்தபடி ஒரு புள்ளியாய் ஓடிக்கொண்டு இருக்கிறான். ஆஹா...!

❑

28
அவரது பெயரே ஊரின் முகவரி

கதைகள் எழுத ஆரம்பித்ததிலிருந்து எந்நேரமும் அவரது ஊரை தன் கூடவே வைத்துக்கொண்டிருந்தார். 1984ல் அறிந்த நாள் முதல் அவர் மேலாண்மை பொன்னுச்சாமிதான். திருநெல்வேலிப் பக்கமிருந்து வந்தாலும் சரி, மதுரைப் பக்கம் இருந்து வந்தாலும் சரி, கோவில்பட்டிக்கோ அல்லது சாத்தூருக்கோ இரவு பத்து மணிக்குள் வந்தால்தான் மேலாண்மறை நாடு என்னும் சிறிய ஊருக்கான கடைசி பஸ்ஸை பிடிக்க முடியும். இல்லையென்றால் விடிகாலை நாலரை மணிக்குப் புறப்படும் முதல் பஸ்ஸுக்காக சாத்தூரிலோ அல்லது கோவில்பட்டியிலோ காத்திருக்க வேண்டும். அந்த ஊர்களின் நண்பர்களை சந்தித்து, இலக்கியமும், அரசியலும் பேசி, சிரிப்புச் சத்தங்களோடு அந்த இரவுகளை மேலாண்மை பொன்னுச்சாமி உற்சாகமாக்கிக் கொள்வார். சாத்தூரில் இரவில் வந்து அவர் கதவைத் தட்டுகிற இடங்களில் எங்கள் சங்க அலுவலகமும் அப்போது ஒன்றாயிருந்தது.

ரியலிசம், மேஜிக்கல் ரியலிசம், சோஷலிஸ்ட் ரியலிசம், சர்ரியலசம் பற்றிய தீவீரமான விவாதங்களே பிரதானமாய் இருக்கும். சோஷலிச யதார்த்தவாதத்தை ஆதரித்து உரக்கப் பேசுவார். எழுத்தாளர்கள் கோணங்கி, எஸ்.ராமகிருஷ்ணன் போன்றோரெல்லாம் பெரும் கிண்டலும் கேலியும் செய்வார்கள். தொடர்ந்து செம்மலரில் மேலாண்மையின் கதைகள் வெளிவந்து கொண்டே இருந்தன.

பொன்னுச்சாமி என்பவர் மேலாண்மை பொன்னுச்சாமியான கதையை நாளாக நாளாக தோழர்கள் மூலம் அறிந்துகொள்ள முடிந்தது. விவசாயிகள் போராட்டத்தில் கால்ச்சட்டை போட்ட பையனாய் பொன்னுச்சாமி கலந்து கொண்டது, கதைகள் படிப்பதிலும் எழுதுவதிலும் அவருக்கு இருந்த ஆர்வத்தை எஸ்.ஏ.பெருமாள் போன்ற தோழர்கள் தூண்டியது, செம்மலர் பத்திரிகையின் ஆசிரியராக இருந்த தோழர் கே.முத்தையா அவரை அரவணைத்துக் கொண்டதெல்லாம் அவரது எழுத்துலகின் ஆரம்பமாக இருந்தது. மானாவாரி நிலத்தில் விவசாயம், பெட்டிக்கடையை விட கொஞ்சம் பெரிய மளிகைக் கடை,

பலசரக்கு வாங்க ராஜபாளையம் செல்வது என வாழ்வின் ஓட்டங்களுக்கு இடையே கதைகள் எழுதிக்கொண்டிருந்தார்.

பார்க்கிற, பழகுகிற எல்லா இடங்களிலும் அவருக்கு மனிதர்கள் கதைகள் வைத்திருந்தனர். தீப்பெட்டி ஆபிஸ்கள், கூலித் தொழிலாளர்கள், வரதட்சணைக் கொடுமை, கூட்டுக் குடும்பப் பிரச்சினைகள், வறுமை, நிறைந்த தனது நிலத்தின் வலியைச் சொல்லிவிட வேண்டும் என்னும் அவரது துடிப்பு அடுத்தடுத்து வெளிவந்த கதைகளில் தெரிந்தது. கரிசல் பூமியின் வாசம் வீசிக் கிடந்தது. சிபிகள் என்னும் முதல் தொகுப்பு வெளிவந்து, எழுத்தாளர் சங்கத் தோழர்கள் அதுபற்றி பேச ஆரம்பித்த பிறகு மேலும் வேகம் கூடியது.

சில வருடங்களுக்கு முன்பு தேவகோட்டையில் நடந்த கலை இரவில் கலந்துகொள்ளச் சென்ற பயணத்தின் போது கவிஞர் லஷ்மிகாந்தன், சமீபத்தில் வெளிவந்த அவரது கதைகளில் பாலுறவு குறித்த விஷயங்கள் அதிகமாக இருப்பதாகத் தெரிவித்தார். அந்தக் கதையின் மாந்தர்கள் அப்படிப்பட்டவர்கள் என்ற மேலாண்மை பொன்னுச்சாமி, தமிழ் இலக்கிய உலகம் இதுவரை சரியாகத் தொட்டிராத ஆட்டிடையர்கள் வாழ்வு அப்படியாக இருப்பதாகச் சொன்னார். அவர்களது குடும்பங்களில் மிகச் சாதாரணமாக நாம் கேட்கக் கூசும் வார்த்தைகள் சரளமாக புழங்குவதையும், வயசுக்கு வந்த பெண்ணைக்கூட கோபம் வந்தால் வீட்டில் "அங்க என்ன ஊம்பயாப் போன?" என்று பேசுவதையும் இயல்பாக பார்க்க முடியும் என்ற போது வித்தியாசமாய் இருந்தது. "செக்ஸ் குறித்து வைத்து இருக்கிற உங்கள் இலக்கணங்களும், ஒழுக்கங்களும் அங்கு சர்வசாதாரணமாக மீறப்படுகின்றன" என்று அவர் சொல்லிய விஷயங்கள் சகலத்தையும் புரட்டிப்போடுவதாக இருந்தன.

வாழ்க்கையை கூர்ந்து அவதானிக்கும் அவரது பார்வைக்கும், அதை எழுத்தில் கொண்டு வருகிற லாவகத்துக்குமிடையே இடைவெளி இருந்ததாகப் பட்டது. லௌகீக வாழ்வின் பிரச்சினைகளை முக்கியமாகப் பேசும் அவரது கதைகளில் நுட்பமும், அழகியலும், வாசகனை வசிகரிக்கிற மொழி நடையும் இல்லை என்பது அவர் மீது விமர்சனமாக இருந்தது. வாசிப்பிலும், எழுதுவதிலும் ஆர்வம் கொண்ட எழுத்தாளர் பெருமக்களே அதை முன்வைத்தனர். நான்கைந்து கதைகள் எழுதிய நானும்கூட அவரிடம் சொல்லி இருக்கிறேன். "இப்படி பேசிட்டும் யோசிச்சிட்டும் இருக்குறதுனலாத்தான் உங்களைப் போன்றவர்கள் கதைகளே எழுதுறதில்ல..." என அந்த விமர்சனங்களை

சொன்னவர்கள் மீது சுமத்திவிட்டு அவர் பாட்டுக்கு தொடர்ந்து எழுதிக்கொண்டு இருந்தார்.

பிரபல பத்திரிகைகளில் அறிவிக்கப்படும் போட்டிகளுக்கு கதைகள் அனுப்புவதில் ஒவ்வாமை கொண்டும், எதோ ஒரு இழிவானதாகக் கருதியும் எழுத்தாளர்களாக அறியப்பட்டவர்கள் ஒதுங்கி விட, மேலாண்மைப் பொன்னுச்சாமியின் கதைகள் ஆனந்த விகடனிலும், கல்கியிலும் பரிசுகள் பெற்றன. அதன் பிறகு அவரது எழுத்திற்கான வாசகப் பரப்பு மேலும் விரிவடைந்தது.

கிட்டத்தட்ட அனைத்துப் பத்திரிக்கைகளிலும் அவரது கதைகள் பரிசு பெற்றன. வட அமெரிக்க தமிழ்ச் சங்கத்தின் பரிசும் அவரைத் தேடி வந்தது. 'அரும்புகள்' கதையைப் படிக்கிற போது கண் கலங்குவதை நம்மால் கட்டுப்படுத்த முடியாது. வறுமை மிகுந்த நாட்களில் எழுத்துக்களே அவருக்கு ஆசுவாசமாகவும், நம்பிக்கையாகவும் இருந்தன. எமர்ஜென்சி காலத்தில் துவங்கப்பட்ட தமிழ்நாடு முற்போக்கு எழுத்தாளர் சங்கத்தை ஆரம்பித்த 32 பேர்களில் அவரும் ஒருவர்.

சங்கப்பணிகளுக்காக சங்கரன் கோவில் பகுதியில் உள்ள எங்கள் வங்கியின் கிளைகளுக்குச் சென்ற சமயம் ஒருநாள் அவரது வீட்டிற்கு நானும், தோழர் காமராஜும் சொல்லாமல் கொள்ளாமல் சென்றிருந்தோம். "யோவ் என்னய்யா இப்படி திடீர்னு..." என வரவேற்றதில் ஆச்சரியமும், சந்தோஷமும் கொப்பளித்தது. அவரது துணைவியாரை அழைத்து அறிமுகம் செய்து, கோழியடிக்கச் சொல்லி மதிய உணவு அளித்தார். அவரது உலகத்தை அன்று பார்த்தோம். குறுகலான சந்துகளில் அவரது கதை மாந்தர்கள் அங்கே நடமாடிக்கொண்டு இருந்தார்கள். மிகச் சின்ன கிராமம். சாத்தூரில் எழுத்தாளர் சங்கக் கூட்டம் ஒன்று நடத்துவதற்கான அழைப்பிதழை அனுப்ப அவரிடம் முகவரி கேட்டோம். "மேலாண்மை பொன்னுச்சாமி, மேலாண் மறைநாடு" என்றார். வீட்டு எண், தெருப் பெயரைக் கேட்டபோது சிரித்துக்கொண்டே "அதெல்லாம் வேண்டாம். அவ்வளவுதான்.." என்றவர் சிரித்துக்கொண்டே "எழுத்தாளர்னு பேருக்கு முன்னால எழுதிருங்க அய்யா!" என்றார். அவருக்கான முகவரி அதுதான்.

தமிழ் உலகிற்கு, மேலாண்மறைநாடு என்னும் அந்தச் சிறிய ஊரை உச்சரிக்க வைத்த மனிதராய் இருந்தார் அவர். அங்கிருந்து வந்து பல்கலைக் கழகங்களிலும், பிரபல பத்திரிக்கைகளிலும், புத்தகக் கடைகளிலும் இடம் பெற்றிருக்கிறார் என யோசித்த

போது, அவரது நம்பிக்கையும், உழைப்பும், கடும் முயற்சிகளுமே புலப்படுகின்றன.

எழுத்தில் மும்முரமாக இருந்தபோதும், தான் சார்ந்த இயக்கத்தின் பணிகளிலும் முழுமையாகத் தன்னை ஈடுபடுத்தி இருந்தார். ஊர் ஊராகச் சென்று தமிழ்நாடு முற்போக்கு எழுத்தாளர் சங்கத்தின் அமைப்புகளை ஏற்படுத்துவது, அவர்களோடு தொடர்ந்து உறவுகளை பேணுவது, மாநிலம் முழுவதும் நடந்து கொண்டிருந்த கலை இலக்கிய இரவுகளில் கலந்துகொள்வது என நாட்களை அர்த்தம் மிக்கதாய் வைத்திருந்தார்.

சக எழுத்தாளர்களைக் காட்டிலும் புதிய எழுத்தாளர்களை கண்டறிவது, அவர்களோடு உரையாடுவது, வளர்த்தெடுப்பதில் தனிக்கவனம் செலுத்தினார். சாத்தூரில் இருந்து தோழர் காமராஜ் முதன்முதலாக செம்மலரில் எழுதிய ‘பூச்சிக்கிழவி’ வெளிவந்த மாதத்தில், கல்கியில் வெளிவந்த அவரது ‘அக்கதை’ என்னும் சிறுகதைக்கு இலக்கியச் சிந்தனை பரிசு கிடைத்திருந்தது. “பூச்சிக்கிழவிதான் அருமையான கதை. அதற்குத்தான் இலக்கியச் சிந்தனை பரிசு கிடைத்திருக்க வேண்டும். அவர்களின் மதிப்பீடு தவறானது” என எனக்குக் கடிதம் எழுதி இருந்தார். இந்த மனோபாவம் அபூர்வமானது. அவருக்கு இயல்பானதாயிருந்தது.

அன்றைக்கு ஆனந்த விகடனில் அவரது கதை வெளிவந்திருக்கும். அவர் கலந்துகொண்ட கூட்டத்தில் யாரும் அது பற்றி விசாரிக்கவோ பேசவோ செய்திருக்க மாட்டார்கள். கூட்டம் முடிந்து போகும்போது, “யோவ், இன்னிக்கு விகடன்ல ஏங்கத ஒன்னு வந்திருக்கு. படிச்சிட்டு சொல்லும்’ என விடைபெறும்போது சொல்லிவிட்டுப் போவார். அவ்வளவுதான். அந்த எழுத்தாளனுக்குள் என்னவெல்லாம் ஓடிக்கொண்டு இருந்திருக்குமென வலியும், நம்மைப்பற்றிய குற்ற உணர்வும் மேலோங்கும். அடுத்த முறை பார்க்கும்போது அதுபற்றி எந்தச் சுவடும் இல்லாமல் முகமெல்லாம் மலர்ந்து, கண்களும் சேர்ந்து சிரிக்க கைகளைப் பற்றி நிற்பார். சோர்வுகளை, பாரங்களை விலக்கி புதுசாக தன்னை வைத்துக்கொள்ளும் சாதுரியம் பெற்றிருந்தார். அவரிடம் இருந்த பாமரத்தனம் அதற்கான வலிமையைத் தந்திருக்க வேண்டும்.

கு.அழகிரிசாமி, புதுமைப்பித்தன், ஜெயகாந்தன், டால்ஸ்டாய், மாக்ஸிம் கார்க்கி, செக்கோவ், மைக்கேல் ஷோலக்கோவ், சிங்கிஸ் ஐத்மாத்தவ் கதைகளை அறிந்தவர் என்பதற்கான அறிகுறிகள் சுத்தமாக அவரிடம் தென்படாது. மார்க்சியம் கற்று, அரசியலை

அலசும் தோரணையும் இருக்காது. அப்படியொரு கிராமத்து மனிதனின் தோற்றமும், மொழியும் எப்போதும் இருந்தது. கதைகளை எழுதுபவராகத் தெரியாமல், அந்தக் கதைகளின் மாந்தர்களில் யாரோ ஒருவராகத்தான் அவரும் இருந்தார்.

வெறுமனே பொன்னுச்சாமியாக அவரது பெயரை உச்சரித்தால் என்னவோ போலத்தான் இருக்கிறது. ஒருமுறை சிவகாசியில் நடந்த கலை இலக்கிய இரவுக்கு நடிகர் சிவகுமார் சிறப்பு விருந்தினராக வந்திருந்தார். பிரபல பத்திரிகைகளில் எழுதுவதால் ஏற்பட்டிருந்த அறிமுகத்தால் மேலாண்மை பொன்னுச்சாமிதான் சிவகுமாரை அழைத்திருந்தார். தனது ஓவியங்களை அங்கங்கு டிவிக்களை வைத்து விவரித்தார் சிவகுமார். அவ்வப்போது 'பொன்னுச்சாமி' என இவரை அழைத்ததும், 'அந்த டிவியில் படம் தெரிதான்னு பாருங்க பொன்னுச்சாமி' என மேலாண்மையை பார்க்கச் சொன்னதும் தாங்கமுடியாததாய் இருந்தது, அந்த கலை இரவு நிகழ்ச்சிகள் முடிந்து அதிகாலை 4 மணிக்கு டீ குடிக்கும்போது, "உங்களைப் பற்றியும், நம்மைப் பற்றியும் அவருக்கு ஒன்றும் தெரியவில்லை. பொன்னுச்சாமி என்று கூப்பிட்டது ஏனோ பிடிக்கவில்லை" என தோழர்கள் பலரும் மேலாண்மையிடம் குறை சொல்லிக் கொண்டிருந்தார்கள். எதுவும் சொல்லாமல் டீ அருந்திக் கொண்டிருந்தார் அவர்.

சாகித்திய அகாடமி விருது கிடைத்த செய்தி அறிந்ததும், அவரைப் பார்க்க சாத்தூரிலிருந்து நண்பர்கள் அவரது வீட்டிற்கு சென்றோம். கட்டிப் பிடித்துக் கொண்டு "ஹா..ஹா.." என்று வாய்விட்டுச் சிரித்த அவரது முகத்தில், ஐந்து வரை கூட படிக்காமல் காலத்தை வென்ற பெருமிதம் இருந்தது. அன்று பேசிக் கொண்டிருக்கும் போது, அவர் சொன்ன விஷயம் திரும்பும் வழியெல்லாம் வந்து கொண்டிருந்தது. "ஆரம்பத்துல கதை பத்திரிக்கையில் வந்துரும். பத்திரிக்கையும் வீட்டிற்கு வந்துரும். ஆனா இந்த ஊர்ல அதைப் படிச்சுப் பேச யாரும் கிடையாது. இங்கிருந்து மெனக்கெட்டு வேலையெல்லாம் விட்டுட்டு கோவில்பட்டிக்குப் போய் நண்பர்களைப் பார்ப்பேன். பிடிபட்ட எலியை சாக்கு மூட்டையில் கட்டித் தரையில் அடிப்பது போல விமர்சனம் செய்வார்கள்" என்று சொல்லி திரும்பவும் 'ஹா... ஹா' என பெரிதாய் சிரித்தார். இதே விமர்சனத்தை மற்றவர்கள் சொல்லி நானும் விழுந்து விழுந்து சிரித்திருக்கிறேன். அன்று சிரிக்க முடியவில்லை.

முப்பது வருடங்களுக்கும் மேலான அவருடனான பழக்கத்தில் கடைசி சில வருடங்கள் தொடர்பு இல்லாமலிருந்தது. சென்னையில் மகனோடும், மகளோடும் இருந்தார் என தோழர்கள் சொன்னார்கள். எங்கெங்கோ இருக்கிறவர்களும் இணையம் வழியே உரையாடிக்கொள்ளவும், தொடர்ந்து உறவுகளைத் தக்க வைத்தக் கொள்ளவும் சாத்தியமான இந்தக் காலக்கட்டத்தில் அந்த எளிய மனிதர் ஃபேஸ்புக்கில்லும் இல்லை, வாட்ஸ் அப்பிலும் இல்லை. சென்னையிலும் அவர் மேலண்மறை நாட்டு மனிதராகவே இருந்திருக்க வேண்டும். அவரது மரணச் செய்தி மட்டும் ஃபேஸ் புக் வழியே எல்லோருக்கும் சென்றடைந்தது ஒருநாள்.

எழுத்தாளர் சங்க மாநாடுகள், கலை இலக்கிய இரவுகள், மாநிலக்குழுக் கூட்டங்கள், மாவட்டக் குழு கூட்டங்கள், இலக்கியக் கூட்டங்கள், திடுமென இரவில் சாத்தூர் வந்து நிற்கும் அவரோடு விடிய விடிய நடத்திய உரையாடல்கள் என காலம் நொறுங்கி சுற்றிலும் இறைந்து கிடக்கிறது. அவைகளை எடுத்து ஒவ்வொன்றாய் கோர்த்துப் பார்க்கிற போது அவர் மீதான விமர்சனங்கள் எல்லாம் களைந்து, மலர்ந்த முகத்தோடு “எனது கதையைப் படித்து விட்டுச் சொல்லுங்கள்” என்று மேலாண்மை விடை பெற்ற காட்சியே நிலைத்து நிற்கிறது.

❑

29

ஆச்சியின் குரலிலிருந்து விரிந்த உலகம்

ஆச்சியின் குரலில்தான் கதைகளை வாசிக்க ஆரம்பித்தேன். ஆச்சி என்றால் அப்பாவின் அம்மா. வீட்டிற்கு ஆச்சி வந்துவிட்டார்களென்றால் அன்று இரவு அவர்களோடுதான் நான், தங்கை, தம்பி எல்லோரும் படுத்துக் கொள்வோம். இரண்டு அண்ணன்கள். அவர்களும் சில நேரம் வருவார்கள். ஆச்சி பெரும்பாலும் மகாபாரதக் கதைகள்தான் சொல்வார்கள். மாறி மாறி எல்லோரும் உம் கொட்டிக்கொண்டு கேட்போம். ஒருநாள் முடித்த இடத்தில் இருந்து அடுத்தநாள் கதை தொடரும். பீமனும், அர்ச்சுனனும்தான் எல்லோருக்கும் பிடிக்கும். கிருஷ்ணனின் சங்கை ஆச்சி ஊதிக் காண்பிப்பார்கள். அபிமன்யு தன்னந்தனியனாய் போய் போரில் மாட்டிக்கொள்வது பெரும் சோகமாய் இருக்கும். ஐயோ, அந்த பத்ம வியூகத்தை உடைக்கும் மந்திரம் அவனுக்குத் தெரியாமல் போய்விட்டதே என்று கவலை வரும். ஆச்சியின் கை என் மார்பை மெல்லத் தட்டிக் கொடுத்துக் கொண்டு இருக்கும். அந்த விரல்களைப் பிடித்துக் கொண்டு சாகசங்களும், வினோதங்களும் கொண்ட சரித்திரக் கதைகளில் சஞ்சரித்தேன். "ஒரு ஊர்ல ஒரு ராஜா இருந்தார்" என்று ஆரம்பிக்கிற கதைகளை எத்தனை குழந்தைகள் வாசித்திருப்பார்கள்!

எதோ ஒருநாளில் எதோ ஒரு கதவைத் திறந்து அம்புலிமாமாவுக்குள் நுழைந்து கொண்டேன். உருவிய வாளோடு வேதாளத்தைச் சுமந்து கொண்டு செல்லும் விக்கிரமாதித்தனோடு பயணப்பட்டேன். புதிரும், சுவராசியமும் கொண்டவைகளாக எழுத்துக்கள் தெரிந்தன. ராணி பத்திரிக்கையில் வரும் சிறுவர்களுக்கான தொடர்கதையைப் படித்துவிட்டு அடுத்த வாரத்துக்காக காத்திருப்பேன். யார் முதலில் படிப்பது என தங்கைக்கும், எனக்கும் சண்டைகள் நடக்கும். கதைகளை நோக்கி ஓடிக்கொண்டிருந்தோம். முன்னால் இருந்த மூத்த அண்ணன் இரும்புக்கை மாயாவியைக் காட்டினான். காமிக்ஸ் புத்தகங்களைத் தந்தான். பெரும் அதிசயத்தின் கடற்கரையில் குதித்து, அங்குமிங்கும் குதூகலித்துப் போனேன். ஒவ்வொரு காமிக்ஸும் அலையென எழுந்து அணைத்துத் தூக்கிச் செல்ல முயன்றன. பத்து வயதைத் தாண்டிய பிறகும் அங்கேயேக்

கிடந்து சலிப்பற்று விளையாடிக் கொண்டிருந்தேன். மார்கழி மாதக் குளிரில் "போற்றியென் வாழ்முதல் ஆகிய பொருளே" என்று கையில் ஜால்ராவோடு பஜனை பாடிச் செல்லும் போதும் ரிப்கெர்பி கையில் துப்பாக்கியோடு கூடவே வந்து கொண்டிருந்தார். அந்தச் சின்ன வயதில் பெண்ணுடல் குறித்த பிம்பங்களை உருவாக்கியதில் காமிக்ஸ் சித்திரங்களுக்கு பெரும் பங்கு இருந்தது.

ஏழாம் வகுப்பு படிக்கும்போது கோடை விடுமுறையில் நடுவக்குறிச்சியில் பெரியம்மா வீட்டுக்கு போயிருந்த போது அந்த அற்புத உலகத்தைப் பார்த்தேன். வீடு முழுக்க புத்தகங்கள். தமிழின் அத்தனை வாரப் புத்தகங்களும், மாத நாவல்களும் வந்து கொட்டிக்கிடக்கிற வீடு. பெரியம்மா மகன் முருகேசன் அண்ணனுக்கு புத்தகங்களின் மீது அப்படி ஒரு தீராத காதல். அப்போது வெளிவந்த நாவல்கள் எல்லாவற்றையும் வாங்கிவிடுவார்கள். தமிழின் அனைத்து எழுத்தாளர்களும் அந்த வீட்டில் வசித்தார்கள். தமிழ்வாணனைக் கையில் எடுத்துக் கொண்டு சங்கர்லால், இந்திரா, எப்போதும் தேநீர் கொண்டு வரும் மாது ஆகியோரோடு சேர்ந்து துப்பறிய ஆரம்பித்தேன். கடைசிப் பக்கம் புரட்ட மனசு வந்தாலும் அடக்கிக் கொண்டு சஸ்பென்ஸை ஊகித்து அறியும் முயற்சியிலேயே எழுத்துக்களை பின் தொடர்வேன்.

அந்தப் பழக்கத்தில், ஆறுமுகனேரி லைப்ரரிக்குச் சென்று கல்கண்டு எடுத்து, அதில் தமிழ்வாணன் எழுதிக்கொண்டு இருக்கும் தொடர்கதைகளை வாசிக்க ஆரம்பித்தேன். மூத்த அண்ணன் அங்கு வந்து குமுதம், ஆனந்த விகடன், கல்கியில் வரும் சுஜாதா கதைகளை படிப்பான். உயர்நிலைப்பள்ளி நுழைந்த நேரத்தில் எனக்குள் சுஜாதா நுழைந்து கொண்டார். சுவாரசியம், வசந்தின் குறும்பு, செக்ஸ் கலந்த மெல்லிய நகைச்சுவை எல்லாம் அறிந்தும் அறியாத அந்த இளம் பருவத்துக்கு உரிய குறுகுறுப்போடு வசீகரித்தன. அவரது எழுத்து நடையில் ரொம்ப நாள் பைத்தியமாகிக் கிடந்தேன். வீட்டில், நான், அண்ணன், தங்கை மூன்று பேருமே, அப்போது வந்த சுஜாதாவின் எல்லாக் கதைகளையும் படித்திருப்போம். அடுத்த கோடையில் பெரியம்மா வீட்டில் தமிழ்வாணன் புத்தகங்கள் கலைக்கப்படாமல் அப்படியே இருந்தன.

சுஜாதாவோடு பயணிக்கிற போதே குமுதத்தில் சாண்டியல்யனின் சரித்திரத் தொடர்கதைகளையும் படிக்க நேர்ந்தது. ஒருநாள் அம்மா

தடித்த பெரும் புத்தகங்களாய் நான்கைந்து கொண்டு வந்தார்கள். கல்கியில் பொன்னியின் செல்வனை தொடர்கதையாய் படித்து அம்மா பைண்டிங் செய்து வைத்திருந்த புத்தகங்கள் அவை. தாத்தா வீட்டிலிருந்ததாம். பொன்னியின் செல்வன் படித்தபிறகு சாண்டில்யனும், ஜெகசிற்பியனும் என்னிடமிருந்து வெளியேறிவிட்டார்கள். இன்னும் பூங்குழலியின் "அலைகடலும் ஓய்ந்திருக்க அகக்கடல்தான் பொங்குவதேன்" பொங்கிக் கொண்டு இருக்கிறது. சுற்றி நடப்பது எதுவுமே அறியாமல் படித்த முதல் புத்தகம் பொன்னியின் செல்வன்தான். இரவு, பகல் பிரக்ஞையற்று வந்தியத்தேவனோடும், நந்தினியோடும், மணிமேகலையோடும், கோடிக்கரையில் திரிந்து கொண்டிருந்தேன்.

ஆதித்தனார் கல்லூரியில் படிக்கப் போன போது இந்தத் தடம் மெல்ல மாற ஆரம்பித்தது. அங்கு மிகப் பிடித்தமான இடங்கள் இரண்டு. ஒன்று கிரிக்கெட் கிரவுண்ட். இன்னொன்று லைப்ரரி. நாவல்கள், சிறுகதைகள், கவிதைகள் இருக்கும் பகுதியில்தான் எப்போதும் இருப்பேன். இந்துமதியின் 'தரையில் இறங்கும் விமானங்கள்' பரிதவிப்பை ஏற்படுத்தியது. கனவுகள் பொங்க நிற்கும் அந்த தம்பியின் பாத்திரம் நானாகவே எண்ணிக்கொள்வேன். கூடவே வாசிப்பதில் சுப்பிரமணிய ஆதித்தன் என்றொரு நண்பன் கிடைத்தான். கடலைப் பார்த்தபடி, 32ம் அறை எண்ணில் உட்கார்ந்து அவனும் நானும் சுஜாதாவையும், இந்துமதியையும் சலிக்காமல் பேசியிருக்கிறோம். மேத்தாவின் கனவுப் பூக்கள் எங்களுக்குள் வாடவேயில்லை. மீராவின் கனவுகள் + கற்பனைகள் = காகிதங்கள்தான் வகுப்பறையின் கரும்பலகையில் வந்து நின்றன. அப்துல் ரகுமானும் நா.காமராசனும் பாடம் நடத்தினார்கள். இந்திரா பார்த்தசாரதியின் குருதிப்புனல்தான் வாழும் சமூகம் குறித்த அதிர்ச்சியைத் தந்த முதல் நாவல் என்று சொல்ல வேண்டும். கடைசிப் பக்கத்தில், "இப்போதெல்லாம் இராவணர்களே விஸ்வரூபம் எடுக்கிறார்கள்.." என்று அவர் விவரித்தது இன்னும் அழுத்தமாகப் பதிந்து இருக்கிறது.

கல்லூரிப் படிப்பு முடிந்த போது விக்கித்து நின்றேன். நண்பர்கள் எல்லாம் அங்கங்கு விலகிப் போக நான் மட்டும் ஊரில் இருந்தேன். கோயம்புத்தூரில் இரண்டாவது அண்ணனுக்கும், சென்னையில் மூத்த அண்ணனுக்கும் வேலை கிடைத்திருந்தது. தங்கை தூத்துக்குடியில் கல்லூரியில் படித்துக் கொண்டிருந்தாள். தம்பிக்கும் விமானப்படையில் வேலை கிடைத்து பெங்களுக்கு சென்றிருந்தான். வீடும், பழகிய இடங்களும் தவிக்க வைத்தன.

எல்லோரும் திடுமென எங்கெங்கோ கலைந்து போய் விட்டிருந்தார்கள்.

சென்னைக்குச் சென்று அண்ணனோடு தங்கியிருந்தேன். பக்கத்து வீட்டில் இருந்த எழுத்தாளர் ஜெயகாந்தனின் மகள் அம்முவின் பின்னால் பைத்தியமாக அலைய ஆரம்பித்தேன். அவள் பிளஸ் ஒன் படித்துக் கொண்டு இருந்தாள். அண்ணனுக்குத் தெரிந்து வருத்தப்பட்டான். இங்கிருந்து, எதாவது வேலை தேட வேண்டுமென்றால் ஒழுங்காயிருக்க வேண்டும், இல்லையென்றால், ஊருக்குப் போய்விடச் சொல்லு' என அண்ணியிடம் சொன்னான். பிறகு அவனே, சும்மா இருப்பதற்கு கன்னிமாரா லைப்ரரிக்குச் சென்று புத்தகங்கள் படிக்கலாமே என்று தினமும் இருபது ருபா தந்தான். மதியம் சாப்பாடும் கொண்டு போய் விடுவேன். பஸ்ஸுக்கு இரண்டு, இரண்டு நான்கு ருபாய் வரும். இரண்டு டீக்களுக்கும், சில சிகரெட்டுகளுக்கும் அது போதுமானதாயிருந்தது. லைப்ரரிக்குச் சென்று ஜெயகாந்தனின் நாவல்களை எடுத்து ஒவ்வொன்றாக படிப்பேன். அம்முவின் அருகாமையில் இருப்பதாகப் படும். ஜெயகாந்தன் தன் தர்க்கங்களினால் என்னை விழுங்கிக் கொண்டு இருந்தார். சுஜாதா எழுதி அப்போது கல்கியில் வந்து கொண்டிருந்த 'மத்தியமர்' என்னும் மிடில் கிளாஸ் சிறுகதைகள் பல கேள்விகளையும், விவாதங்களையும் உருவாக்கின. இந்திரா பார்த்தசாரதியின் 'மாயமானி'ல் கவிதை எழுதிக்கொண்டிருந்த நண்பன் பின்னாளில் இராணுவத்துக்கு முட்டை சப்ளை செய்பவனாகிப் போனது வாழ்வின் போக்குகளை புரிய வைத்தது.

ஏழெட்டு மாதங்கள் அப்படியே கழிந்தன. ஒருநாள் திடுமென பாண்டியன் கிராம வங்கியிலிருந்து வேலைக்கான அழைப்பு வந்தது. கல்லூரிப் படிப்பு முடிந்ததும் அந்த வங்கியில் கிளரிக்கல் பதவிக்கு எழுத்துத் தேர்வு எழுதியிருந்தேன். இறுக்கங்களெல்லாம் உடைந்து உருகிப்போன நாள் அது. சந்தோஷமாயிருந்தாலும், அம்முவின் நினைவுகளைச் சுமந்து கொண்டு சாத்தூர் கிளம்பினேன்.

ஆண்கள் தங்கியிருக்கும் லாட்ஜைப் பற்றி பாலகுமாரன் எழுதியிருந்த நாவல்'சேவல் பண்ணை'. மணிசங்கர் லாட்ஜ் அப்படி இல்லை. அங்கு நான் தங்கியிருந்த இரண்டு வருடங்கள் சுவாரசியமானவை. வீட்டிற்குள்ளேயே இருபத்திரண்டு வருடங்களாக வளர்ந்து வந்த எனக்கு அந்த நாட்கள் அச்சமும், பரவசமுமாக இருந்தது. பல துறைகளில் பணிபுரிந்த ஆண்கள் அங்கே தங்கியிருந்தார்கள். இரவுகள் மதுவின் வாசனையோடும்,

புகை நடுவே சீட்டுக்கச்சேரிகளோடும் நகர்ந்தன. பின்னிரவுகளில் லாட்ஜிலிருந்து வெளியேறிய பெண்ணைப்பற்றி கண்சிமிட்டலோடு காலையில் குளிக்கும் இடங்களில் பேச்சுக்கள் தொடர்ந்தன. சிலர் கோடு கிழித்ததைப் போல, இந்த நேரத்தில் இந்த காரியம், நானுண்டு என் வேலை உண்டு என சாமி படங்களோடு தங்கள் அறைகளை விட்டு வெளியே வராமலிருந்தார்கள்.

மொத்தமிருந்த எட்டு அறைகளில், இருபத்து நான்கு ஆண்களில் புத்தகம் படித்துப் பேச யாரும் வாய்த்திருக்கவில்லை. நானும் பேக் பைப்பரின் வாசனையில் கிறங்கிப் போனேன். காலியான பாட்டில்களுக்குள் கடந்தகால வாழ்க்கையும், நான் வாசித்திருந்த கதைகளும் போய் ஒளிந்து கொண்டன. நடு இரவில் அம்மாவை நினைத்துக் கொண்டு எழுந்து உட்கார்ந்து, அழுது கொண்டிருப்பேன். அம்முவுக்கு கடிதம் எழுதிவிட்டு, காலையில் முதல் வேலையாக கிழித்துப் போடுவேன்.

அப்போதுதான் கிருஷ்ணகுமாரோடு எனக்கு பரிச்சயம் ஏற்பட்டது. எங்கள் சங்கத்தின் பொதுச்செயலாளராக இருந்த அவரோடு பேச ஆரம்பிக்க, அதுவரை நான் வாசித்த புத்தகங்களே இருவருக்குமான உரையாடல்களை தொடர வைத்தன. பாரதியின் வாழ்வை, கவிதையை அதன் வீரியத்தோடு அறிமுகப்படுத்தியவர் அவர்தான். சோவியத் இலக்கியத்திற்குள் என்னைக் கொண்டு போய் நிறுத்தியவர் அவர்தான்.

மரத்தில் அடையும் பறவைகளின் இரைச்சல்களோடு நானும் காமராஜும் மாக்ஸீம் கார்க்கியையும், டால்ஸ்டாயையும் படிக்க ஆரம்பித்தோம். செக்கோவ் கதைகளைப் படித்து, மனித மனங்களின் விசித்திரக் கூறுகளை எப்படிச் சொல்லியிருக்கிறார் என வியந்து போவோம். சென்னையில் இருந்த அம்முவைக் காண முடியாமல் தஸ்தாவஸ்கியின் வெண்ணிற இரவுகளில் தூக்கமற்றுப் போனேன்.

சங்கத்தின் சார்பில் சாகும் வரை உண்ணாவிரதம் உட்கார்ந்து, நான்காம் நாள் காலை டாக்டர் பரிசோதித்து, கைது செய்து ஆஸ்பத்திரியில் வலது கையில் டிரிப்ஸ் ஏத்தியதும் நடந்தது. எனது இடது கையில் நிரஞ்சனாவின் 'நினைவுகள் அழிவதில்லை' நாவலைத் தந்தார் கிருஷ்ணகுமார். கேரளாவின் கையூருக்குள் பயணமானேன். நானே அப்புவானேன். நானே சிருகண்டனானேன்.

எழுத்தாளர் தனுஷ்கோடி ராமசாமி வீட்டுக்கு வாரத்துக்கு இரண்டு மூன்று தடவையாவது போய் பேசிக் கொண்டே இருப்போம். அப்போது அவரது கதைகள் ஆனந்த விகடனில் வந்து

கொண்டிருந்தன. தோழர் நாவலை எழுதி முடித்திருந்தார். சிங்கிஸ் ஐத்மாத்தாவும், ஜமீலாவும் வைப்பாற்றின் மணல்வெளி பூராவும் நிரம்பியிருந்தார்கள். மைக்கேல் ஷோலக்கோவ், துர்க்கனேவ், வண்ணதாசன், பூமணி, சுந்தர ராமசாமி, தி.ஜானகிராமன், பிரேம்சந்த், பஷீர் என ஒளி வீசிய நாட்கள் அவை.

அம்முவுக்கு நான் எழுதிய பல கடிதங்களில் எதாவது படித்த புத்தகங்களைப் பற்றிய செய்திகள் இருக்கும். வண்ணநிலவனின் கடல்புரத்தில் மிக நுட்பமான உணர்வுகளோடு உருகும் வெளியில் சஞ்சரிக்க வைத்தது. தமிழ்ச்செல்வனின் "வெயிலோடு போய்" சிறுகதைத் தொகுப்பு பால்ய காலத்து நினைவுகளையும், பெண்மனதின் குரலையும் மிக அருகில் இருந்து சொல்வது போல இருந்தது.

நானும் எழுத ஆரம்பித்தேன். தாகத்துக்கு எப்போதும் விக்கிக் கொண்டிருப்பதாய் அடிகுழாய்களின் சத்தம் கேட்கும் சாத்தூர்தான் 'மண்குடம்' சிறுகதையாய் வெளிப்பட்டது. கவிஞர் கந்தர்வன் சாத்தூர் வந்த போது, என் கையைப் பிடித்து முத்தம் தந்தார். கோவில்பட்டிக்கு எழுத்தாளர் சங்கக் கூட்டத்துக்கு போயிருந்த போது தமிழ்ச்செல்வன் தேடி வந்து "நீங்கதான் மாதவராஜா?" என தட்டிக் கொடுத்து நிறைய எழுதுங்கள் என்றார். கணையாழியின் கடைசிப் பக்கத்தில் சுஜாதா அந்தக் கதை குறித்து சிலாகித்து எழுதியிருந்தார்.

எழுத்தாளர்கள் மேலாண்மை பொன்னுச்சாமி, உதயசங்கர், ஷாஜஹான் என பலரோடு தொடர்பு ஏற்பட்ட காலங்கள் அவை. எழுத்தாளர்கள் கோணங்கியையும், எஸ்.ராமகிருஷ்ணனையும் சந்தித்தது இந்தச் சமயங்களில்தான். கைப்பிரதியில் இருந்த எஸ். ராமகிருஷ்ணனின் முதல் சிறுகதையை டாக்டர் வல்லபாய் கிளினிக்கில் வைத்து வாசித்தோம். புரியவேயில்லை. லேசாக சிரித்துக் கொண்டார். அவர்கள் இருவரோடும் அவ்வப்போது சங்க அலுவலகத்தில், வைப்பாற்றில், தனுஷ்கோடி ராமசாமி வீட்டில் ரியலிசம், சர்ரியலிஸம், மேஜிக்கல் ரியலிசம் என பெரும் விவாதங்கள் நடந்து நட்போடு தொடரும். எஸ்.ராமகிருஷ்னனின், கோணங்கியின் மொழியாற்றல் மீது மதிப்பு இருந்தது.

மூத்த அண்ணன் பாண்டிச்சேரிக்கு குடிபெயர்ந்திருந்தான். தங்கைக்கும், இரண்டாவது அண்ணனுக்கும் திருமணமாயிருந்தது. எழுத்தாளர். தனுஷ்கோடிராமசாமி எனக்காக சென்னை சென்று, எழுத்தாளர் ஜெயகாந்தனோடு பேசினார். தன்னை வந்து பார்க்குமாறு அவர் சொல்லி அனுப்பினார். சில மாதங்கள்

கழித்து நான் மட்டும் அவர் வீட்டுக்கு சென்றேன். என் வாசிப்பு உலகத்தில் ஆளுமை மிக்க எழுத்துக்களோடு வலம் வந்த அந்த எழுத்தாளரோடு நடந்த முதல் சந்திப்பு முற்றிலும் வித்தியாசமானது. அவரே சம்மதித்து, திருமணத்தை நடத்தி வைத்தார். என் கதைகளைப் படித்து நன்றாக இருக்கிறது என அவரே முன்னுரை எழுதி மீனாட்சி புத்தக நிலையத்திலிருந்து 'இராஜகுமாரனாக' வெளிவர ஏற்பாடு செய்தார். சென்னையில் அம்முவின் வீட்டிற்குப் போகும்போதெல்லாம் எதாவது ஒரு முக்கியமான புத்தகத்தை வாசித்து விடுவேன். அல்லது சாத்தூருக்கு கொண்டு வந்து வாசிப்பேன்.

பிறகு அறிவொளி இயக்க நண்பர்களோடு நெருக்கமும், தொடர்பும் ஏற்பட்டது. சாத்தூரில் பொறுப்பாளராயிருந்தவர் ச.வெங்கடாச்சலம். கிராமத்துச் சொலவடைகளும், நாட்டுப்புறங்களில் இன்றும் இருக்கும் கதைகளும் அவர்கள் சேகரித்துக் கொண்டிருந்தனர். தினந்தோறும் காலையிலும், மாலையிலும் அங்கு சென்று விடுவோம் நானும் காமராஜும். ஏராளமான புத்தகங்கள் கொண்ட அலுவலகம் அது. கு.அழகிரிசாமி, புதுமைப்பித்தன், ரகுநாதன், கு.பா.ரா கதைகளை படித்தது எல்லாம் அங்குதான். அறிவொளி இயக்க நண்பர்களோடு சேர்ந்து தமிழ்நாடு முற்போக்கு எழுத்தாளர் சங்கப் பணிகளும் நடந்தன.

கிருஷ்ணகுமாருக்குப் பிறகு நான் சங்கத்தின் பொதுச்செயலாளராகி எந்நேரமும் எங்காவது பயணம் செய்ய ஆரம்பித்தேன். கல்கத்தா, டெல்லி, ஹைதராபாத் என அகில இந்திய வேலைகளும் இருக்கும். புத்தகம் படிப்பது பயணத்தின்போது என்றானது. கலீல் கிப்ரானின் முழுத் தொகுதி, சதத் ஹசன் மாண்ட்டோ, அதுவரையிலும் படிக்காமல் விட்டிருந்த மோகமுள், ஜெயமோகனின் ரப்பர், காடு என என் பயணங்கள் விரிந்தன. ஆனால் அவைகளை முழுசாய் உள்ளிழுத்து அசை போடுவதற்கு நேரமிருக்காது. தொழில்தகராறுச் சட்ட விதிகளையும், பல ஊழியர்களின் ஒழுங்கு நடவடிக்கைக் கோப்புகளையும் படித்து, சுற்றறிக்கைகள் எழுதி, கூட்டங்களில் பேசி களைப்பும் , அசதியும் மனதில் நிரந்தரமாயிருக்கும்.

அம்முவும், குழந்தைகளும்தான் இளைப்பாற வைத்தவர்கள். பத்து வருடங்கள் அப்படியே ஓடிப் போயின. மொத்தத்தில் பதினைந்து கதைகள் போலத்தான் எழுதினேன். அப்போது வந்த புத்தகங்கள், எழுத்தாளர்கள் யார் யார் என்று தெரியாத இடைவெளி ஏற்பட்டிருந்தது. எதாவது இலக்கியக் கூட்டங்களில் நண்பர்கள் காலச்சுவட்டில் வந்த கதையைப் பற்றி பேசிக்

கொண்டிருப்பார்கள். எதுவும் தெரியாமல் நான் கேட்டுக்கொண்டு இருப்பேன்.

இரண்டாயிரத்துக்குப் பிறகு, சங்கப் பொதுச்செயலாளர் பொறுப்பிற்கு தோழர் சோலைமாணிக்கம் வந்த பிறகு, கொஞ்சம் ஆசுவாசம் கொண்டு படிக்கவும், எழுதவும் நேரமும், மனமும் வாய்த்தது. ஆனால் 'நான்–பிக்ஷன்' பக்கம் போய் விட்டேன். அதற்கான புத்தகங்கள் வாசிப்பதும், எழுதுவதும் பிடித்துப் போயிற்று. தொழிற்சங்கமும், அதிலிருந்து அறிந்த அரசியலும் என் எழுத்துக்களின் மீது படர்ந்திருந்தது. 2005ற்குப் பிறகு ஆவணப்படங்கள் பக்கம் போய் நின்றேன். பள்ளம், இரவுகள் உடையும், இது வேறு இதிகாசம் போன்ற ஆவணப்படங்கள் எடுத்தோம். 'தீராத பக்கங்கள்; என்னும் வலைத்தளம் உருவாக்கி அதில் அரசியல், அனுபவம், இலக்கியம், சினிமா என நாட்குறிப்புகள் போல எழுதிக் கொண்டே இருந்தேன்.

தோழர்.சோலை மாணிக்கம் ஓய்வு பெற்ற பிறகு மீண்டும் சங்கத்தின் பொதுச்செயலாளராகி மீண்டும் ஓடிக்கொண்டு இருந்தேன். அக்கறை கொண்ட பலரும், 'எழுதுங்கள், எழுதுங்கள்' என பார்க்கும் போதெல்லாம் சொல்லிக்கொண்டே இருந்தார்கள். மௌனமாகவும், சிறு புன்னகையோடும் அவைகளை எதிர்கொண்டேன்.

தொழிற்சங்க இயக்கத்தின் அடுத்த அத்தியாயத்தை நான் எழுதிக்கொண்டுதான் இருந்தேன். நியாயங்களை தட்டிக் கேட்கிற, ஒடுக்கப்பட்டவர்கள் நின்று உலகத்தைப் பார்க்கிற நூறு இளைஞர்கள் அருகே இருந்தார்கள். அவர்களோடு உரையாடவும், அவர்களை ஒன்றிணைக்கவும் என் கைவசம் இருந்தது நான் வாசித்த எழுத்துக்களும், எழுதும் எழுத்துக்களுமே.

❑

www.ingramcontent.com/pod-product-compliance
Lightning Source LLC
LaVergne TN
LVHW100835051026
849519LV00006B/2299
* 9 7 8 9 3 9 1 2 6 2 9 4 5 *